स्वरश्री
बाबूजी

वसंत वाळुंजकर

स्वरश्री
बाबूजी

(चित्रपटविषयक)

वसंत वाळुंजकर

दिलीपराज प्रकाशन प्रा. लि.
२५१ क, शनिवार पेठ, पुणे - ४११ ०३०

स्वरश्री बाबूजी / Swarashree Babuji

प्रकाशक
श्री. राजीव दत्तात्रय बर्वे,
मॅनेजिंग डायरेक्टर,
दिलीपराज प्रकाशन प्रा. लि.,
२५१ क, शनिवार पेठ,
पुणे - ४११ ०३०
दूरध्वनी (सर्व फॅक्ससहित)
२४४७१७२३, २४४८३९९५, २४४९५३१४
Email: diliprajprakashan@yahoo.in

प्रकाशन दिनांक - ३० जुलै २०१३

प्रकाशन क्रमांक - २०६७

ISBN - 978-93-82988-45-8

मुद्रक
Repro India Ltd, Mumbai.

टाइपसेटिंग
सौ. मधुमिता राजीव बर्वे
पितृछाया मुद्रणालय,
९०९, रविवार पेठ,
पुणे - ४११ ००२

मुखपृष्ठ
कैवल्य राम मशिदकर

प्रिय बाबूजी,

आपल्या संगीताने व गायनाने आपण आम्हा रसिकांच्या मनात आनंदाची बाग फुलविली. आजच्या ताणतणावपूर्ण वातावरणात तुमच्या संगीताने आम्हाला विरंगुळा मिळून आमच्या जीवनाला प्रेरणा दिल्याची जादू आम्ही अनुभवित आहोत. म्हणूनच 'स्वरश्री बाबूजी' हे पुस्तक तुम्हालाच अर्पण करून कृतज्ञता व्यक्त करतो.

– वसंत वाळुंजकर

‘स्वरश्री बाबूजी’... संपादकाचे मनोगत

सुधीर फडके ऊर्फ बाबूजी हे एक असे अलौकिक व्यक्तिमत्त्व होते की नुसतं नाव जरी घेतलं तरी मराठी मनात आदराची भावना निर्माण होते. बाबूजींनी संगीत दिलेल्या अथवा गायलेल्या गीताचे मूळ गायकाकडून किंवा अन्य कलाकाराकडून गायलेल्या गाण्याचे सूर कानी पडले तरी रसिकांच्या मनाला आनंद देऊन जातात. मग प्रत्यक्ष बाबूजींच्याच आवाजात ते गाणं ऐकायला मिळालं तर दुधात साखरच! मलासुद्धा तसाच अनुभव येतो. १९४८-४९ सालापासून मी त्यांची गाणी ऐकतोय. त्यांचं नवीन गाणं केव्हा ऐकायला मिळेल याची उत्सुकतेने वाट पाहात असे. असं करता करता मी बाबूजींच्या गाण्यांचा नुसता चाहताच राहिलो नाही तर वेडाच झालो होतो. पुढे जेव्हा माझ्या गायनाचे पर्व सुरू झाले तेव्हा बाबूजींची चित्रपट गीते, भावगीते व गीतरामायण या सर्व प्रकारची गाणी मी सादर करीत असे. साहजिकच बाबूजींबद्दल माझ्या मनात पराकोटीचे आदराचे स्थान होते.

माझ्या डोंबिवलीच्या वास्तव्यात बाबूजींवर देवाच्या श्रद्धेने प्रेम करणारे श्री. कृष्णराव टेंबे यांची योगायोगाने गाठ पडली. त्यांच्याकडे बाबूजींच्या गाण्यांच्या ध्वनिमुद्रिकांचा संग्रह होता. त्याची सूची तयार करण्यासाठी त्यांनी माझी मदत मागितली व मग आम्ही दोघांनी ती सूची गटवार तयार केली. त्यामुळे एक झालं की, बाबूजींची कोणती गाणी आपल्याकडे नाहीत हे कळणं सोपं झालं. मग नसलेली गाणी मिळवण्यासाठी प्रयत्न सुरू झाले. श्री. प्रभाकर दातार, श्री. सुरेश चांदवणकर, श्री. मुलाणी, श्री. मेंघानी व श्री ठाकूरदेसाई या रेकॉर्ड कलेक्टरकडून काही ध्वनिमुद्रित गाणी मिळाली. माझा मोठा भाऊ कै. रघुनाथ याच्याकडे जुन्या गाण्यांचा बराच संग्रह होता. त्याही गाण्यांची संग्रहात भर पडली. आज रघुनाथ आपल्यात नाही पण त्याचा संग्रह त्याने माझ्या हवाली केला आहे.

दूरदर्शनवर बाबूजींच्या मुलाखतीच्या एका कार्यक्रमात श्री. अशोक रानडे यांनी असे उद्‌गार काढले होते की, ‘‘श्री. सुधीर फडके यांनी किती सिनेमांच्या किती गाण्यांना संगीत दिले आहे व किती गाणी गायली आहेत याची कुठेच नोंद नाही. संशोधकांनी हे काम करून ही संदर्भसूची चाहत्यांना सादर करण्याचे आव्हान स्वीकारावे.’’ श्री. अशोक रानडे यांच्या या वाक्याचे सूत्र पकडून आम्ही चार-पाच वर्षे नेटाने हे काम केले. बाबूजींच्या ११००-१२०० गीतांची सूची तयार केली.

वास्तविक मी किंवा श्री. कृष्णराव टेंबे हे आम्ही दोघेही चित्रपट व्यवसायाशी काहीच संबंध नसलेले. फक्त बाबूजींच्या गाण्याचे शौकिन या पार्श्वभूमीवर आमचे

त्या क्षेत्रातील नामवंत व्यक्तींशी ना ओळख ना काही संबंध. तरीसुद्धा धाडस करून काही व्यक्तींना मी भेटलो. कै. गजाननराव वाटवे, श्री. प्रभाकर जोग, श्री. सुधीर मोघे यांनी खूपच प्रेमाने मदत केली. सूचीत जे संदर्भ मिळत नव्हते ते दिले. जिथे चुकीची माहिती होती ती सुधारून दिली. मग एक दिवस ती हस्तलिखित सूची घेऊन थेट बाबूजींना भेटलो. खरं तर ते इतक्या कामात व्यस्त असतांनाही त्यांनी आनंदाने आमच्यासाठी वेळ काढला. त्यांनी ती सूची नजरेखालनं घातली. त्यांनी त्यावेळी काढलेले उद्गार अजूनही माझ्या स्मरणात आहे. ते म्हणाले, ''अरे व्वा! मी इतक्या गाण्यांचे काम केले आहे की काय? माझ्याजवळसुद्धा अशी यादी नाहीये. तुम्ही हे फारच चांगलं काम केलंय्.'' प्रेमाने माझ्या पाठीवर शाबासकी दिली– ज्याने आयुष्य धन्य झाल्यासारखं वाटलं.

मी डोंबिवलीहून पुण्याला स्थायिक झालो. जंगलीमहाराज रोडवरील जंगलीमहाराज मंदिरात दरवर्षी गुढीपाडवा ते हनुमान जयंतीपर्यंत उत्सव असतो. त्यात प्रथितयश कलाकार आपली कला सादर करतात. एका वर्षी पुण्याचे श्री. प्रमोद रानडे यांचा गीतरामायणाचा कार्यक्रम झाला. निवेदकाचे काम आकाशवाणीचे श्री. मंगेश वाघमारे यांनी केले. या दोघांशी माझा परिचय असल्याने व बाबूजींचे गीतरामायण ते गाणार असल्याने मी श्रद्धेने ते ऐकायला गेलो. कार्यक्रमानंतर श्री. वाघमारे यांच्याशी बोलतांना त्यांनी मला सांगितले की, 'दिलीपराज प्रकाशनचे श्री. राजीव बर्वे हे त्यांचे मित्र आहेत. बाबूजींबद्दल जे काही लिहिलं असेल ते त्यांच्याकडे घेऊन जा. ते प्रकाशन करतील. मी त्याप्रमाणे राजीव बर्वे यांना भेटलो. त्यांनी पुस्तक प्रकाशन करण्याचे आनंदाने मान्य केले. पुस्तक कसे असावे याची चर्चाही केली. ते म्हणाले, 'आपण बाबूजींच्या संपर्कात आलेल्या त्या काळातील कलाकारांकडून बाबूजींवर लेख मागवून घेऊ.' त्याप्रमाणे त्यांनी अनेक जणांना दिलीपराज प्रकाशन व माझ्यातर्फे पत्रे लिहून पाठविली.

या निमित्ताने मला श्री. श्रीधर फडके, श्री. प्रभाकर जोग, श्री. सुधीर मोघे, श्री. आनंद माडगूळकर, श्री. विक्रम गोखले, श्री. वसंत आजगावकर यांच्यापैकी काहींशी वैयक्तिक संबंध साधता आला तर काहींशी फक्त दूरध्वनीवरून बोलायची संधी मिळाली. हा माझ्या दृष्टीने मोठा भाग्ययोगच होता. त्यांनी आमच्या विनंतीला मान देऊन बाबूजींबद्दलचे त्यांचे प्रेम व्यक्त करणारे लेख पाठवून मला उपकृत केले.

बाबूजींच्या जीवनकथेचे संपादन माझ्या परीने मी करण्याचा प्रयत्न केला आहे. अर्थात् ते बाबूजींच्या 'जगाच्या पाठीवर' या आत्मचरित्रावरच आधारित आहे. 'जगाच्या पाठीवर' हे आत्मचरित्र पूर्ण नाही. त्यामुळे त्यांच्यावर नंतर लिहिलेल्या विविध लेखांचा आधार घेऊन तो जीवनपट मांडायचा प्रयत्न केला आहे. बाबुजींच्या

संदर्भातील विविध किस्से व कथा या तर विविध मासिकातून वाचलेल्या व कुठेकुठे ऐकलेल्या, वा कुणीकुणी सांगितलेल्या अशा आहेत. त्यांच्या खरेखोटेपणा मी निश्चित काहीच सांगू शकत नाही. त्या खऱ्या असल्याशिवाय का कुणी लिहील वा सांगेल?

आज बाबूजींवरील हे पुस्तक आपल्याला सादर करताना माझं एक स्वप्न साकार झाल्याचा मला आनंद होत आहे. खरं तर बाबूजी ही अतिशय लोकप्रिय व्यक्ती व त्यांच्या कामाचा विस्तार प्रचंड असूनही त्यांच्याबद्दल काही सांगणारी पुस्तकं वाचकांपर्यंत आलेली नाहीत. 'जगाच्या पाठीवर' हे बाबूजींनी लिहिलेलं आत्मचरित्र हे त्यांच्या आवाजात झालेल्या पहिल्या भावगीताच्या रेकॉर्डींग पर्यंतच, म्हणजे **'दर्यावरी नाच करी' व 'दूर रे किनारा'** या गाण्याच्या काळापर्यंतच लिहिलं गेलं आहे. पुढील सर्व चित्रपट-संगीत व भावगीतांची कारकिर्द- जी फार महत्त्वाची आहे– ती त्यात नाही. दुसरं पुस्तक म्हणजे श्री. विश्वास नेरूरकर यांचं 'स्वरगंधर्व सुधीर फडके'. परंतु हे पुस्तक सर्वसाधारण रसिकाच्या खिशाला न परवडणाऱ्या किंमतीत असल्याने ते फारसं पाहण्यात नाही.

बाबूजी हे राष्ट्रीय स्वयंसेवक संघाचे निष्ठावान स्वयंसेवक होते. त्यांना हिंदुधर्माबद्दल जाज्वल्य अभिमान होता. त्यांचे गीत रामायणाचे गायन ऐकून द्वारकापीठाचे शंकराचार्य यांनी बाबूजींना 'स्वरश्री' या पदवीने सन्मानित केले होते. याचा बाबूजींना अभिमान वाटत होता. त्यामुळेच पुस्तकाला 'स्वरश्री बाबूजी' हेच नाव देणे योग्य वाटले.

या पुस्तकातील एखाद्या विधानबद्दल कुणाचा आक्षेप असेल किंवा कुणाचा उल्लेख करायचा राहून गेला असेल किंवा चुकीचा असेल तर ते अनवधानाने घडले आहे. यात कुणाचा अपमान करण्याचा वा कमी लेखण्याचा उद्देश नाही हे कृपया लक्षात घ्यावे.

श्री. राजीव बर्वे व दिलीपराज प्रकाशनाच्या संबंधित कर्मचाऱ्यांनी हे पुस्तक जास्तीत जास्त देखणं व वाचनीय करण्यासाठी खूप कष्ट घेतले आहेत. त्यांनी केलेल्या सहकार्याबद्दल मी त्यांचा ऋणी आहे.

या पुस्तकात बाबूजींबद्दल जास्तीत जास्त माहिती देण्याचा आमचा प्रामाणिक प्रयत्न आहे. बाबूजींच्या गाण्यांची सूचीसुद्धा परिपूर्ण करण्याचा आटोकाट प्रयत्न केला आहे. तरीसुद्धा काही त्रुटी असतील तर त्या अवश्य कळवाव्यात अशी विनंती करतो. हे काम किती अवघड आहे याची कल्पना असूनही हे शिवधनुष्य पेलणारा मी कोण? हे सर्व कुणी अज्ञात शक्तीने माझ्याकडून करवून घेतले आहे असं मला वाटतं.

– वसंत वाळुंजकर

अणुक्रमणिका

१. असे होते आमचे बाबूजी

– प्रभाकर जोग

१९५० सालची गोष्ट. मी तेव्हा स.प. महाविद्यालयात कला शाखेच्या पहिल्या वर्षात शिकत होतो. दरवर्षी होणाऱ्या कॉलेजच्या स्नेहसंमेलनाच्या विविध गुणदर्शनाच्या कार्यक्रमात माझ्या स्वतंत्र (solo) व्हायोलिन वादनाचा कार्यक्रम होता. त्यावेळी मी व्हायोलिन वादनाचे छोटे-छोटे कार्यक्रम करत असे. त्यात थोडेसे शास्त्रीय वादन व त्यानंतर त्यावेळची लोकप्रिय हिंदी, मराठी चित्रपट गीते, भावगीते म्हणजे **'मनोरथा चल त्या नगरीला, कृष्णा मिळाली कोयनेला, 'आयेगा आनेवाला'** अशी अनेक गीते वाजवीत असे. त्या कार्यक्रमात माझ्या वादनाचा क्रम सर्वांत शेवटचा ठेवला होता. पुणं त्यावेळी आतासारखं गजबजलेलं नव्हतं. रात्रीची शांत वेळ. लाऊडस्पीकर्स लावलेले. हॉलचे दरवाजे उघडे. हॉलच्या बाहेरील रस्त्याच्या दुसऱ्या बाजूस (कै.) सुधीर फडके राहात होते. आणि योगायोगाने किंवा माझ्या भाग्याने म्हणू या, हवं तर, बाबूजींनी घरात बसून माझा सगळा कार्यक्रम ऐकला. त्यांना तो खूपच आवडला. त्यांनी कुमठेकर नावाच्या माझ्या मित्राकरवी मला घरी बोलावलं. माझ्या वादनाची खूप तारीफ केली आणि मला विचारलं, "माझ्या वाद्यसमूहात वाजवायला याल का?" मी अवाक्‌च झालो. चित्रपटसृष्टीत वाजवायला येण्याचा विचारसुद्धा कधी मनात आला नव्हता. मी त्यांना सांगितलं की मला रेकॉर्डिंगचा कसलाच अनुभव नाही. तेव्हा ते म्हणाले, "अनुभवातून तुम्हाला सर्व काही येईल. तुमचा हात सुरेल आहे, वादन भावपूर्ण आहे. तुम्ही जरूर या. सध्या माझ्याकडे मुंबईचे चित्रपट आहेत त्याकरता मी तिथलेच वादक घेतो. पुण्यात माझे चित्रपट सुरू झाले की मी तुम्हाला बोलावेन, तुम्ही अवश्य या." मी त्यांना 'हो' म्हणून बाहेर पडलो.

त्यानंतर थोड्याच दिवसात मला अचानक एक संधी मिळाली. त्यावेळी प्रभात स्टुडिओ बंद पडण्याच्या मार्गावर होता. पण तो बंद पडू नये या इच्छेने

तिथल्या कामगारांनी, तंत्रज्ञांनी कमी खर्चाचा सहकारी तत्त्वावर एक चित्रपट काढायचं ठरवलं. चित्राच नाव होतं ‘श्री गुरुदेव दत्त’, त्याचे दिग्दर्शक होते श्री. राणे आणि संगीतकार होते स्नेहल भाटकर. खर्च वाचवण्यासाठी जास्तीत जास्त नवीन कलाकार, तंत्रज्ञ घ्यायचे असं धोरण ठरवलं आणि त्यामुळे मला त्या चित्राकरता वाजवण्याची संधी मिळाली. चित्रातल्या एका गाण्याचे पार्श्वसंगीत गाण्यासाठी सौ. ललिताबाई फडके आल्या होत्या. त्यांना माझं वादन आवडत असावं. त्याचवेळी बाबूजींचं ‘प्रतापगड’ नावाच्या चित्रपटातील एका गीताचं थोडे जास्त वादक घेऊन रेकॉर्ड करायचे होते. त्याकरता पुण्यातील वादकांचा शोध सुरू झाला. त्यावेळी राम कदम बाबूजींचे साहाय्यक होते व प्रभात स्टुडिओत क्लॅरिओनेट वाजवायचे. नवीन वादकांमध्ये ललिताबाईंनी माझं नाव सुचवलं. फडके साहेबांनी रामभाऊंना विचारून मला बोलावणे पाठवले. दुसरे दिवशी मी, विष्णू ओक व इनॉक डॅनियल्स असे तिघे नवीन वादक रिहर्सलला गेलो. मला पाहिल्यावर बाबूजींनी मला ओळखले व त्यानंतर प्रत्येक ध्वनिमुद्रणासाठी ते मला बोलावू लागले. त्याकाळी नोटेशन पाहून वाजवण्याची पद्धत नव्हती. सर्व वादक ३/४ दिवस रिहर्सल्स करून गाणे पाठ करून वाजवायचे. मला खूप लहानपणापासून नोटेशन खूप जलद करता येई. त्यामुळे कुठलाही गाणं माझं लवकर पाठ व्हायचं आणि तेही अचूक असायचं. माझ्यातला हा गुण फडकेसाहेबांनी ओळखला आणि म्हणून त्यांनी मला त्यांचा सहाय्यक करायचे ठरवले. गुणग्राहकता हा त्यांचा स्वभाव विशेष. आण्णा जोशी या तालवाद्ये वादकालाही त्यांनी दादा चांदेकर, वसंतकुमार मोहिते (भाऊबीज) या संगीतकारांच्या रेकॉर्डिंगमध्ये ऐकून आपल्या वादकांच्या ताफ्यात सामावून घेतले व त्याच्या चतुरस्त्र तालवाद्ये वाजण्याचा आपल्या रेकॉर्डिंगज्, कार्यक्रम यामध्ये उपयोग करून घेतला.

मला त्यांचा सहाय्यक म्हणून नेमण्यापूर्वी त्यांनी माझी मला नकळत ३/४ वेळा परीक्षा घेतली. माझी ग्रहणशक्ती आणि स्मरणशक्ती चांगली असल्याने वादकांच्या २/३ रिहर्सल्स झाल्या की माझे गाणे पाठ व्हायचे. मग बाबूजी काही कामानिमित्त बाहेर जायचे आहे असे सांगून मला रिहर्सल्स घ्यायला सांगत, पण स्वत: बाहेर न जाता शेजारच्या खोलीत बसून मी वादकांच्या रिहर्सल्स बरोबर घेतो की नाही, त्यांचेशी कसा वागतो याचे निरीक्षण करायचे. ते त्यांना योग्य वाटल्यानंतरच त्यांनी मला त्यांचा सहाय्यक केले. मला कुठल्याही गीताचे नोटेशन ताबडतोब करता यायचे पण ते लिहिण्याची शास्त्रीय पद्धत मला येत नव्हती. त्याकरता मी भातखंड्याची पद्धत अभ्यासली पण ती मला फारशी सोयीची वाटली नाही. मग मी आमच्याकडे

बारनेटो नावाच्या व्हायोलिन वादकाकडून तो लिहित असलेल्या पाश्चात्त्य नोटेशन पद्धतीचा अभ्यास केला आणि त्यातल्या तालाच्या खुणा आपल्या भारतीय पद्धतीत वापरून मी माझी एक स्वतंत्र लिपी बनवली. हे सर्व करण्याकरता फडकेसाहेबांनी मला खूप प्रोत्साहन दिले. ते चाल करायला बसले की मी भराभर नोटेशन लिहू लागलो आणि ते सर्व करताना मला खूप गोष्टी शिकायला मिळाल्या, अनुभवता आल्या.

मुख्य म्हणजे गीताला चाल लावण्यापूर्वी कोणकोणत्या गोष्टी लक्षात घ्यायच्या ते समजले. चित्रपटातील गीताची स्वररचना करण्यापूर्वी तो चित्रपट धार्मिक आहे की सामाजिक, ऐतिहासिक, ग्रामीण पार्श्वभूमीचा आहे; ज्या प्रसंगातील ते गीत असेल त्यातील काव्याचा भाव, आशय लक्षात घ्यायचा, ज्या पात्राच्या तोंडी ते गीत आहे त्याची पार्श्वभूमी कोणती ते पाहायचे आणि या साऱ्या गोष्टींचा विचार करून सोपी पण आकर्षक चाल बांधायची, की जिच्यात सुरांची कसरत करायची नाही आणि मुख्य म्हणजे ती चाल गायक-गायिकेकडून कसलीही तडजोड न करता गाऊन घ्यायची हा त्यांचा आग्रह असे. त्यांचे गायकाला गाणे शिकवणे माझ्यासाठी उत्सवच असायचा. इतक्या मेहनतीने ते गायकाकडून त्यांना पाहिजे तीच स्वररचना गाऊन घ्यायचे. गायक दमायचा पण फडकेसाहेब कधी दमले नाहीत. दुसऱ्या संगीतकाराकडे ते जेव्हा गायचे त्यावेळीसुद्धा ते आपला कसलाही मोठेपणा न दाखवता अत्यंत प्रामाणिकपणे, मनापासून संगीकाराचे समाधान होईपर्यंत शिकायचे. माझ्या अगदी पहिल्या चित्रपटापासून– 'जावई माझा मला' पासून माझ्या ८/१० चित्रपटातील गीते ते गायले. त्याचप्रमाणे **'स्वर आले दुरुनी', 'प्रिया आज माझी'**, ही भावगीतेही ते मनापासून शिकले, गायले. रिहर्सल करण्यापूर्वी त्यांनी मला बजावले होते की, ''आज मी तुमचा बॉस नाही, गायक आहे. तुमचे समाधान होईपर्यंत माझ्याकडून गाऊन घ्या. संकोच करू नका.'' केवढा हा मनाचा मोठेपणा, कलेचा प्रामाणिकपणा!

गीत रामायण - फडकेसाहेबांच्या संगीतक्षेत्रातल्या शिरपेचातील मानाचा तुरा! बाबूजींप्रमाणेच माझ्याही आयुष्यातला तो सुवर्णकाळच होता. केवळ महाराष्ट्रातीलच नाही तर परभाषिक श्रोत्यांनाही वेड लावलेल्या गीतरामायणाची महती किती अगाध आहे हे आपण अनुभवतोच. ग. दि. माडगूळकरांचा नितांत-सुंदर, भावपूर्ण काव्याचा आविष्कार व बाबूजींच्या शास्त्रीय संगीताच्या आधारे रचलेल्या व गायलेल्या स्वररचना कशा विसरता येतील? तो एक दुग्धशर्करा योगच आहे. अशा या महाकाव्याच्या सादरीकरणात मला त्यांचा सहकारी म्हणून सहभागी होण्याची संधी मिळाली हा माझ्या आयुष्यातील एक अनमोल ठेवा आहे. त्यावेळी बाबूजी मुंबईस राहात असत.

पुढील गीताच्या रेकॉर्डिंगसाठी परत येत. पण माडगूळकरांकडून गाणंच आलेलं नसे. वादकांच्या रिहर्सल्स घेणे व ग. दि. मां. कडून गीत घेऊन येणे पण मला करावे लागे. काही गीते तर अक्षरश: आदल्या दिवशी संध्याकाळी मिळत. त्यांना चाल लावून ती रेकॉर्ड करण्याइतकाही वेळ नसे. पहिल्याच गीताने तर इतिहासच घडवला. ग. दि. मां. नी लिहिलेलं गीत, कसं कुणास ठाऊक हरवलं. रात्री माडगूळकरांना रेडिओ स्टेशनवरच नवीन गाणं लिहावं लागलं. तोपर्यंत सकाळचे सात वाजून गेले होते. पावणेनऊला गीताचं ब्रॉडकास्टिंग व्हायचं होतं. बाबूजींनी गाणं २/३ वेळा वाचून काढलं. अस्ताईची चाल पक्की केली. मी तिचं नोटेशन करून वादकांकडून वाजवून घेतली. तोपर्यंत साडेसात वाजून गेले. अचानक बाबूजींच्या डोक्यात एक कल्पना आली. गीताच्या सुरुवातीला कुश-लव 'श्रीराम, श्रीराम' असं म्हणून पुढे गायन करतात असं सादरीकरण करावं. पण आयत्यावेळी कुशलव कुठून आणायचे. मग गाडी पाठवून मंदाकिनी पांडे, प्रमोदिनी जोशी आणि ललितावहिनींना 'श्रीराम' श्रीराम' शिकवलं; तोपर्यंत ८-४५ वाजले. तांबडा दिवा लागला, पुरुषोत्तम जोशींचं निवेदन सुरू झालं आणि ते संपताच 'श्रीराम श्रीराम' कुशलव गाऊ लागले आणि त्यानंतर बाबूजी **'स्वये श्रीरामप्रभू ऐकती'** गाऊ लागले. केवळ डोक्यात चाल ठेवून ते ९/१० अंतऱ्याचं गाणं गायलं. केवळ डोक्यात चाल ठेऊन असे प्रसन्न गीत गाणे येरागबाळाचे काम नाही. फडकेसाहेबांसारखा प्रतिभावान संगीतकार आणि गायकच ते करू जाणे.

अशीच गोष्ट **'पराधीन आहे जगती'** या गीताची. आदले दिवशी मिळालेल्या गीताला बाबूजींनी चाल लावली. ती होती दरबारी कानडा रागतली. दुसरे दिवशी सकाळी सहा वाजता सर्व वादकांनी यायचं असं ठरलं होतं. सकाळी बाबूजींसह आकाशवाणीवर यायला निघालो. वाटेत फडकेसाहेब मला म्हणाले, ''जोग, काल आपण चाल लावलीय खरी, पण मला ती फारशी पसंत नाही.'' मी म्हणालो ''का?'' तेव्हा ते उत्तरले, ''कालची चाल दरबारी कानडा रागातली. पण तिच्यावर दु:खाची छटा आहे. हे गीत दु:खाचं नाही. श्रीराम भरताला समजावणीच्या भाषेत सांगत आहेत की, भरता तुझ्या नशिबी जे लिहिलंय ते तू भोगायाचं आहेस आणि माझ्या नशिबी जे लिहिलंय ते मी भोगायचंय. माझ्या नशिबी वनवास आहे तो मी आनंदाने भोगेन. तू सुखाने अयोध्येचं राज्य भोग. माझ्या डोक्यात एक चाल आहे. स्टुडिओत मी ती तुम्हाला सांगतो. तुम्ही ती वादकांकडून वाजवून घ्या. तोपर्यंत मी अंतरे काय गायचे ते बघतो.'' आणि बाबूजींनी ते सर्व गीत डोक्यात चाल ठेवून गायले. असे सांगीतिक चमत्कार फडके साहेबांसारखा लोकोत्तर कलाकारच करू

जाणे. आणखी २/३ गीतांमध्ये त्यांनी वेगळे प्रयोग केले. नाक, कान कापलेली शूर्पणखा आपला भाऊ रावणाकडे येते आणि **'सूड घे त्याचा लंकापती'** असे सांगते. ते गाणाऱ्या योगिनी जोगळेकर बाईंना त्यांनी सर्व गीत चिडून-संतापलेल्या बाईचा परिणाम साधण्याकरता- किंचाळत गायला सांगितले. तर कुंभकर्णाला युद्धात सामील होण्यासाठी झोपेतून उठवल्यावर कुंभकर्ण म्हणतो, **'योग्य समयी जागविले मला'** पण तो कुंभकर्ण अमानवी वाटावा म्हणून गायक आप्पासाहेब इनामदारांना ते गीत तोंडाला कर्णा लावून गायला सांगितले. अशा सर्व गोष्टींमुळेच गीतरामायण अविस्मरणीय झाले. पुढे बाबूजी गीतरामायण गायनाचे कार्यक्रम करू लागले. मी त्यांचे ४५०-५०० कार्यक्रम वाजवले. नुसत्या विदर्भात शंभरापेक्षा जास्त कार्यक्रम झाले. नागपुरात पंचवीसावा कार्यक्रम वेगळ्या पद्धतीने साजरा केला. 'रजत महोत्सव समिती' स्थापन केली आणि मूळ आकाशवाणीवर जे जे गायक गायले त्यांना नागपुरात बोलावून त्यांचा सत्कार केला. माझ्या आठवणीप्रमाणे त्यावेळचे पंजाबचे राज्यपाल (कै.) काकासाहेब गाडगीळ, ग. दि. मा., राजाभाऊ परांजपे आदि मान्यवर उपस्थित होते. अनेक कार्यक्रम वाजवूनसुद्धा आम्हाला त्याचा कधीच कंटाळा आला नाही. नित्य नवीनच वाटायचे. एच. एम. व्ही. कंपनीने जेव्हा गीतरामायण ध्वनिमुद्रित करायचे ठरवले त्यावेळची गोष्ट. गीतरामायणाच्या काव्याचे सर्व हक्क आकाशवाणीकडे असल्याने माडगूळकरांना रॉयल्टी घेता येत नव्हती. बाबूजींना हे अजिबात मान्य नव्हते. त्याकरता त्यांनी अविश्रांत खटपट करून ते हक्क आकाशवाणीकडून मिळवले आणि मगच त्यांनी संपूर्ण गीतरामायण ध्वनिमुद्रित केले.

याच गीतरामायणाच्या पुणे परिसराच्या कार्यक्रमातील एका घटनेची छोटीशी घरगुती कहाणी सांगावीशी वाटते. आमचे गीतरामायणाचे सारखे कार्यक्रम होत. बाबूजी मुंबईला राहात असल्याने जेव्हा पुण्यात सलग २-३ कार्यक्रम असत तेव्हा त्यांचा मुक्काम माझ्याकडेच असे. एकदा असेच माझ्याकडे मुक्कामाला असताना माझ्या पत्नीने जेवणासाठी स्वयंपाक केला. १२-१२॥ वाजता बाबूजी व मी जेवायला बसलो. माझ्या पत्नीने प्रथम गरमागरम साधं वरण व भात वाढला व त्यावर एका छोट्या बुटकुल्यातून दोन दोन चमचे तुपाची धार पण वाढली. बाबूजींनी तो भात कालवून पहिला घास घेतला अन् प्रसन्न चित्ताने नंतर भराभर दोन-तीन घास खाल्ले. माझ्या पत्नीला उद्देशून ते म्हणाले, ''वहिनी, काय या भाताची चव आहे! तुमच्या या तुपाने फारच मजा आणली. तुम्ही हे तूप कुठून आणले ते सांगाल का? मी मुंबईला जाताना घेऊन जाईन व ललिताला असा भात करून वाढायला सांगेन.''

माझी पत्नी नीलाला या प्रश्नाला काय उत्तर द्यावे ते समजेना. कारण तिने डालडा तूपात घरचं थोडं साजूक तूप घालून ते वाढलं होतं. बाबूजी मात्र ते लोणकढं साजूक तूप आहे हे समजत होते. शेवटी धीर करून ती म्हणाली, "अहो, काय त्या तुपाचं कौतुक करताय? मी तर तुम्हाला साधं डालडा वनस्पती तुपच वाढलं होतं. त्यात थोडं घरचं साजूक तूप मिसळलं होतं इतकंच." अन् संकोचाने ती घरात निघून गेली. त्या उत्तराने मात्र आम्ही दोघं हसतच राहिलो.

त्यांचं सहृदय व्यक्तिमत्त्व मी अनुभवलंय. १९७५ साली माझी पत्नी सौ. नीला हिच्या हृदयावर शस्त्रक्रिया करावी लागणार होती. (open heart surgery). त्यावेळी बाबूजी परदेशी गेले होते. शामराव कुलकर्णी या त्यांच्या व माझ्या मित्राने बाबूजींना हे कळवले तेव्हा बाबूजी चिंतित झाले. त्याकाळी हृदयावरच्या शस्त्रक्रियेचं शास्त्र आजच्याइतकं प्रगत झालं नव्हतं. तेव्हा भारतात अशी शस्त्रक्रिया होते की नाही व होत नसल्यास 'वहिनींना इंग्लंडमध्ये आणून येथे ती शस्त्रक्रिया करवून घेऊ. खर्चाची सर्व जबाबदारी माझी' असे मला कळवले. पण ती शस्त्रक्रिया भारतात होऊ शकते, असे कळवल्यानंतर ते निश्चिंत झाले. त्यानंतर दोन महिन्यांनी के. ई. एम रुग्णालयात ऑपरेशन करावयाचे ठरले तेव्हा त्या दिवशी सकाळपासून ते आमच्याबरोबर हॉस्पिटलमध्ये बसून होते. आमच्याइतकेच तेही खूप अस्वस्थ दिसत होते. ३/४ तासांनी नीलाला जेव्हा ऑपरेशन थिएटरमधून बाहेर आणलं आणि तिने जेव्हा आम्हा सर्वांकडे डोळे उघडून बघितले तेव्हाच ते निश्चिंत झाले व शांतपणे घरी परतले.

एवढा सहृदय मनाचा कलाकार, पण प्रखर राष्ट्रप्रेमी व सावरकरप्रेमी होता. दादरा नगर हवेली, सेल्वासा हा पोर्तुगीजांच्या ताब्यातील भारतीय प्रदेश स्वतंत्र करण्यात त्यांनी सक्रीय भाग घेतला. त्या धुमश्चक्रीत माझा छोटासा खारीचा वाटा होता. माझ्या व्हायोलिनच्या केसमधून ते बंदूक घेऊन गेले होते. सावरकरांवर तीन भाषांत चित्रपट काढायचे त्यांच्या मनात होते. त्याकरता त्यांनी पैसे मिळवण्यासाठी देशात, परदेशात स्वत:चे व अन्य कलाकारांचे कार्यक्रम करून तो चित्रपट पुरा केला. अशा या बहुगुणी, संगीतकार व गायकाबरोबर मला काम करायला मिळालं यापेक्षा अधिक भाग्य ते कोणतं! त्यांना जाऊन दहा वर्षे होऊन गेली पण त्यांच्या बहुआयामी व्यक्तिमत्त्वाचा, कलागुणांचा कधीच विसर पडणार नाही.

***

स्वा.वीर सावरकर चित्रपटाच्या मुहूर्तप्रसंगी

लेखक वसंत वाळुंजकर बाबूजींसोबत गीतसूचीची हस्तलिखीत दाखविताना

संगीत नाटक ॲकॅडमी अवार्ड राष्ट्रपती वेंकटरामण यांच्या हस्ते स्वीकारताना सुधीर फडके बाजूला उभे असलेले अष्टपैलू अभिनेते गिरीश कर्नाड.

उषा किरण, भक्ती बर्वे आणि सुलोचना समवेत बाबूजी.

सुधीर फडके त्यांच्या सुवर्णमहोत्सवी वर्षानिमित्त हिंदू हृदयसम्राट बाळासाहेब ठाकरे बाबूजींना शुभेच्छा देताना

सुधीर फडकेंचे 'स्वरतीर्थ' बाळासाहेब ठाकरेंच्या हस्ते प्रकाशन करताना ज्येष्ठ इतिहासतज्ञ बाबासाहेब पुरंदरे व बाबूजी

२. बाबूजी... माझे अण्णा व माझी आई

– श्रीधर फडके

ती. बाबूजींवर एक छोटासा लेख लिहावयास श्री. वसंत वाळुंजकर यांनी केलेल्या विनंतीनुसार मी माझ्या परीने तो लिहित आहे. पण त्याचबरोबर मला माझ्या आईविषयी देखील थोडे सांगावेसे वाटते.

बाबूजी म्हणजे आमचे अण्णा आणि त्यांना समर्थपणे साथ देणारी माझी आई... तिच्याबद्दल प्रथम सांगावं असं मला वाटतं. आई ही पूर्वाश्रमीची ललिता देऊळकर. माझे आजी-आजोबा खारला राहात असत. आईच्या घरी तसं संगीताचं वातावरण थोडंफार होतं. तिचे काका गायचे, त्यामुळे तिलाही गाण्याची आवड होती. शेजारच्या घरी कधी कधी श्री. हरिंद्रनाथ चट्टोपाध्याय यायचे. त्यांनी तिचे गाणे ऐकले. त्यांना ते आवडले. म्हणून त्यांनी माझ्या आजोबांना ती सिनेमामध्ये गाऊ शकेल का असं विचारलं आणि त्यांच्या मार्फतच तिच्या सिनेमातील पार्श्वगायनाच्या प्रवासाचा प्रारंभ झाला. आईच्या घरची स्थिती फार उत्तम होती असं नाही. पण घराला हातभार लागावा म्हणून ती ते सर्व करीत होती. माझ्या आईने लग्नाआधी अनेक हिंदी चित्रपटात, विविध नामांकित संगीत दिग्दर्शकांकडे पार्श्वगायनाचे काम केले. मुख्यत: सी. रामचंद्र यांच्याकडे ती हिंदीत जास्त गायली. शिवाय गुलाम हैदर, शंकरराव कुलकर्णी, सचिवदेव बर्मन यांच्याकडे पण ती गायली आहे. लहानपणापासूनच परिवारासाठी कष्ट करावे लागल्यामुळे शिक्षण फार झाले नाही. १९४६ साली 'रुक्मिणी स्वयंवर' या हिंदी व मराठी सिनेमासाठी सुधीर फडके यांच्याकडे प्रथम गायली. मग गीतगायनासाठी त्यांच्या भेटी होऊ लागल्या. एक दिवस माझ्या काकांनी माझ्या आजीला, म्हणजे आईच्या आईला, विचारले की बाबूजी व ललिता यांचं लग्न जमू शकेल का? तसं ते जमलं. लग्नानंतर आई क्लासिकल संगीत शिकायला लागली. शास्त्रीय संगीत ती श्री. दत्तोबा तावडे यांच्याकडे शिकली. ते फार चांगले गायक होते व गिरगावात राहायचे. ते आईला गाणं शिकवायला आमच्या घरी यायचे.

त्यामुळे आईची शास्त्रीय संगीताची तयारी चांगली झाली होती. रियाज पण खूप करायची. पण तिला सायनसचा त्रास सुरू झाला म्हणून मधूनमधून तिच्या गायनात खंड पडायचा. दत्तोबा तावडेंनंतर ती काही दिवस पुरुषोत्तम वालावलकर, जे हार्मोनियम वादक म्हणून प्रसिद्ध आहेत तसेच उत्तम गायकही आहेत, त्यांच्याकडे गाणं शिकली.

अण्णा व आईच्या लग्नात महंमद रफी यांनी मंगलाष्टकं म्हटली याचं खरंच कौतुक वाटतं. मी मध्यंतरी गोव्याला गेलो होतो तेव्हा मी भालजी पेंढारकरांची कन्या व प्रसिद्ध लेखिका माधवी देसाई यांना भेटलो होतो. त्या माझ्या आईला 'ललीताई' म्हणतात. कारण माझ्या आईला भालजी मुलगी मानायचे. माधवीमावशी म्हणाल्या, ''आम्ही सर्वजण सुधीरभावोजी व ललीताईच्या लग्नासाठी पुण्याला आलो होतो.'' रफीसाहेब लग्नाला आले याचं सर्वांना अप्रूप वाटलं. 'रफीसाहेबांनी हिंदीत मंगलाष्टके लिहून आणली होती. त्यातील 'ललिता और सुधीर की जोडी जैसे चांद चकोर' अशा अर्थाची एक ओळ मला आठवते असं त्यांनी सांगितलं.

माझ्या आईचा आवाज मुळातच गोड होता. त्यातून तिने शास्त्रीय संगीताचे योग्य शिक्षण घेऊन व नियमित रियाज करून आपला गळा गाता ठेवला होता. अण्णांनी संगीत दिलेल्या व आईने गायलेल्या काही गाण्यांबद्दल मुद्दाम सांगावसं वाटतं. १९५० मधील 'वंशाचा दिवा' या चित्रपटातील **'रंगू बाजारला जाते हो जाऊ द्या' व 'पावनं येव्हढं ऐकाजी'** ही पं. वसंतराव देशपांडेसह गायलेली दोन्ही गाणी चालीच्या दृष्टीने तर सरस होतीच पण आईनेही ती मोठ्या ठसक्यात म्हटली होती. त्यावेळच्या तरुण वर्गात 'रंगू बाजाराला जाते' हे गाणं फारच लोकप्रिय होतं. पण आईच्या शास्त्रीय गायनाला वाव मिळाला तो १९६१ च्या 'सुवासिनी' या चित्रपटात. अण्णांच्या खास आग्रहाखातर पं. भीमसेन जोशी यांच्यासह तोडी रागातली 'आज मोरे मन लागो लंगरवा' ही चीज तानांसह तिने गायली आहे. ते गाणं फार सुंदर आहे. मुख्य म्हणजे पंडितजींच्या बरोबर गायला मिळालं याला जास्त महत्त्व आहे. आईने त्या चीजेमध्ये सुंदर ताना घेतल्या आहेत. तिने 'सुवासिनी'मध्ये आणखी एक गाणं गायलं आहे ते म्हणजे **'मी तर प्रेमदिवाणी.'** हे गाणे दोन वेगळ्या चालीत अण्णांनी बांधले आहे. एक आशा भोसले यांनी म्हटलं आहे– ते भजनी ठेक्यात आहे व दुसरी चाल ठुमरी ढंगाची आहे, ती आई गायली आहे. 'चिमण्यांची शाळा' मधील एक गाणं **'तिन्हीसांज होते तुझी याद येते. नयन बाहुल्यांची जोडी आसवात न्हाते,'** आईने फार छान म्हटलं आहे.

मात्र आईने एक गोष्ट ठरविली होती, की लग्नानंतर ती जास्त गाणार नाही. कारण लग्नाआधी खूप कष्ट घेतले असल्याने नंतर तिला असं वाटलं नाही की

सिनेमात गावं. आपला संसार उत्तम करणे हे तिला जास्त योग्य वाटलं.

माझ्या अभ्यासाच्या दृष्टीने आईच माझ्याकडे लक्ष द्यायची. अण्णा कामात व्यस्त असल्याने जास्त वेळही देऊ शकत नव्हते. आईच अभ्यास घ्यायची. लहानपणी फटकेही खाल्लेले आहेत. पण तेच माझ्या पुढच्या आयुष्याच्या दृष्टीने महत्त्वाचे होते.

पुढे जेव्हा मी चाली बांधायला लागलो तेव्हा माझे वडील एवढे मोठे, त्यांचे कार्य मोठे– या सगळ्याचा दबदबा असायचाच व मनावर दडपणही असायचे. माझे अण्णा तसे प्रेमळ, पण कडक शिस्तीचे. त्यामुळे थोडी भीतीही वाटायची. एकदा चाल बांधल्यावर ते सांगतांना दडपण यायचं. "अण्णा, मी चाल बांधलीय्" हे सांगताना थोडसं टेन्शन असायचं. असं वाटायचं, की काय म्हणतील. पण ते म्हणायचे "छान. ऐकव." पण पुष्कळदा मी ती चाल आधी आईला ऐकवित असे. आईच्या डोळ्यात मी बघायचो की कसं वाटतंय तिला. चांगलं आहे की नाही हे तिच्या डोळ्यातच कळायचं. चांगलं नाही असं जाणवलं की कळायचं– 'नाही. बदल केला पाहिजे.'

मी बाबूजींना 'अण्णा' म्हणायचो. संगीत दिग्दर्शन, गायन, सामाजिक विषयातले भान व कळकळ; देशाविषयी अपार प्रेम, प्रामाणिकपणा या सर्व बाबतीत अण्णा एक आदर्श व्यक्तिमत्त्व होते. संगीत रचनेबद्दल सांगायचं तर त्यांच्या चाली प्रथम खूप सोप्या वाटतात पण म्हणायला गेलो की त्या किती अवघड आहेत ते कळतं. त्यांचे शब्दोच्चार, स्वरांवरचा ठेहराव व गाण्यातली भावना ते अतिशय उत्तम रीतीने सादर करायचे, की ते गीत आपल्या डोळ्यासमोर उभे राहील... गाण्यातल्या दोन कडव्यातले म्युझिक पीसेस देखील गाण्याला पोषक असावेत असा त्यांचा कटाक्ष असे. मला एक प्रसंग आठवतो. अण्णांनी एक चाल तीस पस्तीस वर्षांपूर्वी बांधली होती. पण नंतर बऱ्याच काळानंतर ते गाणं सिनेमात आलं. मी त्यावेळी त्यांना म्हणालो की त्याचे म्युझिक पीसेस मी तयार करतो. ते म्हणालो "ठीक आहे." राजन साठे, अप्पा वढावकर व मी यांनी तयार केलेले म्युझिक पीसेस त्यांनी ऐकले व म्हणाले "चांगले आहेत. पण यात गाणं कुठंय? म्युझिक पीस म्हणजे मुखडा व कडव्यांना जोडणारा सेतू असतो. त्यामुळेच गाणं खुलतं." त्यांना नेमकं काय म्हणायचं आहे हे लक्षात घेऊन ते पीसेस बदलले. तेव्हा कुठे ते त्यांना आवडले. हा माझ्या दृष्टीने एक वास्तुपाठ होता.

माझ्यावर संगीताचे संस्कार हे आई व अण्णांच्या गाण्यामुळे झाले. घरी नेहमी गाण्याचे काम चालत असल्याने अतिशय उत्तम संगीत कानावर पडत गेले. 'लक्ष्मीची पाऊले' हा चित्रपट मला अण्णांमुळेच मिळाला. त्याचे दिग्दर्शक श्री. जी. जी. भोसले हे अण्णांकडे आले होते. त्यांची बोलणी झाली व अण्णांनी संगीत

दिग्दर्शन करायला मान्यता दिली. त्याचवेळी सुधीर मोघे यांनी दिलेल्या **'फिटे अंधाराचे जाळे'** या कवितेला मी चाल लावत होतो. त्याचा काही सिनेमाशी संबंध नव्हता. भोसलेसाहेबांनी ते गाणे ऐकले व अण्णांना म्हणाले, "हे गाणं आपल्या सिनेमात घेता येईल का?" अण्णा म्हणाले, "ते कसं शक्य आहे? त्याची चाल श्रीधरची आहे. तुम्ही श्रीधरकडेच हे काम द्या." अशा प्रकारे अण्णांमुळेच मला तो सिनेमा मिळाला. तो माझा पहिला चित्रपट व अण्णाही त्यात गायले. माझा पहिला चित्रपट असल्याने चित्रपटातले गाणे कसे असायला पाहिजे याच्या चांगल्या टिप्स अण्णांनी दिल्या. त्यावेळी अ‍ॅरेंजर कोण घ्यावा हे कळत नव्हते. अण्णांकडे श्री शामराव कांबळे असायचे. श्री. प्रभाकर जोग असत. परंतु श्री. शामराव काबंळे, लक्ष्मीकांत प्यारेलाल यांच्याकडे व्यस्त असायचे म्हणून अण्णांनी श्री. बाळ पार्टे यांना बोलावले. बाळ पार्टे फार मोठे अ‍ॅरेंजर. या चित्रपटातील गाण्यांच्या यशामध्ये पार्टेसाहेबांचा मोठा हात आहे. माझा पहिला चित्रपट म्हणून श्रीमती आशा भोसले यांनी स्वत: त्यामध्ये गाणी म्हटली. 'ऋतू हिरवा' या कॅसेटचे प्रकाशन अण्णांच्या हस्ते झाले. नंतर काही दिवसांनी बोलताना ते म्हणाले, "तुझ्या चाली छान असतात. पण तू चाली कठीण का करतोस? ठरावीक गायकच तुझी गाणी म्हणतील. सगळ्यांना तुझी गाणी म्हणता आली पाहिजेत." माझी दोन गाणी त्यांनी म्हणावीत अशी माझी इच्छा होती. एक गाणं म्हणजे श्री. सुधीर मोघे यांचे **'मन मनास उमगत नाही'** व दुसरं म्हणजे श्री. ना. धो. महानोर यांचे **'अवेळीच केव्हा दाटला अंधार.'** ही दोन्ही गाणी मी म्हणतो असे ते म्हणालेही होते. पण ते झालंच नाही. याची खंत कायम माझ्या मनात आहे.

अण्णांचे गुरू श्री. वामनराव पाध्ये. तसेच हिराबाई बडोदेकर, बालगंधर्व व हिंदीतले सैगल यांच्या गायकीचा अण्णांनी एकलव्यासारखा अभ्यास केला होता. त्यांच्या गायकीच्या जागा न् जागा त्यांनी अभ्यासल्या होत्या. मला वाटते की त्यांनी तरुणपणात जो प्रवास केला तेव्हा अनेक खडतर प्रसंगातून जाऊन देखील वेगवेगळ्या ठिकाणची गाणी व संगीत त्यांनी अभ्यासले व परत महाराष्ट्रात आल्यावर जेव्हा चित्रपट संगीत दिग्दर्शन करावयास प्रारंभ केला तेव्हा स्वत:ची बुद्धिमत्ता, प्रतिभा, कल्पकता व इतर प्रांतातील संगीताचा अभ्यास या सर्व गोष्टींचा वापर करून एक वेगळेच युग निर्माण केले. ज्याचा परिणाम आजही जाणवतो व पुढेही जाणवत राहील.

संगीतकार म्हणून तर अण्णांबद्दल मला खूप आदर वाटतो. कारण त्यांची कल्पक बुद्धिमत्ता व चालीतले वैविध्य. अभंग, श्लोक, प्रेमगीते, आनंददायी वा दु:खद प्रसंगावरील गीते, लावणी, बालगीते असे असंख्य प्रकार अण्णांनी समर्थपणे

हाताळले. त्यांच्या गाण्यांचा मुखडा ऐकला की पटकन ते स्वर मनाची पकड घेतात व संपूर्ण गाणं आपलं होऊन जातं. अण्णांच्या चाली शास्त्रीय संगीतावर आधारीत असायच्या. गीत रामायण तर पूर्ण शास्त्रीय संगीत रागांवर आधारलेलं आहे. त्यातील भूमिकेला, व्यक्तिरेखेला व परिस्थितीला उचित राग त्यांनी वापरला आहे व तसे भाव निर्माण केले आहेत. हे त्यांचे मोठे यश आहे. गाण्याला चाल लावणे, त्याचे उच्चार, लय व तालाचे भान राखणे हे त्यांचे वैशिष्ट्य होते. लय तर जन्मत: त्यांचे अंगी होती. चालीवर त्यांचे प्रभुत्व असायचे. गाण्यात असलेला विलक्षण गोडवा ही त्यांच्या संगीताची महत्त्वाची बाब आहे. **'हा माझा मार्ग एकला'** या गीतात त्यांनी ओतलेला भाव हा एक विलक्षण अनुभव आहे. गाणं कार्यक्रमात कसं व नेमकं रंगवावं हे त्यांनी अनेकदा सिद्ध केलं आहे.

त्यांची गाणी कालातीत आहेत. शब्दोच्चार व भावना यांचा एकत्रित परिणाम साधण्यासाठी गीत रामायणातील एका गाण्याच्या चालीत त्यांनी कसा वापर केला ते बघण्यासारखं आहे. **'सूड घे त्याचा लंकापती'** या गाण्यामध्ये नाक, कान कापलेली अपमानित शूर्पणखा रावणाकडे जाते तो प्रसंग आहे. पहिल्या काही ओळीत तिचं कडाडणं आहे. अण्णांनी दिलेली चालही तशी कडाडण्यासारखी आहे. पण नंतरच्या कडव्यात शूर्पणखा रामाचं वर्णन करते.

जो रूपाने रेखीव श्यामल भूमीवरती स्मर
त्याच्यासंगे जनककन्यका रतीहूनी सुंदर
तुलाच साजुन दिसेल ऐसी मोहक ती युवती

इथे अण्णांच्या चालीमध्ये सहजगत्या हळुवारपणा येतो अन् ते कडवे संपले की पुन्हा कडाडणे चालू होते. पण ही बदललेली स्वरयोजना कुठेही मूळ चालीच्या बाहेर जात नाही. पहिलीतून दुसरी व दुसरीतून पुन्हा पहिली चाल येते. अण्णांचं वैशिष्ट्य व यशही नेमकं इथेच आहे. मा. पं. भीमसेन जोशी अनेक वेळा पुण्यातील गीत रामायण कार्यक्रमास उपस्थित राहिले होते. एका कार्यक्रमात त्यांनी बाबूजींना **'रघुराजांच्या नगरी जाऊन'** हे भैरवी रागात बांधलेले गीत विस्ताराने गाल का असे विचारले. बाबूजींनीही त्यांना मान देऊन सुमारे वीस मिनिटे ते गीत गायिले. त्यातील भाव व स्वरांचा विस्तार इतका सुंदर केला की सर्वजण अतिशय मोहित झाले. स्वरभास्कराला स्वरतीर्थाने डोलायला लाविले हे एक अप्रूप होते.

'सुधीर फडके' युगच त्यांनी निर्माण केलं. आपल्या संगीताने सर्व महाराष्ट्राला व महाराष्ट्राबाहेरच्याही रसिकांना त्यांनी आपलंसं केलं व आदराचे स्थान निर्माण केले. अण्णांचा आवाज विलक्षण गोड, परंतु त्याला लाभलेली त्यांची तपश्चर्यादेखील

महत्त्वाची. सूर, लय, ताल, भाव व शब्दोच्चार हे सुगम संगीतातले पाचही महत्त्वाचे घटक त्यांनी लोकांसमोर आपल्या गाण्यातून मांडले.

घरात ते कधीही, आम्ही असलो तरी, आईला मदत करीत. कधी भांडी घासून पुसून ठेवतील. साफ-सफाई करतील. हे सर्व आईला कष्ट पडू नयेत यासाठी. त्यांना टापटीप फार प्रिय. कोणाशी बोलताना ते सौजन्याने बोलत. आपण कोणी मोठे आहोत असा अहंभाव त्यांनी कधीच दाखवला नाही. कोणीही त्यांच्याकडे कोणत्याही कामासाठी आले तर त्याला ते कधीच विन्मुख पाठवीत नसत. एकदा एक माणूस खाली रस्त्यावरून गात चालला होता. चांगला गात होता. त्याला अण्णांनी वर बोलाविले अन् विचारलं, "तुम्ही गाणं गाल का?" (अण्णा कधी कुणाला 'अरे तुरे' म्हणायचे नाहीत. 'अहो' म्हणायचे.) ते गृहस्थ अतिशय सुंदर गायले. आता अण्णांनीच त्यांना गायला बोलावल्यावर आजूबाजूची वीस-पंचवीसजण गाणं ऐकायला जमले. आमचं छोटंसं घर, पण सर्वांनी त्या गाण्याचा आनंद घेतला. अण्णांनीही त्या गृहस्थाच्या गाण्याचे कौतुक केले व त्यांना छोटीशी बिदागी देखील दिली.

समाजातल्या उपेक्षित वर्गाकडे बघण्याचा त्यांचा दृष्टिकोन सहृदयच होता. एकदा एका दलित भगिनीवर अत्याचार झाल्यामुळे अण्णांनी हुतात्मा चौकात एक दिवस उपोषण केले होते. सामाजिक न्यायाची त्यांना जाणीव होती व तसे संस्कार त्यांच्यावर होते. म्हणजे माझ्या समाजातील व्यक्तीवर अत्याचार होत असेल तर मला त्याची चीड आली पाहिजे ही त्यांची भूमिका असे. त्यामुळे गोव्याचे स्वातंत्रवीर श्री. मोहन रानडे, टेली मस्कारान्हेस यांची सुटका, स्वातंत्र्यवीर सावरकर यांच्यावरचा चित्रपट, तसेच ग्राहक पंचायत हे सर्व विषय त्यांनी समर्थपणे हाताळले. 'वीर सावरकर' चित्रपटाच्या वेळी हा लोकांचा पैसा आहे याची जाणीव असल्याने चित्रपटाचे कार्यालय विलेपार्ल्याला असल्याने अनेक वेळा दादर ते विलेपार्ले ते बसने जात. एकदा बसमधून उतरताना ते चक्कर येऊन पडले. एका माणसाने त्यांना ओळखले व हाताशी धरून बाजूला बसवले. त्यांची तत्त्वनिष्ठा व राष्ट्रप्रेम विलक्षण होते.

अशा बहुआयामी व कर्तृत्ववान व्यक्तिमत्त्व असलेले आई-वडील मला लाभले व मी त्यांचा मुलगा आहे याचा मला अभिमान वाटतो. जेव्हा मी अण्णांची गाणी म्हणायचा प्रयत्न करतो तेव्हा माझ्या मनाच्या एका कप्प्यात अण्णाच गात असतात. त्यांचे स्वर, भाव, ताल, लयीचे भान व उच्चार सतत कानावर पडत असतात. गीत गात असताना त्यांची भावमुद्रा डोळ्यांसमोर येते आणि मी स्वतः हे सादर करताना किती कमी पडतो हे लक्षात येते.

***

३. बाबूजी-उवाच

—आनंद माडगूळकर

ग. दि. माडगूळकर आणि सुधीर फडके या दोघांनी मराठी भावविश्व समृद्ध केले. या दोन थोर कलाकारांची जिवलग मैत्री होती. 'गदिमां'नी बाबूजींचे व्यक्तिचित्र कसे रेखाटले असते हे त्यांचा पुत्र आनंद माडगूळकर यांच्या शब्दांत...

उणीपुरी चाळीस वर्षं मी लिहितो आहे. वयाच्या पंधरा-सोळाव्या वर्षी मला पहिल्यांदा काव्य करावेसे वाटले आणि तेव्हापासून मी सारखा लिहितोच आहे. सुरुवातीच्या छंदाचे धंद्यात कधी रूपांतर झाले हे कळलेच नाही. कथा... कविता... व्यक्तिचित्रे... पटकथा... चित्रपट... गीते... एखादी स्प्रिंग जशी हव्या त्या दिशेला वळते तसं माझ्या निसर्गदत्त प्रतिभेला मी हवं तसं वळवत राहिलो आहे. खरं तर मुळात निसर्गाची देणगी असणाऱ्या माझ्या या प्रतिभेबद्दल... तिच्यातील प्रसादाबद्दल... माझ्या शीघ्र कवित्वाबद्दल... शब्दकलेबद्दल, मराठी माणूस कौतुकाने बोलतो. मित्रवर्य पुलं तर, मनापासून दाद देण्याच्या त्यांच्या पद्धतीनुसार सशासारखे दोन दात मिश्किलमपणे दाखवत मनमोकळं हासून म्हणायचे... 'अण्णा! असं वाटतं की तुम्ही फॉल इन्! म्हटल्याबरोबर शब्द तुमच्यासमोर खाडकन् रांगेत उभे राहतात आणि मग तुम्ही तब्येतीत त्यांची निवड करता.'

अनेक व्यक्तिचित्रे मी आजवर साकार केली. नेम्या... शाहीर... नजम नकवी... पण शिवाजीमहाराजांना जसा जंजिरा किल्ला आयुष्यभर जिंकता आला नाही तशा काही व्यक्ति मात्र मनात असूनसुद्धा शब्दात साकारणं मला आजवर जमलेलं नाही आणि उर्वरित आयुष्यात जमेल असंही वाटत नाही. बाबूजी ऊर्फ सुधीर फडके हे त्यापैकी एक. कितीदा तरी एकटाच बसून त्यांच्या आयुष्याचे... स्वभावाचे तुकडे जुळवण्याचा मी प्रयत्न करत बसतो. पण बेटे साधतच नाही. शब्द पाऱ्यासारखे निसटून जातात. माझ्याकडून बाबूजींना कधी आदरार्थी तर कधी एकेरी संबोधलं

जाणार आहे याबद्दल क्षमस्व! पण आमचे संबंध खरं तर संबोधनाच्या पलीकडे आहेत.

उणीपुरी पस्तीस वर्षं झाली असतील. कोल्हापूरच्या रंकाळ्याच्या कठड्यावर मी आणि बाबूजी बसलो होते. निरभ्र आकाशात चंद्र तळपत होता. मी आपल्याच विचारात गर्क होतो. खेडं सोडून सिनेमासारख्या बेभरवशाच्या धंद्यात नशीब काढायला आलेला एक तरुण. ना रूपाची साथ, ना गुणांची. निव्वळ वेड. दुसरं काय? विनायकरावांकडच्या चित्रपटातल्या फालतू भूमिकांनी माझं काय नाव होणार होतं, केवळ परमेश्वराला माहिती! माझी तंद्री मोडली ती बाबूजींच्या बोलण्याने. माझे हात घट्ट धरत ते भरल्या आवाजात म्हणाले, 'माडगूळकर! कधीतरी आपली नावंही चित्रपटांच्या जाहिरातींवर झळकतील... कधीतरी तुमचे शब्द आणि माझे सूर घराघरातून गुणगुणले जातील.' मी पाहातच राहिलो. बाबूजींचा लहानखुरा चेहरा भावनावेगाने थरथरत होता. स्वप्नाळू डोळे भावनावेगाने भरून आले होते. मला तसं संगीतातलं काही कळत नाही. म्हणजे शब्दाचे वजन समजतं. पण सूर गळ्यातून उमटवणं नाही साधत. तरीसुद्धा बाबूजींचा सूर ऐकून माझं काळीज गलबलून उठे. काही दिवसांपूर्वी कोल्हापुरात झालेल्या एका साहित्य संमेलनाच्या वेळी बाबूजी माझंच एक गीत गायले होते.

दर्यावरी नाच करी
होडी चाले कशी भिरिभिरी

त्यानंतर जी वाहवाची धूम उठली, ती माझ्या अजूनही ध्यानात होती. त्या काळात, विंचवानं आपलं बिऱ्हाड पाठीवर घेऊन हिंडावं तशी एच.एम.व्ही. कंपनी आपलं ध्वनिमुद्रणाचं साहित्य घेऊन गावोगाव हिंडत असे. तिथं मग माझं आणि फडक्यांचं झकास बस्तान बसलं होतं. पोवाडा... भावगीतं... भक्तिगीतं... एकही प्रकार आम्ही बाकी ठेवला नव्हता. अर्थात, पैसे फार कमी मिळत. मला दहा रुपये तर फडक्यांना पाच! याच सुमाराला माझं लग्नही जुळत होतं. पद्मा तिचं नाव. घरची गरीबच होती. नाहीतरी, मी तरी कुठं श्रीमंत होतो? पण पद्माचा गळा अत्यंत गोड होता. बाबूजींनी मोठ्या हौसेनं तिच्याकरता सुंदर चाल बांधली. पद्मा म्हणायचीही छान!

चांदाची किरणे विरली...
प्रीतीच्या माझ्या राया.
वाट किती पाहू रे!

गंमत म्हणजे एच.एम.व्ही. च्या रूपजींनाही हे गाणं खूप आवडलं आणि मग

बाबूजींनी ते ध्वनिमुद्रित केले. ध्वनिमुद्रित झालेलं त्यांचं हे पहिलंच गीत. आज रंकाळ्यावर बसल्या बसल्या मला हे सारं आठवलं. मी क्षणभर बाबूजींकडे टक लावून पाहात राहिलो. वीस वर्षांच्या काळात बाबूजीनं खूप सोसलं होतं. कुठं कुठं बेवारशासारखा हिंडला होता. उपासतापास काढले होते. लोकांची वेडीवाकडी बोलणी सहन केली होती. बाबूजींसाठी आपण काहीतरी केलं पाहिजे या जाणिवेनं माझा ऊर भरून आला. त्याचा हात दाबत मी म्हटलं!,

'घडेल! नक्की काहीतरी चांगलं घडेल.' मी असं म्हटलं याला थोडंसं कारण होतं. नुकतंच बाबूराव पेंढारकरांनी मला 'पहिला पाळणा' या चित्रपटाची गाणी लिहायची संधी दिली होती. सी. बालाजी नावाचे एक संगीतकार माझ्या गीतांना चाली लावण्याची खटपट करीत होते. पण त्यांना ते तितकंसं साधत नव्हतं. त्यामुळे गीतलेखनाचं काम तसं थोडंसं रडतखडतच चाललं होतं. एकाएकी माझ्या मनात एक विचार विजेसारखा चमकला...'माझ्या गीताला बाबूजीनं चाल लावली तर?'

बिचाऱ्या बाबूजीनं जीव तोडून चाल लावली. मोठ्या आशेनं ती चाल आम्ही बाबूरावांना ऐकवली. त्यांना ती आवडली असावी असं दिसलं, पण शेवटी सी. बालाजींनी लावलेली चालच फायनल झाली. ठेच खाल्लेल्या माझ्या मनाला मात्र वारंवार वाटत राहिले, बाबूजीची चाल उजवी होती.

बाबूजींची शब्दाची समज केवळ अजोड होती असं मला आजही वाटते. पण असं असलं तरी माझ्या नावाचा उच्चार ते घाईघाईनं 'माडुळकर' असा करीत. त्या सुरुवातीच्या दिवसात एका जलशाला आम्ही दोघं गेलो होतो. ती बाई अप्रतिम सुंदर होती. मी तर नुसता वेड्यासारखा पाहात राहिलो. पण बाबुजींची तऱ्हाच वेगळी! दर वेळी ती बाई 'मेरा बंबईसे बालम, आया रे ओ बाबूजी!' ही एकच ओळ वेगवेगळ्या ढंगात म्हणायची. बाबूजी देहभान हरवून तिच्या गाण्यातलं वैविध्य टिपत होता. मी तिच्या अदा करण्यातलं कसब न्याहाळत होतो. रात्रभर हाच सिलसिला चालला होता. बऱ्याच वर्षांनंतर मी 'जत्रेच्या रात्री' नावाची एक कविता लिहिली. त्याचं मूळ त्या रात्रीच्या मैफिलीत दडलं असेल का? कुणास ठाऊक!

अर्थात, बाबूजीचे आणि माझे भांडणाचे प्रसंगच मला जास्त आठवतात. तसा तो फॅनॅटिकच! त्यानं मागे एकदा 'रत्नघर' नावाचं एक चित्र सुरू केलं होतं. त्यासाठी पटकथा... गीतं वगैरे मी लिहिली होती. पण पैसा ही मराठी प्रोड्यूसरची नेहमीचीच बोंब असल्यानं बाबूजीचं हे रत्नघर काही प्रत्यक्षात आलं नाही. उलट एक गंमतशीर घटना मला ऐकून माहिती होती.

आमचे सूर्यकांत मांढरे या रत्नघरचे नायक. त्यात नायक वाघाशी झुंज देतो

असा सीन होता. बाबूजींनी सूर्यकांत मांढऱ्यांना, देवल सर्कशीतल्या वाघाशी, दहा पंधरा दिवस झुंजीची तालीम करायला लावली. आणि एके रात्री खाडकन् ते दृश्यच रहित केल्याचा निरोप सूर्यकांतला पाठवला. देवल मास्तरांनी, वाघाचं, दोन हजार रुपये भाडं मागितलं हे त्याचं खरं कारण होतं म्हणे.

तर अशा या 'रत्नघर' साठी मी एक गीत लिहिलं होतं.

हळुवार नखलिले फूल
त्यातून उसळली भूल
मी वेडी जाणत नव्हते
ते फूल अफूचे होते.

दोन चार वर्षांनी राजाभाऊ परांजप्यांनी 'लाखाची गोष्ट' करायचं ठरवले. त्यात हे गीत अगदी फिट्ट बसत होतं. पण बाबूजी हटून बसला. त्याचं म्हणणं हे गीत तुम्ही माझ्यासाठी लिहिलंय. ते माझ्या मालकीचं आहे. आणि मी ते देणार नाही. शब्दानं शब्द वाढला आणि दोघेही भयंकर भांडलो. राजाभाऊ बिचारे गांगरून गेले. त्यांचं गाणं मिळायचं दूरच राहिलं आणि हे वेगळंच त्रांगडं होऊन बसले.

मला राजाभाऊंचा चेहरा पाहवेना. मी बाबूजींच्या खोलीतून बाहेर पडलो आणि बाजूच्या एका रिकाम्या खोलीत येऊन बसलो. अजूनही डोक्याच्या शिरा ताडताड उडत होत्या. कसंबसं मन एकाग्र केलं आणि एक गीत कागदावर उतरवलं. म्हटलं, आता हे गीत बाबूजीच्या तोंडावर फेकावे आणि चालतं व्हावं. खरोखरीच मी तसं केलं आणि जाण्यासाठी वळलो. बाबूजीच्या खोलीचा दरवाजा ओलांडणार तेवढ्यात बाबूजी म्हणाला...

'थांबा! चाल ऐकून जा!!'

आणि मग माझे शब्द बाबूजीच्या नितळ आवाजात पाझरू लागले...

ऐकशील का रे माझे अर्थहीन गीत
दूरदूर जाते धरूनि उरि तुझी प्रीत

माझे डोळे केव्हा पाझरू लागले हे माझं मलाच कळलं नाही.

'मायाबाजार' चित्रपटाच्या वेळीही असंच! माझं गाणं वाचून कागद खाली टाकत म्हणाला, "छे! हे काय प्रेमगीत आहे? रणगीतासारखं मीटर वाटतंय्!

शिंग फुंकिले रणी, वाजतात चौघडे
सज्ज व्हा उठा चला, सैन्य चालले पुढे

अशी चाल लावायला पाहिजे याला. माडगूळकर! तुम्ही आता हे गीतलेखन वगैरे सोडा आणि तुमच्या खेड्यात जाऊन मास्तरकी करा. तेच बरं!"

माझ्या अंगाचा नुसता भडका उडाला. "शब्दांमध्ये काही गडबड आहे का?" मी राग आवरत म्हटलं!

"नाही! शब्द ठीक आहेत तसे." बाबूजी म्हणाले,

"मग त्यालाच चाल लावा! आणि हे जमत नसलं तर हे संगीतदिग्दर्शन वगैरे सोडा आणि बँडमास्तर व्हा!" मी तडकून म्हटले आणि ऑफिसमध्ये येऊन बसलो. अण्णा देऊळगावकर, त्यांचे मेव्हणे माणिक पिक्चर्सचे बाळासाहोब पाठक तिथंच होते. माझा एकंदर नूर पाहून त्यांनी चहा मागवला.

चहा वगैरे झाला. थोडंसं पान जमतंय् तेवढ्यात कंपनीचा बॉय बोलावतच आला.

'अन्ना! फडकेसाहेबांनी लगोलग बोलावलंय.'

मी एक झकास पिचकारी टाकून म्हटलं,

"आता गडी पेटला बरं का!"

मग आम्ही सगळे बाबूजींच्या खोलीत गेलो. माझ्याकडे न पाहता बाबूजी गाऊ लागला.

'चांदण्यात चालू दे, मंद नाव नाविका.
तरंगती जलावरी संथ चंद्र चंद्रिका!'

नकळत मनासमोर ते संथ जलाशय उभं राहिलं आणि अनिरुद्धाच्या स्कंधावर मस्तक विसावलेली प्रणयातुर उषा.

बाबूजीचं गाणं संपलं. मला काही शब्दच सुचेना. थोड्या वेळाने अण्णा देऊळगावकर गहिवरून म्हणाले,

"हे गीत हिट् होणार!"

आणि खरंच नंतर हे गाणं इतकं हिट् झालं कि पुण्याच्या प्रभात चित्रमंदिराच्या दर्शनी भागावर, 'उषा-अनिरुद्ध नाव वल्हवित आहेत' असं मॉडेल बाळासाहेब पाठकांनी मोठ्या हौसेनं तयार करून घेतले.

खरं तर, तयार चालीवर शब्द टाकायचा मला मनापासून कंटाळा. पण बाबूजीनं एकदा माझ्या या विरोधाचा पार निकाल लावला. सीता स्वयंवर चित्रपटाच्या वेळची गोष्ट. ऋष्यशृंग ऋषीला स्त्रिया मोह पाडतात असा प्रसंग होता. मी काहीतरी लिहिले होते आणि बाबूजी त्याला चाल लावायची खटपट करीत बसला होता. ते काही केल्या साधेना. मग स्वत:वर चिडणं... संतापणं... वगैरे सगळे प्रकार झाले. शेवटी "मला वाटतं माझी प्रतिभाशक्ती आता संपली" असं वैतागून म्हणत ते बाहेर निघून गेले. मी शांतपणे बसून होतो. कारण हे सगळं मला पाठ होतं.

थोड्या वेळानं येऊन बसले आणि म्हणाले. 'माडगूळकर! ही चाल ऐका!'

"मुळीच ऐकणार नाही. आणि हे मला आवडत नाही, हे तुम्हाला माहितीये!" मी भडकून म्हटलं.

"नुसती ऐका तर खरी! लिहू नका! मग तर झालं?" कधी नव्हे ते बाबूजीच्या स्वरात आर्जव डोकावले.

"ठीक आहे! ऐकवा!!" मी घुश्शातच म्हटलं.

बाबूजी गाऊ लागले. ते एक हिंदी गीत होते आणि काय आश्चर्य! ते शब्द ऐकता ऐकता, भुईतून रोपं वर यावीत तसे मनात शब्द उगवू लागले आणि मी ते कागदावर उतरवू लागलो.

पैंजण पायी माझ्या रुणुझुणू बोले रे
आनंदाच्या नर्तनात तनमन डोले रे

आणखी एका लोकप्रिय गीताचा जन्म झाला होता!

चित्रपटाच्या धंद्यात असणाऱ्या माणसाला कधी ना कधी चित्रपटनिर्माता बनण्याची हुक्की येतेच. बाबूजीही त्याला अपवाद नव्हते. खरं तर या बाबतीत त्यांचा पूर्वानुभव तितकासा चांगला नव्हता. एक-दोनदा तर ते चांगलेच अडचणीत सापडले असावेत. पण एकदा मात्र त्यांचा नफा परस्पर खाऊ पाहाणाऱ्या एका वितरकाला त्यांनी चांगला धडा शिकवल्याचं मला माहीत आहे. मला वाटतं, 'वंशाचा दिवा' चित्रपटाच्या वेळची गोष्ट. अतोनात कष्टात बाबूजीनं तो चित्रपट पूर्ण केला होता. चित्रपटाला प्रतिसादही उत्तम असावा. पण या वितरकाचे तोंड नेहमी वाकडे. बाबूजींनी पैशाची मागणी केली की हा गृहस्थ नुकसानीचे आकडे तोंडावर फेकायचा.

एक दिवस बाबूजींना त्यांच्या एका कोकणातल्या मित्राकडून एक बातमी कळली. हा चित्रपट सावंतवाडीला उत्तम चालला होता. बाबूजींनी त्या वितरकाला तडकावले– 'दोन दिवसात माझा योग्य शेअर मला मिळाला नाही तर सावंतवाडीच्या थिएटरसमोर मी उपोषणाला बसेन.' सगळ्या बदमाशांप्रमाणे तो वितरकही घाबरट होता. बाबूजींचे पैसे बिनबोभाट वसूल झाले.

बावन्न साली मी 'पंचवटीत' आलो. वडील म्हणत तसे डोक्यावर स्वत:चे छप्पर झाले. लेखनासारख्या बेभरवशाच्या धंद्यात राहूनसुद्धा माझी स्वत:ची वास्तू झाली. माझा जीव सुपाएवढा झाला. पण त्या सुखात एक उणं होतं. बाबूजीला मात्र हक्काची वास्तू नव्हती.

मी मूळचा औंध संस्थानातला. तिथला राजा मोठा गुणग्राहक. त्यानं माझ्यावर अपत्यवत् प्रेम केले. एक दिवस या छोट्याशा संस्थानच्या राजाने पंताच्या गोटातल्या

स्वत:च्या मालकीच्या जागेतला एक छोटासा तुकडा माझ्या नावावर केला. आभाळाएवढं मन होतं आमच्या औंधाच्या राजाचं!

मनाच्या एका उर्मीसरशी मी तो जमिनीचा तुकडा बाबूजीला देऊन टाकला. अनेकांनी माझ्या या अव्यवहारी निर्णयाबद्दल मला मूर्खात काढलं. पण मी समाधानी होतो. औंधाच्या राजाच्या या प्रजाजनाचं मनही काही अगदीच छोटं नव्हतं. मी माझा निर्णय कायम ठेवला. खुद्द राजेसाहेबांनी सुद्धा याबाबत एकदा नापसंती व्यक्त केली तरीसुद्धा! यथावकाश बाबूजींची चित्रकुटी टिळक रस्त्यावर उभी राहिली. माझ्या या दोस्ताच्या माथ्यावरही हक्काचं छप्पर आलं.

गीतरामायण आकाशवाणीवर सुरू झालं. बघता बघता या नव्या प्रकाशनानं लोकप्रियतेची परमसीमा गाठली. मी याला दैवी कृपा मानतो. बाबूजी मात्र हट्टाने ''हा माझ्या व्यवसायाचा भाग आहे. माझी श्रद्धा त्यात गुंतलेली नाही'' असे म्हणत असे. 'मी नेहमीच जीव ओतून गातो' असंही म्हणायचा. पण मला मात्र त्याच्या जीव ओतण्यात रामच दिसायचा. मग हे सत्य बाबूजीला कबूल असो अथवा नसो गीतरामायणाचं आकाशवाणीवरचं प्रसारण संपलं आणि बाबूजी स्वत: 'गीतरामायणाचे' कार्यक्रम करू लागले. कधी कधी हौसेनं मी त्यांच्याबरोबर निवेदनासाठी म्हणून जायचो खरा, पण मला स्वत:ला पर्फॉर्मन्स या प्रकारात कधी फारसा रस वाटला नाही. पु.ल. कधीतरी गमतीनं म्हणायचे सुद्धा! ''अण्णा! तुम्ही स्टेज सिरियसली घेतलं नाहीत म्हणून. नाहीतर आमची छुट्टी करून टाकली असती.'' यातला कौतुकाचा भाग सोडा, पण प्रारंभीचा काळ सोडला तर मला अभिनय या प्रकाराचा कंटाळाच होता. कदाचित उमेदवारीच्या काळात अगदी दुसऱ्याच्या लाथा खाण्यापासून सगळे अपमान सोसले असल्याने मन या प्रकाराला विटले असावे. राजाभाऊ परांजपेच कधीतरी मला अक्षरश: घोड्यावर बसवून माझ्याकडून काम करवून घेत.

काहीही असो, पण बाबूजींचे कार्यक्रम सुरू झाले आणि त्याच्या पाठीमागे लागलेलं पैशाचं नष्टचर्य कायमचं संपलं. पैसाही बरा मिळत असावा. अपयशापेक्षा यशानं माणसं दुरावतात. आमच्यामध्येही धूपकांड्या लावणारे काही कमी नव्हते. एक दिवस मी चक्क पेपरमध्ये नोटीस दिली आणि 'गीत रामायणाचे रॉयल्टी न देता कार्यक्रम करणाऱ्यांवर मी कायदेशीर कारवाई करीन' असे बजावले.

''नाही दिली रॉयल्टी तर माडगूळकर काय मला कोर्टात खेचणार आहेत का?'' असं बाबूजी मित्रमंडळीत बोलल्याचं माझ्या उडतउडत कानावर आलं आणि ते खरंच होतं.

पण मग शेपाचशे कार्यक्रम झाल्यावर बाबूजींनी पुण्यात एक मोठा समारंभ

केला. मी त्यावेळी पुण्यात नव्हतो. सौ. विद्याबाई मात्र आवर्जून कार्यक्रमाला उपस्थित होती. मध्यंतरात झालेल्या सत्कार समारंभात बाबूजींनी विद्याबाईला स्टेजवर बोलावलं आणि रॉयल्टीच्या रकमेइतकं सोन्याचं पदक तिला दिलं. आता या माणसाबद्दल काय बोलायचं?

गीत रामायणाच्या चढत्या कमानीबरोबर आमच्यातला दुरावा वाढत गेला. मी माझी गीतं हट्टाने दुसऱ्या संगीतकारांना देऊ लागलो. बाबूजी हट्टाने दुसऱ्या गीतकारांकडून लिहून घेऊ लागला.

पण आमचे काही मित्र मोठे बिलंदर! मोठ्या शिताफीनं ते माझ्याकडून गीत लिहून घ्यायचे. बाबूजीकडून चाल लावून घ्यायचे आणि आमचा मुळीच मेळ नसताना तयार झालेले ते गीत मात्र तितकेच सरस असायचे. आम्हा दोघांच्या अतीव व्यावसायिक निष्ठेचा तो परिपाक होता. मी माझ्या व्यवसायात भरधाव होतो. बाबूजीच्या व्यवसायाचा आलेख सतत उंचावत होता. पण अलीकडे कधीकधी मन अकारण घाबरं व्हायचं! मी विद्याबाईला म्हणायचो सुद्धा!

‘अगं, हे दिवस नेहमी असेच राहणार आहेत या रुबाबात तुझं चाललंय खरं! पण वन डे देअर विल बी फॉल ऑफ ब्रिटिश एम्पायर!’ विद्याबाई माझं बोलणं हसण्यावारी उडवून लावायची. पण ऐंशीच्या दशकात दैवानं केलेले आघात हे खरोखर माझ्यातल्या विवेकाला वेड लावणारे होते. प्रिय मित्र पुरुषोत्तम भास्कर ऊर्फ भावे अण्णा माझ्या लघुकथेविषयी नेहमी म्हणायचे ‘बुवेश्वरपंत! तुम्ही कथा फुलवता छान! पण आवरता मात्र फार वेडीवाकडी आणि झटकन्!’

माझा जीवनग्रंथही अशाच पद्धतीनं आटोपणार असं वाटायला लागलं.

जावयांचा अपघाती मृत्यू. दुर्धर आजार. या साऱ्या आघातात बाबूजी न बोलावता येत राहिला. करता येईल तेवढं करत राहिला.

ऑपरेशनंतर भेटायला आला तेव्हा माझे हात घट्ट धरून म्हणाला, “माडगूळकर... कोल्हापुराहून पुण्याला आधी मी आलो, नंतर तुम्ही आलात. पुण्याहून मुंबईला अगोदर मी पोहोचलो मग तुम्ही आलात. या जगातून त्या जगातसुद्धा आधी मी जाणार, मग तुम्ही यायचं! मला तुमचा शब्द पाहिजे.”

मी त्या दिवशी बाबूजींना शब्द दिला की नाही हे आज आठवत नाही. पण या बाबतीत ‘पराधीन आहे जगती पुत्र मानवाचा’ खरं की नाही? ऑपरेशनमधून उठल्यानंतर माझं मन रमावं म्हणून कुठली कुठली कामं उत्पन्न करायचा. गाण्याचं काम चालू असताना मधेच मला खोकल्याची उबळ आली की चिडायचा, पण हट्टानं काम माझ्याकडूनच पुरं करून घ्यायचा. फार पूर्वी मा. विनायकांच्याकडे उमेदवारी

करत असताना त्यांचं एक वाक्य मला फार खटकायचं! माझ्याविषयी माझ्या अपरोक्ष बोलताना ते म्हणायचे, ‘माणूस चांगला आहे. पण अनरिलाएबल आहे.’’

जाणूनबुजून आयुष्यात मी कधीही अप्रामाणिकपणे वागलो नाही आणि तरीसुद्धा कधी कधी मला वाटतं, अवचितपणे बाबूजी भेटेल आणि आपले निश्चयी डोळे रोखत म्हणेल,‘‘माडगूळकर! तुम्ही मला दिलेला शब्द पाळला नाहीत. माझ्याआधी इकडे आलात.’’ नेहमीप्रमाणे आमचं हे भांडण पुन्हा एकदा मिटेल. माझ्या शब्दांचा बाबूजींना सूर भेटेल. पुन्हा एकदा मैफल जमेल आणि एक सुंदर गीत जन्माला येईल.

***

४. आमचे प्रिय बाबूजी...

– सुधीर मोघे

नक्की कधी ते आठवत नाही इतक्या लहानपणी, मी गावाबाहेरच्या तंबूतल्या टूरिंग टॉकीजमधे सिनेमा पाहायला गेलो होतो. सिनेमा मराठी होता इतकंच आठवतं. पण त्या सिनेमाच्या श्रेयनामावलीत मी संगीत - सुधीर फडके ही अक्षरे प्रथम वाचली. माझं नाव पण सुधीरच असल्याने जिव्हाळ्याचा आणि आपुलकीचा एक धागा तेव्हाच माझ्या मनात नकळत जुळला असावा. अन् मग वरचेवर त्यांची गाणी वारंवार कानावर पडू लागली. **‘मनोरथा चल त्या नगरीला’, ‘चांदण्यात चालू दे मंद नाव नाविका’, ‘आठवतो का बालपणा’, ‘एक गुपित सांगते तुला’, ‘सावळाच रंग तुझा’, ‘गोकुळीचा राजा माझा’** अशी कितीतरी. वयाच्या आठव्या-नवव्या वर्षी कानावर पडलेली ही गाणी मनावर किती प्रभाव करून गेली हे आता इतक्या वर्षांनंतरही जाणवतंय्.

या सगळ्या श्रवणभक्तीतून कवी श्री. ग. दि. माडगूळकर व संगीतकार सुधीर फडके ही नावं माझ्या भावविश्वात खोलवर पोहोचली. पण ‘पुढचं पाऊल’ किंवा ‘वंदेमातरम्’ या चित्रपटातील गाणी माझा दादा श्रीकांत मोघे फार छान गायचा व त्यामुळेही बाबूजींच्या गायकीच्या मूळतत्त्वाची ओळख व्हायची प्रक्रिया तेव्हाच सुरू झाली असावी. ‘जशास तसे’ व ‘वंशाचा दिवा’ यातील गाणी खूप लोकप्रिय तर झालीच पण नंतरच्या ‘लाखाची गोष्ट’ व ‘जगाच्या पाठीवर’ या चित्रपटातील गाण्यांनी तर सुधीर फडक्यांच्या ‘प्रत्ययवादी गायनस्वर’ या गोष्टीची जाणीव तेव्हाच होत गेली. **‘डोळ्यात वाच माझ्या तू गीत भावनांचे’** या गाण्याने तो सूर प्रथम कानातून मनात उतरला असावा. माझं भावविश्व अधिक गडद होत राहिले. पण सुधीर फडके यांच्या निकट जाण्याचा योग अजून तरी आला नव्हता.

माझा दादा श्रीकांत मोघे कॉलेजच्या शिक्षणासाठी पुण्यात एस्.पी. कॉलेजमध्ये दाखल झाला. पण कॉलेजपेक्षा त्याची हजेरी नाटक किंवा गाण्यांच्या मंडळीतच असे.

मा. मुख्यमंत्री श्री.मनोहर जोशी यांच्या हस्ते मानचिन्ह स्वीकारताना सुधीर फडके.

ज्येष्ठ कवी प्रदीप यांच्याशी गप्पा करताना बाबूजी आणि स्वरसाम्राज्ञी लता मंगेशकर.

मेलोडी किंग मन्ना डे, गानकोकिळा लता मंगेशकर आणि सुधीर फडके.

संगीतकार नौशाद, श्रीनिवास खळे, आणि बाबूजी

अन् योगायोगाने त्याचा समावेश बाबूजींच्या समूहगानाच्या कलाकारांमध्ये झाला. त्यांच्या चित्रपटातील गीतापासून ते गीतरामायणातील गाण्यांत त्याचा सहभाग होता. ती गाणी, ते ध्वनिमुद्रण, तो बाबूजींचा सहवास यांच्या रसभरीत हकिकती ऐकण्यासाठी मी सदैव कान टवकारून बसलेला.

एकीकडे माझंही आयुष्य आपली आपली म्हणून तर्क्य-अतर्क्य वळणं घेतच होतं. असंच एक वळण मला पुण्याला घेऊन आलं. बराच काळ कोंडलेली एक ऊर्जा आता आपली वाट शोधू लागली होती. त्यातून पुणे आकाशवाणीशी संबंध जुळत चालला. ज्येष्ठ संगीतकार व बाबूजींचे परममित्र श्री. राम फाटक व मी एका आंतरिक जिव्हाळ्याने जवळ येत होतो. एका संध्याकाळी ते अचानक मला म्हणाले, "कधी बाबूजींना भेटला आहेस का? नाही? मग चल माझ्या बरोबर. मी त्यांना रात्री एक नवं गाणं शिकवायला जाणार आहे." माझं रॉकेट क्षणात कल्पनेने अंतरिक्षात जाऊन पोहोचलं. तुलसीदासांच्या रामकथेवर ते व माडगूळकर एक नवी गीतमालिका सादर करणार होते व त्यातली गीतं सुधीर फडके यांनी गावीत अशी राम फाटकांची इच्छा होती. ठरल्याप्रमाणे आम्ही रात्री साडेनऊ वाजता 'चित्रकुटी' या बाबूजींच्या पुण्यातील निवासस्थानी पोहोचलो. त्या इमारतीत माझा पहिल्यानेच प्रवेश झाला. स्वत: सुधीर फडके यांनीच आमच्यासाठी दार उघडले. एका छोट्याशा खोलीत संगीतकार राम फाटक सुधीर फडके यांना गीताची चाल शिकवताहेत हे दृष्य मी ह्याच देही ह्याच डोळा पाहात होतो. अन् तेही अगदी काही हातांच्या अंतरावरून. प्रथमदर्शनी मला ते काहीसे गंभीर वाटले. पण पुढच्या अधिक परिचयानंतर ते तसे व तितके गंभीर नाहीत हे हळूहळू उमगत गेलं. गीतरामायण व चित्रपट गीतगायनाचा इतका अनुभव असल्याच्या अहंभावाची जाणीव त्याक्षणी अंशभरसुद्धा जागी झालेली मला दिसली नाही. ते केवळ गायकाच्या इमानाने एक नवं गाणं मनापासून शिकत होते.

१९७५ च्या डिसेंबरमध्ये एक संस्मरणीय संपर्क व सहवास योग आला. स्वरानंद संस्थेच्या 'मंतरलेल्या चैत्रबनात' नामक नवा कार्यक्रम करण्याचा बेत चालला होता. माडगूळकर व फडके यांची गाजलेली गाणी रसिकांसमोर सादर करण्याचा मुख्य हेतू. त्या कार्यक्रमात समोर कविराज असावेत या अपेक्षेने त्यांच्याशी संपर्क साधून कार्यक्रमाचा दिवस पक्का केला. पण कविराजांनी अनपेक्षितपणे धक्काच दिला. मुंबईला एका चित्रपटाच्या कामात अडकल्याने ते पुण्यात नव्हतेच. त्यांच्या उपस्थितीशिवाय हा कार्यक्रम करणे ही कल्पनाच सहन न होणारी. मुंबईला सुधीर फडके यांच्या घरीच ते कामात व्यस्त असल्याचे माडगूळकरांच्या 'पंचवटी'तून कळले. कार्यक्रम उद्यावर येऊन ठेपला होता. कुठून तरी फडके यांच्या घरी ट्रंककॉल

लावला. फोनवर साक्षात बाबूजी. घाईघाईत स्वत:ची ओळख देऊन माडगूळकरांची चौकशी केली. कविराजांनी फोनवर 'नको रे, फार काम आहे. पुढच्या वेळी नक्की येईन.' असा सूर लावला. आता काय करावे?

घरी येऊन बसलो. सोबत अरुण नूलकर होताच. त्याला म्हटलं "गड्या, आपण आणखी एक प्रयत्न करून बघू. सुधीर फडक्यांनाच गळ घालून बघू." नाहीतरी चैत्रबनाचे शिल्पकार बाबूजी पण होतेच. पण त्यांना निमंत्रण तरी गेलंय का? बघू या प्रयत्न करून. पुन्हा मुंबईला ट्रंककॉल. फोनवर पुन्हा बाबूजीच. माझा आवाज ऐकून ते फोन गदिमांना देऊ लागले. "नाही नाही. आपल्याशीच बोलायचंय.", "बोला." अगदीच तुटक उत्तर. "आपल्याला आमच्या कार्यक्रमाचं निमंत्रण पोचलं का?" "नाही" पुन्हा एकदा एकशब्दीय तुटक उत्तर. मनात शेवटच्या क्षणी निमंत्रण देत असल्याचा अपराधी भाव होता तरीही तसाच मनापासून बोलत राहिलो... कळकळीने. ती कळकळ त्यांच्यापर्यंत पोहोचली असावी. शिवाय त्या बोलण्याच्या ओघात येऊन गेलेले वाक्य "तुमच्या पिढीने केलेल्या अद्‌भुत कामाला आमची पिढी मनापासून सक्रीय दाद देतेय्, अशावेळी तुम्ही मंडळी समोर पाहिजेच." कशाचा असर झाला माहीत नाही, पण बाबूजींचं एक शब्दीय उत्तर आलं "येतो" पुढे ते हेही म्हणाले, "मी येतो, बरोबर माडगूळकरांनाही आणतो. नक्की येतो." मला माझ्या कानांवर विश्वासच बसेना आणि खरंच दुसऱ्या दिवशी ते दोघे आले. ते येताहेत हे कळताच आम्ही राजाभाऊ परांजपे यांनाही बोलावले. मग काय विचारता. मराठी चित्रपटाच्या सुवर्णयुगाचं एक त्रिकूट बारा वर्षांनी एकत्र आलं. मांडीला मांडी लावून बसलं. प्रयोग संपल्यावर सर्वजण आत आले. राजाभाऊ व माडगूळकर गतकाळच्या आठवणीत रमले. पण बाबूजींनी मात्र समोरची हार्मोनियम ओढली व म्हणाले, "तुम्ही आम्हाला आमचा 'काल' ऐकवलात आता मी तुम्हाला आमचा 'आज' ऐकवतो." आणि ते गाऊ लागले **'एकटी पथ चालते, दोघास आता हात द्या, साथ द्या. या सुखांनो या.'** 'काल'च्या इतकाच 'आज' ही तेवढाच संपन्न आहे हे त्यांनी दाखवून दिले.

१९७४-७५ च्या सुमारास मी चित्रपट व्यवसायामध्ये रुळायचा प्रयत्न करू लागलो. पण ग्रामीण भागात आधीचं आयुष्य गेलेल्याला मुंबईत रुळणं तसं अवघडच जातं. मुंबईत पावसाळा त्यावेळी ऐन भरात होता. एकदा पडायला लागला की तो केव्हा थांबेल याचा भरवसा नव्हता. एके दिवशी संध्याकाळी मी जरा उघडीप दिसल्यावर जिवाचा धडा करून बाहेर पडलो. गेल्या आठवड्यात अंगात ताप आला होता. अशक्तपणा होताच. तरी पण फिरत दादर टी टी चौकात आलो. आणि प्रचंड

पाऊस पडायला सुरुवात झाली. मी एका दुकानाच्या वळचणीला चिंब भिजून कुडकुडत उभा राहिलो. किती वेळ कोण जाणे. पाऊस काही थांबेना. शेवटी त्या धो-धो पावसात मी तसाच भिजत निघालो. टिळक ब्रिज पार केला. आता पाऊस आणखीच वाढला. मी तसाच पुढे गेलो व शंकरनिवासच्या पायऱ्या चढलो व सुधीर फडके यांच्या घराची बेल वाजवली. रात्रीचे साडेअकरा वाजून गेलेले. आजपर्यंत असा एकटा कधीच बाबूजींच्या घरी आलो नव्हतो. दार उघडताच बोलायचे अजीजीचे संवाद मनात घोकत बसलो. तत्परतेने दार उघडले गेले. दारात स्वत: बाबूजी उभे. मला चिंब भिजलेला पाहून क्षणार्धात "अरे व्वा! या या." असं हसून म्हणत त्यांनी स्वागत केलं. पुढे एकही शब्द बोलण्याची संधी न देता मला डोके पुसायला एक स्वच्छ टॉवेल देण्यात आला. पाठोपाठ मला बाथरुममधे पाठविण्यात आले. तिथे झकास शॉवर घेऊन मी बाहेर आलो. तर करकरीत धुतलेले पायजमा व सदरा माझ्यासमोर आले. माझे चिंब भिजलेले कपडे केव्हाच वाळत पडलेले. मी त्या टवटवीत अवस्थेत कोचावर बसतो न बसतो तोच स्वत: बाबूजी एक उत्साहवर्धक उष्ण पेयाचा चषक माझ्या हाती सोपविते झाले. आणि मग थोड्या वेळाने गरमगरम पिठले-भात.

त्या एका क्षणात मी मुंबईत रुळलो. आणि बाबूजींच्या घरातही. बाबूजी, ललिताबाई, श्रीधर, चित्रा, स्वप्ना, प्रज्ञा. अरुणाचल प्रदेशातला पुत्रवत विद्यार्थी दिपक ऊर्फ लेकी फुन्सो. एवढंच काय पण फडके कुटुंबीयाची जिवश्चकंठश्च असलेली पोपटाची जोडी सोन्या-मन्या या सर्वांनी मला आपलंसं केलं.

पुढच्या काही वर्षातच संगीतकार सुधीर फडकेबरोबर कवी म्हणून चित्रपटगीत निर्मितीच्या बैठकीत बसण्याचा योग आला, तेव्हा न राहवून आधी त्यांच्या पाया पडलो. १९७९ ते १९८८ या कालखंडात बाबूजींबरोबर कितीतरी चित्रपट केले. नावं सांगायची झाली तर शापित, थोरली जाऊ, माहेरची माणसं, धाकटी सून, चोराच्या मनात चांदणे, पुढचं पाऊल ही फक्त वानगीदाखल. बाबूजींनी स्वरबद्ध केलेल्या माझ्या काही निवडक गीतांच्या प्रथमपंक्ती पुढे देत आहे.

१. दिस जातील दिस येतील	**शापित १९८२**
२. शंभो शंकरा करुणाकरा	**थोरली जाऊ १९८३**
३. पूजिते मंगळागौर	**थोरली जाऊ १९८३**
४. उरली एकाकी पक्षिणी	**थोरली जाऊ १९८३**
५. घर दोघांचे घरकुल पाखरांचे	**चोराच्या मनात चांदणं १९८४**
६. गुरू एक जगी त्राता	**अप्रकाशित**

७. हळूहळू उमलते कोणते हे नाते	**अप्रकाशित**
८. जादू घडे सांज रंगाची	**अप्रकाशित**
९. बारा पुण्यक्षेत्री बारा लिंगे	**माहेरची माणसे १९८४**
१०. एकाच या जन्मी जणू	**पुढचं पाऊल १९८६**

ही चित्रपटगीते बाबूजींच्या स्वरयोगामुळे प्रचंड लोकप्रिय झालेली माझ्या जमेला आहेत. पण त्याचबरोबर श्री. रामभाऊ फाटक यांनी स्वरबद्ध केलेली दोन गीते म्हणजे **'दिसलीस तू फुलले ऋतू'** व **'सखी मंद झाल्या तारका'** ही पण तितकीच लोकप्रिय. 'सखी मंद झाल्या तारका' हे गीत रामभाऊंनी पं. भीमसेन जोशी यांच्या आवाजात पण ध्वनिमुद्रित केले होते. श्री. श्रीधर फडके यांनी 'लक्ष्मीची पाऊले' या चित्रपटासाठी बाबूजी व आशा भोसले यांच्या आवाजात ध्वनिमुद्रित केलेले **'फिटे अंधाराचे जाळे'** हे गीतही खूपच लोकप्रिय झालेले आहे.

एका गाण्याची निर्मिती स्मरणावर कोरली गेली आहे. 'पुढचं पाऊल' १९८६ या चित्रपटातील भजन. पुण्याहून मुंबईला येताना एशियाडमधेच हे गीत मनात जुळलं गेलं. तसंच कागदावरही आलं. बाबूजींच्या घरी पोहोचेपर्यंत दुपार झाली होती. सकाळभर माझी वाट पाहून नुकतीच बैठक उठली होती. तबलजीला दुपारी तीन-साडेतीनचा वायदा दिला होता. मी जाताच गाणे तयार आहे हे कळताच बाबूजींनी एव्हाना जिना उतरलेल्या तबलजींना तिसऱ्या मजल्यावरून स्वत: हाका मारून मारून वर यायला लावलं. पुन्हा बैठक जमली. आणि म्हणाले, 'वाचा' मी गाणे वाचलं.

जो तो आपापला येथे कुणी ना आधार
मनाचिया घावावरी मनाची फुंकर... ।।धृ.।।
मानभंग आधी व्याधी नाना व्याप ताप
कुणी किती सोसायचे नाही मोजमाप
सुखे एकरंगी दुःखे अनंत अपार ...१...

बाबूजींची चर्या पालटली होती. त्यांनी माझ्याकडे पाहात मन:पूर्वक मान डोलावली. एक शब्दही न बोलता तो कागद पेटीवरच्या स्टँडवर नीट लावून घेतला. पुन्हा एकदा मनातल्या मनात ती कागदावरची कविता संपूर्ण वाचली. काही क्षण ओठांत काही पुटपुटत तसं स्वत:लाही ऐकू येणार नाही इतक्या हलक्या स्वरांत, स्वर घोळवत ठेवले. अन् मग संपूर्ण गाणं ते प्रकट गायले. तेच आजचं त्या गाण्याचं ध्वनिमुद्रिकेवरचं स्वररूप. एरवी आपल्याच गाण्यात अजिबात न रेंगाळणारे बाबूजी त्या गाण्याच्या तंद्रीत दोन-चार दिवस राहिले. ती तंद्री नुसती स्वरांची नव्हती. निखालसपणे

ती तंद्री त्या शब्दांची होती. प्रत्येक गाण्याची अशी वेगवेगळी जन्मकथा असते.

मी ज्या काळात बाबूजींच्या बरोबर काम करू लागलो त्या काळात चित्रपटगीतांचंच काम ते प्रामुख्याने करीत होते. आधी जरी ते प्रथम गीत व त्यावर स्वररचना हा प्रकार हाताळत होते, तरी आता मात्र आधी स्वररचना व त्यावर शब्द ही पद्धत ते अवलंबित होते. चालीवर लिहिणं ही गोष्ट माझ्या लेखी अजिबात कष्टप्रद नव्हती. शिवाय कवि म्हणून एका काहीशा मर्यादित आणि सांकेतिक आकृतीबंधानी चालण्यापेक्षा या अनोळखी वाटा मला अधिक वेधक वाटायच्या. ह्यापूर्वी चित्रपट गीत लेखनाच्या दोनच पद्धती मी अनुभवल्या होत्या. मी माझ्या मनाने गीत लिहून संगीतकाराकडे द्यायचं आणि त्यांनी त्याच्या मूडनुसार केव्हाही स्वतंत्रपणे स्वरबद्ध करायचं किंवा दुसरं संगीतकाराने त्यांची चाल संपूर्णपणणे तयार करून मला द्यायची आणि माझ्या मूडनुसार माझा अवधी घेऊन त्या चालीला अनुरूप काव्य मी लिहायचं. पण बाबूजींचा खाक्या वेगळाच होता. ते बसल्या बैठकीतच सर्वासमक्ष त्याची चाल बांधत जायचे आणि मग साहजिकच त्याचवेळी कवीनेही त्यांच्या जोडीने त्यांच्या त्या चालीवर शब्द लिहीत जायचे. हे काम चालू असतांना काही एकांत किंवा एकाग्रता ह्याचीही स्वत: बाबूजींना कधी गरज भासायची नाही. त्यांचे असंख्य उपक्रम, त्या संदर्भातील फोनाफोनी, गाठीभेटी हे सोबतच एकीकडे चालू असायचं. शिवाय त्यांच्या घरीच हे चालू असल्याने घरगुती बोलणी-चालणी, येणी-जाणी. खाणेपिणे हे पण असायचं; पण सर्वाथाने ज्येष्ठ असलेल्या बाबूजींनाही अजिबात न कंटाळता मेहनत करताना पाहून विस्मय वाटायचा. आमची बहुतेकशी गाणी बनली ती याच पद्धतीने. हवा तो एकांत व एकाग्रताही ठरवलं तर कोलाहलातही साधता येते ही लाखमोलाची शिकवण बाबूजींमुळे मला मिळाली. कवीच्या मदतीला असंख्य शब्दांचे भांडार आहे. या उलट संगीतकाराला मात्र युगानुयुगे केवळ बारा स्वरांशी खेळत नवनिर्मिती करावी लागते. त्यामुळे काव्यप्रतिभा ही जशी स्वयंभू शक्ती आहे तशी स्वररचना करण्याची प्रतिभाही तितकीच स्वयंभू आहे, हाही विचार मनात येऊन जातो.

सुधीर फडके यांच्या स्वररचनेच्या वैशिष्ट्यांचा विचार करू लागलो की अनेक गोष्टी जाणवू लागतात. एक म्हणजे त्यांच्या चालींमधला साधेपणा. पण तो साधेपणा म्हणजे सर्वसामान्य सोपेपणा नाही. त्यांच्या स्वररचनेमधून खेळणारी लयकारीची जाणीव ही फार विलोभनीय आहे. त्यामुळे त्यांच्या चालीमध्ये स्वर ‘शब्दांनो मागुते या’ म्हणत उद्दामपणे पुढे जात नाहीत तर स्वत: शब्दांचा मागोवा घेत मागुते जात राहतात. त्यांचे सुस्पष्ट मराठी शब्दोच्चार हे एक त्यांचे शक्तिस्थान. विशेषत: त्यांचा पोटफोड्या ‘ष’चा निर्मळ उच्चार केवळ त्यांनीच करावा इतका

देखणा असतो.

चित्रपटात सुधीर फडके पार्श्वगायन करताना ते एका विविक्षित व्यक्तीचे गाणे न वाटता ते सर्वार्थाने नायकाचे गाणे वाटते. एका सुवर्णकाळात हिंदी चित्रपटसृष्टीत तलत महमूद, महंमद रफी, मुकेश, मन्ना डे, हेमंतकुमार, किशोरकुमार इतके नायकांचे आवाज होते. त्याच समांतर काळात मराठी चित्रपटसृष्टीत सुधीर फडके हा एकमेव नायकाचा आवाज अधिराज्य गाजवीत होता.

सावरकर चित्रपटाच्या निर्मितीचा इतिहास हा एक स्वतंत्र ग्रंथाचा विषय आहे. त्याचे सगळेच तपशील आणि संदर्भ हे फार गौरवास्पद आहेत असं मुळीच नाही. तो प्रकल्प चालू असतांना असंख्य व्यक्ती फार खोलवर दुखावल्या गेल्या. काही प्रमाणात माझ्या स्वत:चाही त्यामध्ये समावेश आहे. पण ते सगळे मतभेद, विवाद, त्रास होऊन सुद्धा व्यक्तिश: बाबूजींविषयीच्या आंतरिक जिव्हाळ्यात कणभरही फरक कधी पडला नाही. याचं कारण त्या त्या वेळी झालेल्या बाबूजींच्या वर्तनात एक कणभरही स्वार्थाचा लवलेश नव्हता, हे त्यांचा वैरीही मान्य करेल. एक उद्दिष्ट डोळ्यासमोर ठेवून धडपडत असतांना त्या त्या वेळी जे जे अंतिमत: योग्य वाटेल, ते त्यांच्याकडून घडत होते. ह्यामध्ये इतर कुणालाही खर्ची घालण्यापेक्षा कितीतरी पटीने ते स्वत:च खर्ची पडत होते, हे कुणालाही डोळ्याआड करताच येणार नाही. हा उपक्रम कधीकाळी तडीला लागेल असं, ते एकटे स्वत: सोडून, कुणाला म्हणजे कुणालाही वाटत नव्हतं. ते मात्र कुठल्यातरी अनाम विश्वासाने– उच्चरवाने सांगत होते. ''हा चित्रपट पूर्ण होणार आहे. तो पूर्ण केल्याखेरीज मी मरणार नाही.'' आणि अखेर तेच जिंकले. त्यांच्या या प्राणघातक ईर्षेविरुद्ध त्यांना बोल लावणारे आपण काही कुणी त्यांचे वैरी नव्हतो. उलट आतड्याच्या नात्याने त्यांच्याशी गुंतलेले त्यांचे जिव्हाळ्याचे आप्तच होतो. ती काळजी, त्या शंका-कुशंका, तो सात्त्विक संताप हे सारं शेवटी काळजीपोटीच होतं. आयुष्यभर झगडून मिळवलेली पुण्याई हा झुंजार पुरुष अखेर गमावून तर बसणार नाही ना, ही प्रेमापोटीच येणारी कासाविशी त्या साऱ्यामागे होती. पण तसं घडलं नाही. कारण मुळामध्ये ती पुण्याईच लेचीपेची नव्हती. तिच्या मुळाशी सत्त्वाचा एक खंबीर मूलाधार होता. वरवर पाहतांना दिसणाऱ्या, किंबहुना कधीकधी खरंच वास्तवात असणाऱ्या अविचारामागे किंवा उतावळेपणामागे एक समर्पणाची भलीभक्कम वेदी होती. आणि म्हणूनच आयुष्यभर अखंड वादळावर स्वार होऊनही ह्या योद्धा कलावंताचा शेवटचा दिस गोड झाला.

सर्वार्थाने गोड झाला.

***

५. बाबूजी-पितृतुल्य आनंदमूर्ती

—विक्रम गोखले

शब्दांकन - सौ. यशोदिता सावकार

संगीत हे भारतीय परंपरेचे 'मानचिन्ह'. या परंपरेचा-मानचिन्हाचा आदर करणारे, त्याला आणखी उंचीवर नेणारे अनेक गायक, संगीतकार भारताचे शिरोमणी ठरले, त्यापैकी एक नाव म्हणजे स्व. श्री. सुधीर फडके. पुणेकरांच्या किंवा मुंबईकरांच्याच जिभेवर रेंगाळणारे नाव नाही, तर सर्व भारतवासीय आणि भारताबाहेर जगाच्या पाठीवर या नावाचा सुगंध दरवळत राहिला आहे. स्व. श्री. सुधीर फडके यांना बाबूजी या नावाने संबोधले जायचे. त्यांना संगीतामध्ये मिळालेली यशस्विता ही त्यांनी संगीताची केलेली उपासना, ध्यान-धारणा, अध्यात्माचा पाया यामुळे आहे. आयुष्यात ध्येयवादाचा अंगीकार करून, यशाची दुर्गम शिखरे पार करण्याची प्रेरणा त्यांनी दिली.

अनुभवातून माणूस शिकतो, अनुभवातून आनंद निर्माण करण्याचे कौशल्य अंगी बाणले जाते. यासाठी स्वत:ची विचारधारा मनात पक्की करावी लागते. ज्ञान, तत्त्वनिष्ठता, नीतियुक्त व्यवहार यातून आनंद आणि यशाची प्राप्ती होते. या गोष्टींचा विचार करता, परमेश्वर ही आनंदमूर्ती आहे. या आनंदमूर्तीचे आपण भक्त, पुजारी बनलो तर यश आपल्यापासून दूर नाही. जीवन हे एक मंदिर आहे. या मंदिरात आनंदमूर्तीची पूजा करताना मिळणारा आनंद हाच मंत्र आहे. हे ज्यावेळी समजते तेव्हाच दु:खाच्या यज्ञाग्नीत श्रमाची आहुती देऊन यशाचे फलित मिळवायचे असे बाबूजींचे आयुष्य गेले.

स्वर आले दुरुनी
जुळल्या सगळ्या त्या आठवणी

बाबूजींची आणि माझी पहिली गाठ सुमारे मी नऊ किंवा दहा वर्षे वयाचा असताना पडली, त्यावेळी प्रभात फिल्म कंपनी अस्तित्वात होती. पुण्यातील एफ.टी.आय. येथे तो स्टुडिओ होता. मराठी चित्रपटांचे (बहुतांश) चित्रीकरण त्या स्टुडिओमध्ये

होत असे. त्याच वेळी गजगौरी नावाचा चित्रपट तयार होत होता. या चित्रपटात काही गाणी होती. त्या गाण्यांमधील एक किंवा दोन लाईन किंवा कोरस गाण्यासाठी नवोदित गायक आलेले होते. बाबूजी, म्हणजेच स्व. सुधीर फडके, स्वत: हार्मोनियमची साथ करीत होते. सभोवती गायक, गायिकांचे कोंडाळे होते. गजगौरी हा महाभारतातील कथानकावरील चित्रपट होता. त्यातील गीते शास्त्रीय संगीताला धरून होती. त्यामुळे तितक्या ताकदीचे गाणारे दर्दी हवे होते. त्यामुळे गायक शोधमोहीम अतिशय चोखंदळपणे होणे गरजेचे होते. आणि त्या पद्धतीनेच ही शोधमोहीम चालली होती. सूर आणि ताल यांचा योग्य मेळ घालून बाबूजींच्या मार्गदर्शनाखाली ही तालीम चालली होती. असा संगीतमय अतिशय प्रसन्न माहौल त्यावेळी तिथे होता. माझे वडील श्री. चंद्रकांत गोखले मला घेऊन स्टुडिओत गेले. एक कदाचित माहीत नसणारी गोष्ट उद्धृत करू इच्छितो. माझे वडील श्री. चंद्रकांत गोखले हे उत्तम शास्त्रीय गायक होते. त्यांचे या क्षेत्रातील दोन गुरू होते. १) स्व.मा. दिनानाथ मंगेशकर २) स्व. गणपतराव मोहिते (मा. अविनाश)– हे वय वर्षे १०० होऊन त्यांचे देहावसान झाले. एवढ्या मोठ्या दिग्गजांच्या तालमीत वडिलांनी संगीताचे धडे घेतले. संगीत क्षेत्रात माझे वडील माझे गुरू होते. ते शास्त्रीय संगीत गायचे. त्यावेळी आमची घरची परिस्थिती अत्यंत हालाखीची होती. पै-पै जमवून रोजचा दिवस घालविणे अशी बिकट परिस्थिती! पैसा मिळविणे ही गरज तर होतीच. तो मिळविण्यासाठी काय-काय दिव्यातून जावे लागे. ते दिवस आठवले तरी अंगावर शहारा येतो. तर, चित्रपट किंवा संगीत क्षेत्रात काही काम असेल तेथे जाऊन परीक्षा देणे, काम मिळते का पाहणे, त्यासाठी प्रयत्न करणे असे प्रयत्न चालायचे. जगात आलेला प्रत्येक जीव हा जगण्यासाठी धडपडत असतो. पण परमात्म्याने जन्माला घातले ते केवळ जन्माला घातले म्हणून जगायचे असा अर्थ नसतो. तर त्याने प्रत्येकासाठी काहीतरी भव्यदिव्य कार्य योजून पाठविलेले असते. योग्यवेळी त्याची जाण प्रत्येकाला होते. त्या क्षणाच्या संधीचा फायदा घेणे हे आपल्या हातात असते.

पोटापुरता पसा पाहिजे नको पिकाया पोळी
देणाराचे हात हजारो, दुबळी माझी झोळी

या प्रसंगी बाबूजींनीच संगीत दिलेल्या ओळी मला आठवल्या, म्हणजेच, तो विधाता प्रत्येकालाच भरपूर देण्यासाठी बसलेला असतो. पण अजाणतेपणी आपली झोळीच दुबळी होते. योग्य वेळी योग्य ते घडते; पेक्षा, तो घडवितो. कोरससाठी गाणे गावयास माझे वडील मलाही स्टुडिओत घेऊन गेले होते. गाण्यासाठी कोरस किंवा काही ओळी गायल्यावर रु. ५/- मिळत असत. बराच वेळ बाबूजी जमलेल्या सर्वांना

गाण्याविषयी सांगत होते. चाल देऊन गाणं संपत आलं. आणि माझे वडील पुढे येऊन बाबूजींना म्हणाले, ‘‘हा माझा मुलगा, शास्त्रीय संगीताचे धडे घेत आहे. मुद्दाम भेटायला आणले आहे.’’ बाबूजींनी लगेच गाण्यासाठी एक लाईन दिली. त्यांनी सांगितल्याप्रमाणे मी गाऊन दाखविली. आणि ऐकल्यावर ते खूप प्रभावित झाले. शाबासकी दिली, ‘स्वराला पक्का आहे,’ असे तोंड भरून कौतुक केले. गाण्यातील एक दोन ओळी गाण्याची संधी दिली. ही बाबूजींशी झालेली पहिली ओळख. अतिशय छान, प्रसन्न व्यक्तिमत्त्व. ही गोष्ट सुमारे ५५ ते ५७ वर्षांपूर्वीची. बाबूजी अतिशय (Innovative) शोध घेणारे होते. बाबूजींच्या चाली म्हणजे अतिशय सुरेल, स्वरांची ओळख पटवणाऱ्या. आताच्या पिढीपर्यंत देखील त्यांनी संगीत दिलेली गीतं तोंडात रेंगाळत आहेत. त्यांच्या बारीक-सारीक गोष्टींचे भागीदार, साक्षीदार! मला ते खूप सिनिअर होते. मोनेंनी मला निरोप पाठविला. ‘तू जरा येशील का? येथे थोड्याच वेळात बाबूजी येणार आहेत. ते येण्याचे आधी तू आलास तर बरे होईल.’ मी श्री. प्रभाकर मोनेंकडे गेलो. तेव्हा ते मला म्हणाले, ‘‘विक्रम, तुला माहीतच आहे. बाबूजी वीर सावरकर चित्रपट तयार करण्याच्या धावपळीत आहेत. आम्हीही त्यांचेबरोबर आहोत, पण एक मला सांगायचे आहे! ते खूप हटवादीपणा करताहेत, सावरकरांच्या आयुष्यातील बारीक-सारीक गोष्टी घेण्याचा त्यांचा आग्रह आहे. आणि हे प्रॅक्टिकली अवघड आहे. आम्ही हे हरतऱ्हेने त्यांच्याशी बोललो, पण ते ऐकायला तयार नाहीयेत. त्यांचे असे मत आहे की, सावरकरांवर त्यांचे जेवढे प्रेम आहे, तेवढे दुसऱ्या कोणाचेच नाही. सावरकर नावाचे गारुड मीच समजू शकतो. माझे मत आहे की, आम्ही त्यांना समजावून थकलो. तुझं ते कधी-कधी ऐकतात. तू बोलून बघ, कदाचित् ऐकतील!’’ मी ठीक आहे म्हणालो. आमचे बोलणे होत होते तोच बाबूजी आले. आम्ही तेथेच बसलो. बरीच चर्चा झाली, मी बाबूजींना म्हणालो, ‘‘बाबूजी तुम्ही असा हट्टीपणा करू नका, सावरकरांच्या आयुष्यातल्या बारीक-सारीक गोष्टी जर चित्रपटात दाखवायचे म्हटले तर २० तासांचा चित्रपट होईल.’ बोलता-बोलता त्यांचेकडूनच कळले की याबाबत अनेकजण बोलले आहेत. या प्रसंगातही श्री. प्रभाकर मोनेंनी मला बोलावले आहे हे त्यांना माहीत नव्हते. अचानक गाठ पडली असेच भासवले. वेगवेगळ्या पद्धतीने त्यांना समजावून सांगण्याचा प्रयत्न केला. तब्बल दोन तास या विषयावर चर्चा झाली, पण त्यांना पटविण्यात मलाही यश आले नाही. बाबूजी हे माझे श्रद्धास्थान होते, आहेत. त्यांना पटविण्यात मी अयशस्वी झालो तरीही त्यांना चित्रपटाच्या निर्मितीकरता माझेकडून काही मदत व्हावी म्हणून पार्ले येथे टिळक प्रांगणात हजारो लोकांना अपिल केलं. लोकांवर त्याचा काहीही परिणाम झाला

नाही. तेव्हा मी बाबूजींना म्हणालो ''जेवढ्या पोटतिडकीने तुम्ही त्यांच्यासाठी काम करता आहात, तरुण समाज तर जाऊ देत, बुजुर्गांनाही त्याची थोडीही फिकीर नाही. सावरकरांचे त्यांना संपूर्ण नावही माहीत नाही. त्यामुळे तुम्ही आता तरी हट्टीपणा सोडा.'' एवढे होऊनही नाही ऐकले त्यांनी. यानंतरची आमची भेट परत सावरकरांच्या चित्रपटाच्या चित्रीकरणाचे वेळी लंडनमध्ये झाली. त्याही वेळी सेटवर बाबूजी आणि श्री. प्रभाकर मोने यांचा वादच चालला होता. ते बाबूजींच्या तोंडावर सांगू शकत नव्हते. पण श्रीधर फडकेंनीही सांगितले की, बाबूजींना हर तऱ्हेने समजाविण्याचा प्रयत्न केला. सावरकरांचे समग्र आयुष्य चित्रपटांत दाखवायचे ही गोष्ट अतिशय अवघड आहे, त्यातील गोष्टींचा उल्लेख करणे शक्य आहे. पण बाबूजी हे समजूनच घेत नव्हते. शाब्दिक वाद होत होते. त्यांची दुर्दम्य इच्छा आणि हट्टीपणा या दोन्ही गोष्टी स्पष्ट होत होत्या. नंतर भारतात मुंबई दूरदर्शनवर माझी-त्यांची गाठ पडली. तेथेही मी परत एकदा त्यांना म्हणालो, 'बाबूजी, आता तरी हट्टीपणा सोडून द्या! तुमच्या वयाला झेपणार नाही.'' त्यावर ''सावरकर काय आहेत मला माहीत आहे.'' असं ते म्हणाले. सावरकर दैवत होते त्यांच्यासाठी! त्यावर कोणीच काही बोलू शकत नव्हते. त्यांचा हेतू वाईट नव्हता, परंतु प्रॅक्टिकली त्यांच्या म्हणण्याप्रमाणे असा चित्रपट तयार होणेही अवघड होते. त्यांचा पराकोटीचा हट्टीपणा, हेतू साध्य होण्यासाठी होणारा खर्च आणि कष्ट या दोन्ही गोष्टी आवाक्याबाहेरच्या होत्या.

एवढे सगळे असले तरी He was a very nice person. ३५ वर्षांपूर्वीचा दूरदर्शनवरचा त्यांचा प्लेबॅक मला आठवतो. त्यांचा स्वर, त्यांनी बांधलेली, गायलेली गाणी आजही तितक्याच आवडीने ऐकली जातात. अतिशय सहज, सुंदर व सुरेल चाली असत त्यांच्या गीतांच्या! ते 'इनोव्हेटीव्ह' होते— (शोध घेणारे) त्यांची सहज सुंदर व सुरेल चाली असणारी काही गाणी मला आठवतात.

१) धुंद येथ मी, स्वैर झोकितो, मद्याचे प्याले.

२) कधी बहर, कधी शिशिर, परंतु दोन्ही एक बहाणे.

३) अंतरीच्या गूढ गर्भी एकदा जे वाटले.

अशी कितीतरी गीते आहेत. असेच एकदा श्रीधरने गीताला दिलेली चाल ऐकली आणि एकदम तोंडून गेले. 'अगदी बाबूजींची आठवण झाली,' पण नंतर असे वाटले. असे म्हणण्याची चूक परत करणार नाही. कारण श्रीधरच्या स्वरावलीमध्ये बाबूजी दिसले, पण बाबूजींच्या चाली अतिशय, सहज, सोप्या, सुरेल असत. पण श्रीधरच्या चाली सुरेल तसेच अतिशय अवघड आहेत. हे **'ऋतू हिरवा, ऋतु बरवा'** हे गीत ऐकल्यावर त्याची उंची लक्षात आली.

आत्ता ह्या सर्व आठवणी इतक्या भराभर उलगडत गेल्या की, एखाद्या चित्रपटाचे रीळ उलगडावे. तो जमाना म्हणजे सुधीर फडके यांनी संगीत दिग्दर्शन दिलेली अनेक गीते यांचाच पण वर म्हटल्याप्रमाणे समीकरण पाहायचे असेल तर 'तोच चंद्रमा नभात, तीच चैत्र यामिनी' या गीताने त्याची पूर्तता होते. बाबूजींनी चाल दिलेले लोकप्रिय आणि मलाही आवडणार गीत म्हणजे

तोच चंद्रमा नभांत, तीच चैत्र यामिनी
एकांती मजसमीप तीच तूही कामिनी ।।धृ.।।

पहिल्या भेटीनंतर मधली अनेक वर्षे त्यांच्याशी गाठभेट झाली नाही. बराच काळ त्यांच्याशी अजिबात संपर्क नव्हता. नंतर जवळ-जवळ २५ ते ३० वर्षांनी मुंबईत दादरच्या घरात भेट झाली. आत्ता नक्की स्मरत नाही. बाबूजी की त्यांच्या पत्नी आजारी होत्या. पण त्यांना भेटण्यासाठी माझे वडील व मी गेलो. बाबूजींचे वागणे विलक्षण होते, कारण भेटायला येणाऱ्या-जाणाऱ्यांची अतिशय जाणीवपूर्वक व आस्थेने विचारपूस करीत होते. ते त्यानंतर त्यांचा माझा संपर्क १० ते १५ वर्षांनंतर एका सिनेमा कंपनीचे ऑफिस कार्यालयात आला. बाबूजी 'वीर सावरकर' हा चित्रपट तयार करण्याच्या धावपळीत होते. बाबूजींनी ह्या चित्रपटातील भूमिकेसाठी 'विक्रम, तू हवा आहे.' असा फोन केला होता. चित्रपटातील भूमिकेसाठी गोटा करावा लागेल. असा त्यांचा आग्रह होता आणि नेमकी तीच गोष्ट अवघड होती. कारण त्यावेळी अनेक ठिकाणी मी कंटीन्यूटीमध्ये गुंतलेला होतो. मग काय करायचे? त्याचेवर विचार करून तोडगा काढला गेला, की गोटा करण्यापेक्षा आपण तसा मेकप करून भूमिका साकारूयात. तसा प्रयत्न केला. परंतु तो मेकप केलेला लक्षात येत होता आणि त्यामुळे भूमिका देण्याचे नाईलाजाने नाकारावे लागले.

बाबूजींशी गाठीभेटी होत होत्याच, त्याआधीही श्री. श्रीधर फडके यांच्याशी मैत्रीपूर्ण संबंध प्रस्थापित झाले. वैचारिकता, वृत्ती, प्रवृत्ती आणि एकंदरीतच बऱ्याच गोष्टीत साधर्म्य– यामुळे त्यांची माझी मैत्री इतकी घट्ट झाली की, बऱ्याच वेळा संध्याकाळी दोघंही मोकळे असलो, की फोन करून श्रीधरच्या घरी भेटत असू. भरपूर गप्पा मारत असू. मग श्रीधर नवीन चाली लावलेली गीतं ऐकवी. चाली ऐकून त्याच्या स्वरांच्या ज्ञानाबद्दल काय बोलावे? श्रीधर आणि त्याची पत्नी सौ. चित्रा या दोघांशीही अतिशय जवळचे संबंध जुळले गेले. श्रीधरने गीतांना दिलेल्या चाली म्हणजे नव-नवीन निर्मितीच. जसे कुंभार चाकावर मातीला आकार देतो तसे.

फिरत्या चाकावरती देशी, मातीला आकार
विठ्ठला तू वेडा कुंभार ।।धृ।।

आणखी एक लहानपणीची, ६० वर्षांपूर्वीची आठवण, सांगावीशी वाटते. त्यावेळचे हे त्रिकूट किती दर्दी होते, या क्षेत्रातले की बोलता सोय नाही. पुण्यात शंकरशेठ रोडला डेक्कन स्टुडिओत एका चित्रपटाच्या शूटींगकरिता राजाभाऊ परांजपे, ग. दि. माडगूळकर, बाबूजी जमले होते. त्यांचे गप्पा, विनोद चालले होते. मी बाहेर बागडत होतो. चित्रपटासाठी गीत लिहावयाचे होते. चित्रपटातील प्रसंगाविषयी बोलणे चालले होते. त्यामुळे त्या प्रसंगाला कसे गीत हवे याचा ग. दि. मा. विचार करीत होते.

त्यामुळे ग. दि. मांनी त्यांच्या या दोघा सहकाऱ्यांना, सांगितले– ते समोरचे झाड, फर्लांगभर अंतरावर जाऊन येईपर्यंत– मी गीत लिहितो आणि खरोखरच त्यांचे तेवढ्या वेळात गीत लिहून झाले होते. ग.दि.मांची लेखणी, शब्द व प्रज्ञा हा अनोखा संगम होता. काही दिवसांनी या त्रिकूटात काही कारणावरून मतभेद झाले व तिघेही एकमेकांपासून दुरावले.

१९७३ मध्ये तयार होणाऱ्या चित्रपटाचे डिरेक्टर राजदत्त, प्रोड्यूसर नेमाडे आणि यातील भूमिका करणाऱ्या ग.दि.मा., सुलोचनाबाई, व्यंकटेश माडगूळकर, शांता जोग, इंदुमती पेंगणकर, शंकर पाटील, द. मा. मिरासदार आणि इतर हे सर्व किती भाग्यवान. कारण या चित्रपटाने चार प्रसिद्ध साहित्यिकांना नटाच्या रुपाने पडद्यावर आणलं. चित्रपटाचे नाव "वऱ्हाडी आणि वाजंत्री" अतिशय चांगला विनोदी चित्रपट ग.दि. मांनी लिहिला होता.

पुढे काही दिवसातच (अण्णा) म्हणजेच ग.दि.मा. यांचेबरोबर प्रवास करताना त्यांची मुलगी, जावई, मुलगा वगैरे नातेवाईक यांच्या गाडीला दुर्दैवी अपघात झाला व त्या अपघातात त्यांची मुलगी विधवा झाली. अण्णांना याचा एवढा मोठा धक्का बसला की विचारता सोय नाही. आभाळच कोसळले त्यांच्यावर. त्यांना सावरण्यासाठी, धीर देण्यासाठी जुन्या बॉम्बे-पूना रस्त्यावरील पंचवटी नावाच्या त्यांच्या बंगल्यात आम्ही, म्हणजे बाबूजी, राजाभाऊ, माझे वडील चंद्रकांत गोखले व मी गेलो. यावेळी बराच वेळ बाबूजींबरोबर होतो.

आणि अगदी शेवटी म्हणजे सावरकर स्मारकात शिवाजी पार्कजवळ त्यांच्या, म्हणजे बाबूजींच्या, अंत्यदर्शनासाठी मी गेलो होतो. माझ्या वयाच्या ९ ते १० व्या वर्षापासून ते बाबूजी जाईपर्यंत संपर्क होता. बाबूजी माझ्याकडे त्यांचा मोठा मुलगा या भावनेनेच पाहायचे. तसेच त्यांच्या -माझ्यात नाते होते. अनेक गायक आतापर्यंत मी पाहिले पण बाबूजींचे स्वर, उच्चार, त्यांचे संगीत संयोजन, विचार सुसंस्कृत होता तर स्वर अतिशय सोज्ज्वळ होता.

बाबूजींचे संगीतातील योगदान अवर्णनीय आहे. त्यांच्या आठवणी सांगताना मी त्या काळात जाऊन पोहोचलो. बाबूजी मला माझ्या वडिलांप्रमाणे होते. त्यांच्या नसण्याची कमतरता आजही खूप जाणवते आणि वाटून जाते.

एक वार पंखावरूनी, फिरो तुझा हात
शेवटचे घरटे माझे, तुझ्या अंगणात.

***

६. बाबूजींचा स्नेहबंध

– वसंत आजगावकर

एखाद्या व्यक्तीशी मैत्रीचे धागे जुळणं हाही एक योगायोग असतो. कधी काही कामानिमित्त किंवा अन्य कारणांनी पुन्हा पुन्हा भेट होऊनही एखाद्या व्यक्तीशी आपला स्नेह जुळून येत नाही. नुसतीच औपचारिक ओळख राहते. मात्र कधी एखाद्या व्यक्तीबरोबर साध्याशा कारणाने परिचय होतो आणि तो सहजपणे दाट स्नेहात कधी रूपांतरित होतो ते लक्षात येत नाही. विशेषत:, मोठ्या थोर व्यक्तिमत्त्वांच्या बाबतीत अशा साध्या परिचयातून दाट मैत्री निर्माण होणं तसं कठीणच असतं. पण विख्यात गायक व संगीतकार (कै.) सुधीर फडके तथा बाबूजी यांच्या व माझ्या स्नेहाच्या बाबतीत असं घडलं त्याला माझा काहीतरी भाग्ययोग कारणीभूत झाला असावा, असं वाटतं.

सुमारे १९६१ सालची ही गोष्ट आहे. मी त्यापूर्वी मुंबईला सरकारी नोकरीत होतो. डोंबिवलीहून रोज सकाळी ९ वाजता फास्ट लोकल पकडून मुंबईला जायचं आणि संध्याकाळी परत यायचं. या प्रवासात सकाळच्या गाडीला आम्हा चौदा-पंधरा मित्रांचा एक छान ग्रुप जमला होता. आम्ही सगळे एका विशिष्ट डब्यात दारांच्या मध्यभागी कोंडाळं करून उभे राहात असू आणि व्ही.टी. स्टेशन येईपर्यंत गप्पा चालायच्या. व्ही.टी.ला उतरल्यावर सगळ्यांनी स्टेशनच्या स्टॉलवर एकत्र कॉफी प्यायची आणि आपापल्या ऑफिसला जायचं असा क्रम. या ग्रुपमध्ये काही पत्रकार, काही लेखक, काही नाटकात काम करणारे हौशी नट, असे विविध क्षेत्रातले लोक होते. त्यामुळे गप्पांना तोटा नसे.

साधारण १९६१ च्या मार्च-एप्रिल मध्ये नायगाव (दादर पूर्व) इथल्या रंगमंदिर या ओपन एअर थिएटरमध्ये सुधीर फडके यांचा संपूर्ण गीतरामायणाचा कार्यक्रम लागला. मी त्या कार्यक्रमाचं चार दिवसांचं तिकिट काढून रोज रात्री ऐकायला जायचं ठरवलं होतं. आमच्या सकाळच्या ९च्या गाडीच्या ग्रुपमध्ये मी चार

दिवस कार्यक्रमाला जाणार असल्याचं सांगितलं. आमच्या ग्रुपमधले (कै.) वा. य. गाडगीळ हे एका वृत्तपत्रात नाट्य व चित्रपट समीक्षक म्हणून काम करीत. तेव्हा ते मला म्हणाले, 'अरे वसंता! तू जातोच आहेस तर मध्यंतरात सुधीर फडके यांची भेट घे आणि त्यांचा एक फोटो माझ्यासाठी घेऊन ये. मला तो मी लिहित असलेल्या एका लेखासाठी हवाय.' त्याच दिवशी कार्यक्रमाच्या मध्यांतरात मी सुधीर फडके यांना भेटायचा प्रयत्न केला. पण त्यांना भेटायला येणाऱ्या शेकडो रसिकांच्या गर्दीमुळे त्यांची व माझी भेट होऊ शकली नाही. कार्यक्रमाच्या तिसऱ्या दिवशी मध्यांतरात सुधीर फडके यांचे त्या काळातले श्री. घाणेकर नावाचे एक सेक्रेटरी होते, त्यांना भेटलो आणि बाबूजींच्या फोटोसाठी सांगितले. ते म्हणाले, "उद्या या. मी फोटो देईन." कार्यक्रमाच्या शेवटच्या दिवशी मी परत घाणेकरांना भेटलो. ते म्हणाले, "मला फोटो काही मिळू शकला नाही. आता तुम्ही बाबूजींनाच भेटा." त्यांनी माझी आणि बाबूजींची त्यांना भेटायला येणाऱ्या गर्दीतच भेट घडवली. मी म्हटलं, "वा. य. गाडगीळांना तुमचा एक फोटो तुमच्यावरच्या एका लेखासाठी हवाय." सुधीर फडके म्हणाले, "आता माझ्याकडे फोटो नाही. तुम्ही उद्या संध्याकाळी माझ्या घरी येऊन घेऊन जा." त्याक्षणी ते खूपच घाईत होते. मी घाणेकरांकडून बाबूजींचा घरचा पत्ता घेतला आणि दुसऱ्या दिवशी त्यांच्या घरी गेलो. मला पाहिल्यावर ते म्हणाले, "वा. यं. ना देण्यासारखा चांगला फोटो घरातल्या फोटोमध्ये मिळाला नाही. तुम्ही दोन दिवसांनी संध्याकाळी या. मोहन वाघांकडे माझे काही चांगले फोटो आहेत. त्यांच्याकडून मी मागवून घेतो." वा. य. गाडगीळांना रोज सकाळी घडलेला वृत्तांत कानावर घालीत होतोच. दोन दिवसांनी पुन्हा मी दादरला बाबूजींच्या घरी गेलो.

बाबूजी कुठल्यातरी चित्रपटासाठी गाण्याची चाल करीत होते. सोबत अण्णा जोशी तबल्याची साथ करीत होते. श्री. प्रभाकर जोग व्हायोलिनवर गाण्याचे सूर काढीत नोटेशन लिहीत होते. मला पाहून बाबूजींनी बसायला सांगितलं. त्यांचं काम संपेपर्यंत काही वेळ मी तिथेच ऐकत बसलो. काम आटोपल्यावर बाबूजी उठले. त्यांचा एक छोटा फोटो त्यांनी आणून ठेवला होता. तो मला दिला आणि म्हणाले, "तुम्हाला बऱ्याच खेपा पडल्या." अर्थात् माझी त्याबद्दल कसलीच तक्रार नव्हती. तेवढ्यात सर्वांसाठी घरातून चहा आला. चहा घेता घेता मला बाबूजींनी माझं नाव विचारलं. इतका वेळपर्यंत माझं नाव सांगण्याची वेळच आली नव्हती. वा. य. गाडगीळांचा निरोप्या म्हणूनच मी भेटत होतो. मी नाव सांगितलं. मी काय करतो याची त्यांनी चौकशी केली आणि मी गातो बितो का असंही विचारलं. मी थोड्या

संकोचाने होकार दिला. मला ते म्हणाले, ''एखादं गाणं म्हणा बरं!'' मी काही क्षण विचार केला. त्यापूर्वी 'जगाच्या पाठीवर' हा सुंदर चित्रपट साधारणपणे १९६० साली प्रकाशित झाला होता. त्यातली सारी गाणी गाजली होती. मी ती बहुतेक गाणी आमच्या छोट्या मोठ्या उत्सवातल्या कार्यक्रमातून गात असे. त्यांना श्रोत्यांचा प्रतिसादही खूप असे. तेव्हा त्या चित्रपटातलं **'एक धागा सुखाचा, शंभर धागे दुःखाचे'** हे गाणं मी म्हणायला सुरुवात केली. बाबूजींच्या समोर पेटी होतीच. पेटीवर त्यांनी ते गाणं वाजवायला सुरुवात केली. अण्णा जोशींनी तबल्यावर ठेका धरला. प्रभाकर जोगांनी व्हायोलिन हातात घेऊन ते गाणं वाजवायला सुरुवात केली. एकाच वेळी या श्रेष्ठ कलावंतांच्या उपस्थितीचं दडपण आणि अशा कालाकरांसमोर त्यांच्या साथीसह आपण गातोय् याचं भारलेपण अशा अवस्थेत मी ते गाणं संपूर्ण गायलो. गाणं संपल्यावर बाबूजी प्रसन्न हसले आणि म्हणाले, ''छान गाताय की! कुणाकडे शिकला?'' मी माझ्या गुरूंची आणि माझी थोडीशी माहिती दिली. मुंबई आकाशवाणीवर गात असतो, हेही थोडा धीर करून सांगितलं. बाबूजी पुन्हा हसले आणि म्हणाले, ''एवढं चांगलं गाताय् आणि असा संकोच का करताय?'' अण्णा जोशी आणि प्रभाकर जोग यांनीही 'सुरेख गायलात' असं म्हटलं आणि बाबूजींच्या म्हणण्याला दुजोरा दिला. त्यानंतर बाबूजी मला म्हणाले, ''परवा एका चित्रपटातलं माझं एक रेकॉर्डिंग आहे. तुम्ही त्यात कोरससाठी गायला याल का?'' माझ्या दृष्टीने तो एक चांगला योगच होता. मी तत्काळ हो म्हटलं. दुसऱ्या दिवशी संध्याकाळी रिहर्सल होती. त्यावेळी गेलो. बाबूजींनी आम्हा चार-पाच जणांना ते गाणं शिकवलं. त्यानंतर दुसऱ्या दिवशी रेकॉर्डिंगही व्यवस्थित पार पडलं. माझ्या दृष्टीने हा एक नवा अनुभवच नव्हे, तर एका नव्या क्षेत्राचं शिक्षणही होतं. त्यानंतर बाबूजी अधूनमधून त्यांच्या चित्रपटातील गीतांच्या रेकॉर्डिंगच्या वेळी समूहगानासाठी बोलवू लागले व मीही आवर्जून त्यात गाण्यासाठी जाऊ लागलो.

काही गाण्यांची नाव सांगायची म्हटलं तर

१. नसे राऊळी वा नसे मंदिरी।
 जिथे राबती हात तेथे हरी। – उमज पडेल तर, १९६०
२. ऊठ मराठ्या ऊठ– चिमण्यांची शाळा, १९६२
३. श्रमिक हो घ्या इथे विश्रांती – ते माझे घर, १९६३
४. गुरुविण कोण दाखविल वाट - गुरुकिल्ली, १९६६
५. अगा इट्टला – कार्तिकी, १९७४
६. शंभो शंकरा – थोरली जाऊ, १९८३

म्युझिक डॉयरेक्टर
अनिल विश्वास
समवेत.

बॅक सिंगर
मन कल्याणपुर
मवेत बाबूजी.

राम मराठे
समवेत.

संगीत क्षेत्रातील तीन दिग्गज सोबत.. अल्लारखां, सुधीर फडके व मन्नाडे.

सी.रामचंद्र सोबत एका कार्यक्रमात.

ही नावं वानगीदाखल आहेत. आणखी अशा बऱ्याच गीतांसाठी बाबूजींनी मला सहगायनासाठी बोलावले होते.

बाबूजींच्या स्नेहाबरोबरच त्यांचा माझ्या गाण्याबद्दलही किती विश्वास होता याचं एक आनंददायक प्रत्यंतर एकदा आलं. मी 'गीतमहाभारत' हा महाभारताच्या कथेवर आधारित कवी डॉ. वा. शं. देशपांडे यांनी लिहिलेला कार्यक्रम संगीतबद्ध करून त्याचा प्रथम प्रयोग दादरच्या शिवाजी मंदिर या नाट्यगृहात केला. बाबूजी या कार्यक्रमाला अध्यक्ष म्हणून उपस्थित होते. कार्यक्रम बाबूजींना अतिशय आवडला. मध्यांतरानंतर त्यांनी केलेल्या भाषणात हा कार्यक्रम भारतभर गाजेल अशा आशीर्वाद दिला. खूप चांगलं ऐकल्याचं समाधान झाल्याचं त्यांनी सांगितलं. त्यानंतर माझा गीतमहाभारताचा एक कार्यक्रम दादरच्या बालमोहन विद्यामंदिर मध्ये शिवाजीपार्कच्या एका मंडळातर्फे आयोजितही केला. यानंतर सुमारे महिन्याभराने बाबूजींचा गीत रामायणाचा एक कार्यक्रम घाटकोपरच्या जनसेवा मंडळाने ठरविला होता. कार्यक्रमाची तिकिटविक्री होऊन कार्यक्रम हाऊसफुल झाला होता. पण कार्यक्रमापूर्वी १०-१२ दिवस अगोदर बाबूजी काविळीने आजारी झाले आणि तो कार्यक्रम करणं त्यांना अशक्य झालं. बाबूजींनी मंडळाच्या पदाधिकाऱ्यांना बोलावून वस्तुस्थिती सांगितली. आता ऐनवेळी मंडळाला कार्यक्रम पुढे ढकलणंही शक्य नव्हतं. तेव्हा बाबूजी त्यांना म्हणाले, ''माझ्या कार्यक्रमाऐवजी त्याच तिकिटांवर तुम्ही वसंत आजगावकरांचा 'गीतमहाभारत' हा कार्यक्रम करा. तो गीतरामायणाइतकाच उत्तम होईल याची मी खात्री देतो.'' ते पदाधिकारी माझ्याकडे आले व ही हकीगत सांगितली. मी म्हणालो, ''मी कार्यक्रम अवश्य करीन पण तुम्ही एक बोर्ड लावून या बदलामुळे ज्यांना तिकिटे परत करायची असतील त्यांना पैसे परत दिले जातील असे जाहीर करा.'' त्यांनी तसे जाहीर केले. सुदैवाने कोणीही तिकिटे परत केली नाहीत. कार्यक्रम यशस्वीपणे पार पडला. कार्यक्रमाच्या यशस्वितेपेक्षा बाबूजींनी माझ्या गाण्यावर जो विश्वास दाखवला त्याचं मोल माझ्या दृष्टीने फार मोठं होतं.

त्यानंतर बाबूजींना शक्य नव्हतं तेव्हा त्यांनी माझ्या गीतमहाभारतसाठी सुद्धा बऱ्याच वेळा माझं नाव सुचवलं व मी ते कार्यक्रम केले.

त्या काळात सुधीर फडके यांचे गीतरामायणाचे कार्यक्रमही सतत होत असत. मुंबईत एखादा मोठा कार्यक्रम असेल किंवा संपूर्ण गीतरामायणाचा चार दिवसांचा कार्यक्रम असेल तेव्हा बाबूजी साथीला कोरस घेत असत. त्यात मी, जयवंत कुलकर्णी व अन्य एक-दोन पुरुष गायक, तसेच मोहन वाघांची पत्नी पद्मा वाघ इत्यादी दोन-तीन स्त्री गायिका असत. आमच्या गीतरामायणातल्या समूहगीतांच्या

रिहर्सल्स बाबूजी त्यांच्या घरी घेत. कोरस म्हणताना कसे म्हणायचे, उच्चार कसे हवेत इत्यादी ते समजावून सांगत व म्हणून दाखवत. बाबूजींच्या आवाजात जेव्हा HMV ने 'संपूर्ण गीतरामायणा'च्या कॅसेट व सीडीसाठी रेकॉर्डींग केले तेव्हासुद्धा त्यातील पुरुष गायकाच्या सहगायनासाठी बाबूजींनी माझा समावेश केला होता. हा खरंच त्यांचा मोठेपणा आहे. त्यामुळे गीत रामायणाकडे पाहण्याची एक दृष्टी मिळाली, ज्याचा मला माझ्या स्वतंत्र कार्यक्रमाच्या वेळी खूप उपयोग झाला. या साऱ्या निमित्तांनी बाबूजींकडे माझे वारंवार जाणे होऊ लागले आणि मला ते स्वत: व वहिनी आपल्या घरातलाच एक सदस्य आहे. अशा आपुलकीने वागवू लागले.

गाण्याचे कार्यक्रम आणि चित्रपटातील कामे या व्यतिरिक्त बाबूजी इतर अनेक सामाजिक कार्यात व्यग्र असत. ग्राहक पंचायतीची कामे, राष्ट्रीय संरक्षण निधीसाठी कार्यक्रम बसवणे, मोहन रानडे मुक्तिसमितीचे काम– अशा विविध कामांसाठी ते वेळ काढीत. त्यात वैयक्तिक लाभाची कसलीही अपेक्षा नसे. माझ्या शक्तीनुसार मीही त्यांच्या या कामात थोडा सहभागी झालो. किंबहुना त्यांनी सामील करून घेतलं. मोहन रानडे मुक्ति समितीसाठी निधी गोळा करणे, संरक्षण निधीच्या कार्यक्रमात सहभागी होणे अशी अल्पस्वल्प कामे मी त्या काळात केली. त्यातूनच एका लहानशा कामातून झालेल्या परिचयाचं रूपांतर एका घट्ट स्नेहबंधात झालं. अगदी आमच्या घरच्या लग्नकार्यात बाबूजी व ललितावहिनी यांनी हजेरी लावली, तसंच बाबूजींच्या घरच्या सर्व कार्यात मला आमंत्रण मिळे व मी आवर्जून जात राहिलो. अर्थात् हा स्नेहभाव टिकविण्याचं व वाढवण्याचं सारं श्रेय बाबूजी व ललितावहिनी यांनाच दिलं पाहिजे.

प्रत्येकाची अगत्यानं विचारपूस करण्याचा बाबूजी व ललितावहिनी यांचा स्वभावच होता. त्यामुळे केवळ रसिकांचचं नव्हे तर हितचिंतकांचं, स्नेहीमंडळींचं जाणंयेणं त्यांच्याकडे असे. कामासाठी किंवा कामाशिवायही येणाऱ्या स्नेहीजनांचा त्यांच्याकडे सतत राबता असे. एवढ्या मोठ्या माणसाला कामाशिवाय कसं भेटायला जायचं असा संकोच वाटू नये याची काळजी ती उभयता घेत.

सुमारे चाळीस वर्षे त्या दोघांचा स्नेह मला लाभला. त्यांच्या आपुलकीचा, प्रेमाचा खूप आधारही वाटे. आज त्या पूर्वीच्या, त्यांच्या सहवासाच्या, आठवणीसुद्धा मनाला आनंद, ताजेपणा देऊन जातात. असं निरपेक्ष प्रेम आताच्या जगात लाभणं हे माझं भाग्यच म्हणायला हवं.

***

७. बाबूजी– जीवनगाथा

–वसंत वाळुंजकर

भारतीय संस्कृतीत संगीताचा प्रभाव फार पुरातन काळापासून आहे. वेदकाळातही सामवेद हा संगीतप्रधान आहे. त्यानंतर कालांतराने संगीत या विषयावर खूप विचारमंथन झाले. संगीतशास्त्र निर्माण झाले. त्या आधीच्या काळात धृपद- धमार गायकीच प्रचलित होती. नंतर ख्याल गायकी सुरू होऊन निरनिराळी घराणी तयार झाली. प्रत्येक घराण्याची गायन पद्धती वैशिष्ट्यपूर्ण असे. ती आजपर्यंत प्रचारात आहे. किराणा घराणा, ग्वाल्हेर, अंत्रौली, जयपूर इत्यादी विविध घराण्यातील पद्मभूषण श्री. भीमसेन जोशी, पं. जसराज, किशोरी आमोणकर, पं. जितेंद्र अभिषेकी, पं. कुमार गंधर्व इत्यादी नामवंत गायकांनी शास्त्रीय संगीताची परंपरा चालू ठेवून संगीत हे जनमानसात रुजवले.

त्याचप्रमाणे नाट्यक्षेत्रातही अनेक सुधारणा होत गेल्या. गद्य नाट्यातून संगीत नाटकाकडे प्रेक्षक वळले. नाट्यसंगीताची मोहिनी जनतेवर पडली. भास्करबुवा बखले, बालगंधर्व, दीनानाथ, मा. लोंढे, छोटा गंधर्व यांसारख्या दिग्गजांच्या नाट्यसंगीताने रंगभूमी उजळून निघाली. बालगंधर्वांची गायकी तर इतकी संपन्न होती की त्या काळाला 'बालगंधर्व युग' असंच संबोधलं जायचं.

त्याच सुमाराला भावगीत गायन हा प्रकार समाजात रुळू लागला होता. जी. एन. जोशी, जे. एल. रानडे, बाबुराव गोखले ह्यांनी काव्यगायनाला सुरुवात केली होती. त्यानंतर श्री. गजाननराव वाटवे ह्यांनी भावगीत गायनाचे पर्व सुरू केले. पुण्यात चौकाचौकात होणाऱ्या भावगीत गायनाच्या कार्यक्रमाला श्रोत्यांची तुडुंब गर्दी असायची. त्याच सुमाराला सुगम संगीताच्या विश्वाच्या क्षितिजावर एक तारा लकाकू लागला होता. ह्याच ताऱ्याने पुढे मराठी, हिंदी चित्रपट संगीत आणि भावगीत संगीताचे आकाश व्यापून टाकले. ते प्रभावी व्यक्तिमत्त्व म्हणजेच लाखो मराठी श्रोत्यांना आपल्या सुमधुर चालींनी डोलायला लावणारे व भावपूर्ण गायनाने मंत्रमुग्ध

करणारे लाडके संगीतकार व गायक श्री. सुधीर फडके तथा बाबूजी.

श्री. सुधीर फडके यांचा जन्म २५ जुलै १९१९ रोजी कोल्हापूर येथे झाला. त्यांचं मूळ नाव रामचंद्र विनायक फडके. पण कालांतराने ते 'बाबूजी' या नावानेच ओळखले जाऊ लागले. बाबूजींचे वडील श्री. विनायकराव फडके हे कोल्हापूरचे प्रसिद्ध वकील म्हणून गणले जात. त्यांना कोल्हापुरातील लोक कौतुकाने 'कोल्हापूरचे टिळक' म्हणून मान देत. त्यांना संगीताची बरीच आवड होती व त्यामुळेच त्यांनी घरात बऱ्याच उत्तमोत्तम रेकॉर्डस् व ग्रामोफोन आणला होता. याचाच परिणाम लहान वयाच्या रामवर झाला तर नवल नाही. त्या काळात सुद्धा राम रेकॉर्डबरोबर गाणी म्हणून आत्मसात करायचा. त्यांचे मामा श्री. भालचंद्र पटवर्धन हे जमखिंडी संस्थानचे प्रमुख वैद्यकीय अधिकारी होते. ते पण संगीताचे शौकिन होते. त्या काळातील प्रसिद्ध गायक अब्दुल करीम खाँ, नारायणराव व्यास, विनायकबुवा पटवर्धन, वझे बुवा, बालगंधर्व, विनायकराव पाध्ये यांच्याशी त्यांच्या ओळखी होत्या. रामला असलेली गाण्याची आवड वडिलांच्या व मामाच्या लक्षात आली. डॉ. पटवर्धनांनी रामच्या वडिलांची परवानगी घेऊन रामला कोल्हापुरातील प्रसिद्ध संगीततज्ज्ञ श्री. वामनराव पाध्येबुवा यांच्याकडे नेले. पाध्येबुवा कोल्हापुरात गांधर्व संगीत विद्यालयाचे प्रमुख होते. रागदारी संगीतात ते ख्याल, ठुमरी, तराना वगैरे गायकीचे तंत्रशुद्ध शिक्षण देत. रागांच्या अनेक चिजा त्यांच्या संग्रही होत्या व त्या शिकविताना रागांचा विस्तार, आलाप, ताना विद्यार्थ्यांकडून घोटून घेण्यावर त्यांचा भर असे. त्यांचं समाधान होईपर्यंत एकच राग शिकवला जायचा. अशा शिस्तप्रिय गुरूकडे रामला शिकायला मिळाले. असा गुरू मिळणं फार भाग्याचं असतं. वयाच्या ७ व्या वर्षांपासून त्यांची संगीताची उपासना चालू झाली.

१९२८ सालात रामच्या आईचं निधन झाले. इतके दिवस घरात असलेल्या समृद्धीच्या सुखी जीवनाला अचानक तडा गेला. या घटनेचा रामच्या वडिलांवर फार मोठा आघात झाला. कोर्टात यशस्वी वकील म्हणून ख्याती असलेले विनायकराव फडके यांचं आता कोर्टाच्या कामात मन लागेना. हळूहळू व्यवसाय कमी होऊ लागला, मिळकत रोडावली व पुढेपुढे तर कुटुंबाचा योगक्षेम कसा चालवायचा असा प्रश्न उभा राहिला.

वर्षभर कशीतरी कालक्रमणा चालली होती. १९२९ मध्ये दिवाळीत राम जमखिंडीला आपल्या मामांकडे गेला होता. त्याच वेळी त्यांच्याकडे मुंबईहून डॉ. भाजेकर पण आले होते. त्यांनी त्यावेळी रामचे गाणे ऐकले, त्यांना ते फार आवडले. त्यांनी रामला विचारले, ''राम, मुंबईला येतोस का? तिथे तुझी शाळेची व संगीत

शिक्षणाची पण व्यवस्था करतो.'' शेवटी मामा व वडिलांची परवानगी घेऊन राम मुंबईला निघाला. जाण्यापूर्वी त्याने आपले गुरू श्री. पाध्येबुवा यांचा पण आशिर्वाद घेतला.

मुंबईला आल्यावर रामचे विद्यालयीन शिक्षणाबरोबर मुंबईतील महाराष्ट्र संगीत विद्यालयात संगीत अभ्यासाचे शिक्षण सुरू झाले. महाराष्ट्र संगीत विद्यालय हे पं. विष्णू दिगंबर पलुस्कर यांचे भाचे श्री. बाबुराव गोखले हे चालवत होते. या सालात रामने संगीताचा कसून अभ्यास केला व जेवढे ज्ञान मिळवता येईल तेवढे मिळवण्याचा प्रयत्न केला. त्याचे फळ त्यांना लगेचच मिळाले. १९२९ काळात मुंबईच्या सरस्वती संगीत विद्यालयातर्फे दरवर्षी होणाऱ्या संगीत स्पर्धेत भाग घेण्यासाठी राम फडके यांना पाठवण्यात आले. या स्पर्धेचे वैशिष्ट्य म्हणजे परीक्षक म्हणून किराणा घराण्याचे प्रख्यात गवई म. अब्दुल करीम खाँ साहेब होते. असल्या नामवंत व बुजुर्ग गायकासमोर ११-१२ वर्षांच्या रामला गाण्यासाठी नक्कीच दडपण आलेलं असणार. पण रामने अतिशय आत्मविश्वासाने मुलतानी रागातली चीज गायली. इतके सुरेल व शास्त्रशुद्ध गायन ऐकून स्पर्धेत एकच ख्याल म्हणण्याचा नियम असून सुद्धा खाँ साहेबांनी रामला दुसरा ख्याल ऐकविण्याचा आग्रह केला. रामनेही दुसरी चीज म्हटली. सभागृहात टाळ्यांचा प्रचंड कडकडाट झाला आणि रामला प्रथम क्रमांकाचे बक्षीस मिळाले. टाईम्स ऑफ इंडिया व प्रभात या दैनिकांतून रामच्या फोटोसह ती बातमी प्रसिद्ध झाली होती. योगायोगाने कोलंबिया रेकॉर्डिंग कंपनीचे श्री. निमकर स्पर्धा ऐकायला आले होते. ते त्या गायनाने एवढे प्रभावित झाले की, त्यांनी दुसऱ्या दिवशी श्री. बाबुराव गोखले यांच्याकडे जाऊन रामच्या गायनाची ध्वनिमुद्रिका काढण्याची इच्छा प्रदर्शित केली. पण 'राम लहान मुलगा आहे, अजून रियाज करू द्या.' या कारणाने परवानगी मिळाली नाही, परंतु रामच्या जीवनात तो प्रसंग सोनियाचा होता, हे निश्चित.

१९३४ साली आणखी एक दुर्दैवी घटना घडली. ज्यांच्या आश्रयाने व भरवशांवर राम मुंबईत राहत होता ते डॉ. भाजेकर कालवश झाले. एक आधार तुटला. पुढे काय करावे हे कळेनासे झाले. पुन्हा स्वगृही कोल्हापूरला जावे असे ठरविले. पण कोल्हापूरला आल्यावर असे दिसले की, घरच्या स्थितीत काहीच सुधारणा नाही. मोठा भाऊ नोकरीला लागला होता. पण त्याच्या तुटपुंज्या पगारात घरचा खर्च भागवणं अवघड होतं. आपणही घरखर्चाला हातभार लावावा या उद्देशाने तेथील श्रीकृष्ण हार्मोनियम क्लासचे श्री. न. ना. देशपांडे यांना बाबूजी भेटले. स्वत: देशपांडे गायक नव्हते. पण हार्मोनियम चांगले वाजवायचे व शिकवायचे. त्यांना

रामने सांगितले, "तुमच्या क्लासमध्ये मी शिकवू का? तुम्ही पेटी शिकवा, मी गाणं शिकवतो." अशा रीतीने दोघांनी मिळून ते संगीत विद्यालय चालू ठेवलं. या विद्यालयाचा रामला बराच फायदा झाला. त्या विद्यालयाचे 'श्रीकृष्ण मेळा' या नावाने उत्सवात कार्यक्रम होत असत. मुलांकडून गाणी बसवून घेण्याचं काम ओघानंच रामकडे आलं. चार लोकांच्या पुढे गाणं म्हणताना, सादर करताना व ते प्रभावी होण्यासाठी काय काय करावं हे मुलांना सांगतांना त्यांचे पण विचार पक्व होत होते. स्वतंत्ररीत्या गाण्यांना चाली बांधणे व त्यांचे गायन करणे हा अनुभव त्या मेळ्यांनीच दिला असावा. अन् याच काळात श्री. न. ना. देशपांडे यांनी राम फडके यांचे 'सुधीर फडके' असे नामकरण केले. तेच नाव नंतर बाबूजींनी चित्रपटासाठी व गायनासाठी यापुढे वापरले. तेच आजही प्रचलित आहे.

१९३६ साली बाबूजीचे वडील श्री. विनायकराव फडके यांचे निधन झाले. १९२८ साली मातृछत्र हरपले अन् आता पितृछत्रही लोपले. ते अगदी निराधार झाले. वडिलांच्या प्रेमळ हातांचा स्पर्श व कौतुकांच्या शब्दांना ते आता पारखे झाले. यापुढील खडतर आयुष्याची ही सुरुवात आहे याची त्यांना कल्पना आली.

पण या कठीण प्रसंगातही खचून न जाता बाबूजी जिद्दीने उभे राहिले. पुढे काय करायचे याचा निश्चिय त्यांनी मनात ठरविला. या काळात त्यांचे मित्र श्री. लक्ष्मण बेरळेकर व पुरुषोत्तम सोळांकूरकर ह्यांची फार मदत झाली. हे दोघेही पुढे उत्तम संगीत दिग्दर्शक म्हणून नावाजले. पुरुषोत्तम सोळांकूरकर हे एस. पुरुषोत्तम या नावाने पुढे आले. त्यांच्या चाली फार सुंदर असायच्या. या दोघांच्या बोलण्यात नेहमी बालगंधर्व व हिराबाई बडोदेकर यांचा उल्लेख यायचा. अन् जेव्हा हिराबाईंचे गाणे बाबूजींना ऐकायला मिळाले तेव्हा तर त्यांची गायकी किती श्रेष्ठ आहे याची त्यांना जाणीव झाली. मनोमनी त्यांना गुरूस्थानी मानले. कोल्हापूरला महाद्वार रोडला सेंट्रल हॉटेल होते. त्या हॉटेलमध्ये इतर पुष्कळ ग्रामोफोन रेकॉर्डस् लागायच्या. त्यात बालगंधर्व व हिराबाई यांच्या पण लागत. खिशात थोडे पैसे असले की बाबूजी हॉटेलमध्ये चहा घेत व मालकाला बालगंधर्व व हिराबाईंच्या रेकॉर्डस् लावायला सांगत. खूप मनसोक्त ऐकत. त्यांच्या गायकीचा, त्यांच्या हरकती, मुरकतींचा अभ्यास करीत. याबद्दल बाबूजी म्हणतात, "या दोघांच्या गाण्यातून मुरक्या, वजनदार ताना व गोडवा ऐकायला मिळतो. तो आत्मसात करायला प्रयत्नांची शिकस्त करावी लागेल." बालगंधर्वांचे गाणे पण त्यांनी खूप ऐकले. गंधर्व कंपनी १९३४ साली कोल्हापुरात आली होती. तेव्हा त्यांची नाटकं तर बघितलीच, गाणं पण ऐकलं. अंबाबाईच्या देवळात दर गुरुवारी बालगंधर्वांचा भजनाचा कार्यक्रम

असे. ती भजनं पण त्यांना ऐकायला मिळाली. बालगंधर्वांची सूर लावण्याची पद्धत, आड वळणाच्या ताना व शब्दांना दिलेलं महत्त्व यांचा परिणाम बाबूजीच्या मनात कोरला गेला. बाबूजीनी बालगंधर्व व हिराबाई यांची गायकी एकलव्याप्रमाणे जिद्दीने व अभ्यासपूर्वक साधना करून आत्मसात केली. त्यामुळेच असेल, की बाबूजींच्या चालीत व गायकीत बालगंधर्व व हिराबाईंची छाप पडलेली आढळते.

वडिलांच्या मृत्यूनंतर बाबूजींचा जीवनसंघर्ष तीव्रतेने सुरू झाला. पैसे मिळविण्यासाठी खूप वणवण करावी लागली. काही दिवस पुण्याला एका संगीत विद्यालयात शिक्षकाचे काम केले. पण तिथेही जम बसला नाही. मुंबईला काही सोय होईल म्हणून मुंबईला आले. एका मित्राने राष्ट्रीय स्वयंसेवक संघाबद्दल त्यांना बरेच काही सांगितले. जवळच्याच एका शाखेवरही त्यांना नेले. तेथील ध्वजवंदन व 'नमस्ते सदा वत्सले मातृभूमी' या प्राथेनेने त्यांना मोहिनी घातली. एक राष्ट्रीय प्रवृत्ती तयार झाली. रा. स्व. संघाचे प्रमुख डॉ. हेडगेवार यांची कार्यप्रणाली पाहून मनात एक आदराची भावना निर्माण झाली. यापुढे या संघटनेसाठी आत्मीयतेने काम करण्याचे त्यांनी मनोमनी ठरवले. मुंबईत त्यांना राहण्यासाठी जागा नव्हती. संघाचं काम करून त्या कार्यालयात त्यांची राहण्याची व्यवस्था झाली. रेडीओवर गाण्याचे कार्यक्रम मिळू लागले. नाटकासाठी पण काम करण्याची संधी मिळाली. पण त्यातून मिळालेले पैसे ते रा. स्व. संघासाठीच खर्च करू लागले. त्यामुळे खर्चासाठी पैसे पुरेनात. एखादा गाण्याचा क्लास सुरू करावा, असं मनात आलं. पण त्यासाठीही पैशाची गरज होती. मग मामा, वडील बंधूंना पत्र लिहून पैसे पाठविण्याची विनंती केली. त्यांनी पण १००-१०० रुपये पाठविले. पण संघाच्या कार्यालयाचे ३-४ महिन्याचे भाडे द्यायचे राहिले होते. संघाच्या पदाधिकाऱ्यांनी फडके यांच्याकडे मागितले आणि ते आठ दिवसांत परत करू असे आश्वासन दिले. बाबूजींनी पैसे दिले पण पदाधिकाऱ्यांनी आश्वासन पाळले नाही. याचा परिणाम विपरीत झाला. संगीत क्लास तर उघडलाच नाही पण मामा व भावांच्या मनात किल्मिष आले की बाबूजीनी पैसे तसेच उडविले. त्यांनी बाबूजींना समज दिली की या पुढे आपले संबंध संपले. रा.स्व.संघाच्या पदाधिकाऱ्यांनी पण हे प्रकरण अंगाशी शेकू नये म्हणून बाबूजींना कार्यालयात राहण्याची मनाई केली. त्यांचे सामानही बाहेर फेकले. बाबूजी उघड्यावर आले. त्यानंतर बाबूजी दोन-तीन महिने फूटपाथवर राहिले. फार कठीण दिवस आले.

पैशाची काहीच सोय नव्हती. वेळप्रसंगी उपाशी राहून दिवस कंठावे लागले. त्याकाळात त्यांचे दिवसभराचे निवास्थान म्हणजे चर्नीरोडची बाग. तिथे त्यांना जुना मित्र गाडगीळ भेटला. पण दोघेही तसे कंगालच. दोन दिवस पोटात काहीच गेलं

नव्हतं. खूप भूक लागली होती. निदान चहा तरी पोटात जावा ही दोघांची इच्छा. गाडगीळने माधव घाटेकडे गेलो तर आपल्याला नक्की चहा मिळेल असं सुचवलं. माधव घाटे राहत होता माटुंग्याला. आता माटुंगा सात-आठ मैलाच्या अंतरावर. जायचं कसं? शेवटी ट्रमने फुकट प्रवास केला. तरी सहा मैल प्रवास पायीच चालत करावा लागला. एका चहाच्या कपासाठी केव्हढी पायपीट. पण ती केली. तिथे गेल्यावर मात्र माधव घाटेने प्रेमाने चौकशी केली. चहा पाजला. चहा व गप्पा झाल्यावर परत चालत ते दोघे गिरगावात परतले. अशी दिवसभर वणवण करून रात्री एखाद्या दुकानाच्या बाहेरच्या फळीवर चक्क झोपायचे. अंथरायला पांघरायला काही नाही. सकाळी उठल्यावर सँडहर्स्ट रोड पुलावर सार्वजनिक शौचालयात विधी उरकत, तर कधी गिरगावातल्या सार्वजनिक नळावर पहाटे अंधारातच अंगावरील कपड्यासकट आंघोळ करायचे. तेच ओले कपडे घट्ट पिळायचे व पुन्हा अंगावर चढवायचे. अंगावरच ते वाळायचे. इतक्या कठीण परिस्थितीत ते दिवस काढत असतानाच त्यांच्या एका मित्राच्या मनात कणव निर्माण झाली व बाबूजींना ते आपल्या घरी घेऊन गेले. त्यांचं नाव श्री. वैद्यकुमार रायकर होते. पण ते तरी काय करू शकणार होते, कारण त्यांची आर्थिक स्थिती यथातथाच होती. त्यांच्या जागेत संगीत वर्ग सुरू केले, पण तेही नीट चालेनात. चहाचा धंदा करून बघितला. भाजी विकण्याचे पण प्रयत्न केले. पण जम बसेना. कष्ट जास्त व मिळकत नगण्य. खाण्यापिण्याची आबाळ. याचा व्हायचा तो परिणाम झालाच. अशक्तपणा वाढला, ताप येऊ लागला. डॉक्टरांच्या तपासणीत क्षयरोगाची प्रथमावस्था असल्याचे कळले. रायकरांनी बाबूजीना ताबडतोब मुंबई सोडून कोरड्या हवेत जाण्याचा सल्ला दिला, तो मानून बाबूजी १ सप्टेंबर १९३९ ला मुंबईच्या बाहेर पडले.

त्यानंतर बाबूजी ठिकठिकाणी कार्यक्रम करून थोडेफार पैसे मिळवू लागले. नासिक, मालेगाव, अंमळनेर, धुळे करत करत त्यांनी मध्यप्रदेश, बिहार, कलकत्ता, दिल्ली, राजस्थान, पंजाब अशा अनेक प्रदेशात भ्रमंती केली. निरनिराळ्या प्रातांची लोकगीते, लोकसंगीत याचा अभ्यास करणे शक्य झाले. याच दौऱ्यामध्ये त्यांचा गया येथे मंदिरात गायनाचा कार्यक्रम झाला. तो कार्यक्रम तेथील पुजाऱ्याला एवढा आवडला की त्याने देवाच्या गळ्यातील हार काढून बाबूजीच्या गळ्यात घातला, केवढे भाग्यवंत! बाबूजींचे डोळे आनंदाश्रूंनी भिजले. दुसऱ्या दिवशी महाराष्ट्र मंडळात कार्यक्रम झाला. कार्यक्रम छान झाला. रात्री विश्रांती घेऊन सकाळी प्रस्थान करायचे. पण नियतीच्या मनात दुसरेच होते. सकाळी उठवेनाच. अंगात ताप फणफणला होता. महाराष्ट्र मंडळाच्या व्यवस्थापकांनी २-३ दिवस राहून ताप

उतरल्यावर जाण्याचे सुचवले. पण त्याच वेळी मोगलसराई येथे राहणारे रेल्वेत गार्डचे काम करणारे श्री. भागवत तेथे आले. त्यांनी बाबूजीचे दोन्ही कार्यक्रम ऐकले होते. त्यांनी आग्रहाने बाबूजींना मोगलसराईला त्यांच्या घरी नेले. रेल्वेचा प्रवास फर्स्टक्लासने झाला, आयुष्यात प्रथमच. श्री. भागवतांनी बाबूजीना पूर्ण विश्रांतीचा सल्ला दिला. बाहेर कोठेही जायचे नाही अशी ताकीद दिली. त्यांच्यासमोर एका ग्रामोफोन व बऱ्याचश्या रेकॉर्डस् ठेवल्या व त्या ऐकत बसा म्हणून सांगितले. ती एक पर्वणीच होती. कुंदनलाल सैगल, काननबाला, के.सी.डे, पंकज मलिक इत्यादी त्यावेळी लोकप्रियतेच्या आघाडीवर असलेल्या गायकांच्या अनेक रेकॉर्डस् त्यात होत्या. त्या रेकॉर्डस् बाबूजींनी मनसोक्त ऐकल्या. कुंदनलाल सैगलची एक एक रेकॉर्ड २०-२५वेळा ऐकली. त्यांच्या गाण्याबद्दल प्रेम निर्माण झाले. त्यांच्या शब्दांचा उच्चार व गाण्यातील भाव गळ्यातून कसा व्यक्त करावा याचा अभ्यास करायला मिळाला. बालगंधर्व व हिराबाई बडोदेकर यांना गुरूस्थानी मानून एकलव्य-द्रोणाचार्य पद्धतीची गुरू-शिष्य परंपरा बाबूजीना अनुसरावी लागली, त्याचप्रमाणे सैगलचे गाणेही त्यांनी आदर्शवत मानून आपल्या गाण्यावर त्याचे संस्कार घडविले. याचा प्रत्यय पुढे आला. बाबूजी निर्मित मराठी चित्रपट **'हा माझा मार्ग एकला'** या चित्रपटात स्वत:च्या आवाजात व संगीत दिग्दर्शनात 'हा माझा मार्ग एकला' हे बाबूजींनी गायिलेले गीत सैगलच्या गायन पद्धतीची आठवण करून देणारे आहे. या चित्रपटाला १९६३-६४ साली महाराष्ट्र राज्याचे उत्कृष्ट चित्रपटाचे पारितोषिक मिळाले. याच दौऱ्यामध्ये बाबूजींना गाण्याचा एक चांगला योग आला. पूर्वीच्या काळी मध्यप्रदेश व ओरिसा या राज्यांच्या सीमेवर रायगड नावाचे संस्थान होते. त्याचा राजा संगीताचा फार शौकीन होता. स्वत: तबला पण वाजवायचा. बाबूजींना त्या राजासमोर गाण्याचा योग आला. त्या रात्री राजाने गाणे ऐकले. पण तेवढ्याने त्याचे समाधान झाले नाही म्हणून दुसऱ्या दिवशी पण गाण्याचा कार्यक्रम ठेवला. राजा एवढा खूश झाला की त्याने बाबूजीना शंभर रुपये दिले आणि तेही सुरती नाण्यात! त्याकाळी शंभर रुपये म्हणजे खूप मोठी रक्कम वाटायची. असल्या प्रोत्साहाने बाबूजींचा उत्साह केवढा वाढला असेल!

या परिभ्रमणाचा बाबूजींनी आपलं संगीत समृद्ध करण्यासाठी खूप उपयोग करून घेतला. अनेक व्यक्ती, कलाकार त्यांना भेटले. भले बुरे अनुभव आले. ह्या दौऱ्याच्या शेवटी ते कलकत्ता येथे आले. कलकत्त्यातच स्थायिक होण्याच्या विचारात ते होते. कलकत्त्याच्या 'दि इंडिया रेकॉर्डिंग कंपनी'त त्यांना नोकरीही मिळाली. काही शिकवण्या पण मिळाल्या आणि एक दिवस अचानक त्यांच्या कोल्हापूरच्या भावाची

प्रकृती बिघडल्याची वार्ता त्यांना मिळाली. भावाच्या प्रेमापोटी ते तातडीने कलकत्ता सोडून कोल्हापूरला निघाले. घरी पोहोचेपर्यंत भावाची प्रकृती सुधारू लागली होती. आपल्या परिवारापासून बरेच दिवस दूर राहत असल्याने त्यांनी कोल्हापूरला काही दिवस मुक्काम केला. या एवढ्या आपत्तीतही त्यांचे कुटुंबीयांबद्दलचे प्रेम अजिबात कमी झाले नव्हते, त्यामुळे कोल्हापूरचे हे वास्तव्य त्यांना बराच आनंद देऊन गेले. कलकत्त्याला ते परत जात असतानाच वाटेत त्यांना पुन्हा तापाने गाठले. नाईलाजाने त्यांना परत कोल्हापूरला यावे लागले. पूर्वस्थितीवर येण्यासाठी बराच काळ गेला. तिकडे कलकत्त्याच्या रेकॉर्डिंग कंपनीने त्यांची बरीच दिवसाची गैरहजेरी पाहून त्यांना नोकरीवरून कमी करून टाकले. त्यामुळे परत कलकत्त्याला जाण्याचे कारणच उरले नाही. ती एक इष्टापत्तीच ठरली.

असे म्हणतात की, दैव एकीकडचे दार बंद करताना दुसरे दार उघडून ठेवते. बाबूजींचेही अगदी असेच झाले. त्याकाळात 'हिज मास्टर्स व्हाईस' ही रेकॉर्डींग कंपनी आपले सर्व अधिकारी, तंत्रज्ञ व उपकरणे घेऊन ठिकठिकाणी जात असे व तेथील प्रतिभावान कलाकारांना गाठून त्यांचे गाणे रेकॉर्ड करीत असे. श्री. माधव पातकर यांच्याकडे श्री. वसंतराव कामेरकर, श्री. मडगावकर सर्व साथीदारांसह कोल्हापूरला तळ ठोकून होते. माधव पातकर व सप्रे यांनी मिळून एक ग्रुप तयार केला होता. 'शाहीर सप्रे-पातकर आणि मंडळी' या नावाने ते शाहिरी कार्यक्रम सादर करीत. एच.एम.व्ही. ने त्यांच्या रेकॉर्डस् काढल्या होत्या व त्याचा खपही चांगला होता. श्री. माधव पातकर एक दिवस बाबूजींकडे आले व म्हणाले, ''ही एक छान कविता आहे, याला चाल लावून देशील का? पण फार वेळ नाहीये. ताबडतोब पाहिजे.'' त्यावेळी लोकगीतांबरोबरच दर्यागीत हा प्रकार पण नुकताच लोकप्रिय होऊ लागला होता व पातकरांनी आणलेले गीत हे दर्यागीतच होतं. बाबूजींनी गीत वाचलं. **''दर्यावरी नाच करी होडी चाले कशी भिरीभिरी''** हे गीत होतं. बाबूजींनी त्याला चाल लावली आणि पातकरांना शिकवू लागले. पण छे! शाहिरी गाणी म्हणणाऱ्या पातकरांना ते गाणं, त्यातले बारकावे व लकबी अजिबात जमेनात. शेवटी पातकर बाबूजींना घेऊन घरी गेले. तिथे पिराजी सरनाईक, अली हैदर, ग.दि.माडगूळकर, मडगावकर, कामेरकर वगैरे मंडळी वाट पाहात बसली होती. गदिमांची कवी म्हणून बाबूजींशी ओळख करून देण्यात आली. **''दर्यावरी नाच करी होडी चाले कशी भिरीभिरी''** हे गाणं त्यांनीच लिहिलं होतं. कामेरकरांनी बाबूजींना ते गाणं गायला सांगितलं. ते इतकं प्रभावी झालं की कामेरकरांनी ते गाणं बाबूजींच्याच आवाजात रेकॉर्ड करण्याचे ठरवले. या गाण्याच्या ध्वनिमुद्रिकेच्या

दुसऱ्या बाजूला पण दर्यागीतच हवे होते. तिथल्या तिथे गदिमांनी नवीन गीत रचले **"दूर रे किनारा सागरी पिसाटला वारा"** हे ते गीत. ही दोन्ही गीतं बाबूजींच्या आवाजात ध्वनिमुद्रित झाली. त्यावेळी बाबूजींना झालेला आनंद काय वर्णावा? त्यांची पहिलीच ध्वनिमुद्रिका! एच.एम.व्ही. ने बाबूजींच्या प्रतिभेचा व कलेचा बराच उपयोग त्या सत्रात करून घेतला. म्हणजे चाल बसवणं, पेटीची साथ करणं, कलाकरांच्याकडून गाणं बसवून घेणं वगैरे अन् तेही अल्प मोबदल्यात. गदिमांना गीताचे मानधन ५ रुपये, वादकाला ८ रुपये, तर वरील सर्व कामे करण्यासाठी बाबूजींना फक्त २ रुपये मिळायचे. पण बाबूजींच्या जीवनातील तो काळच असा उमेदवारीचा होता की जेवढी संधी मिळेल ती घ्यायची, एवढंच! अगदी कुरकुर न करता.

त्यावेळी १९४३ साली कोल्हापूरला-साहित्य संमेलन भरलं होतं. त्यात करमणुकीच्या कार्यक्रमाचे अध्यक्ष प्रख्यात हार्मोनियमवादक गोविंदराव टेंबे हे होते. राम गबाले, शंकरराव घोरपडे, मधु कुलकर्णी या बाबूजीच्या मित्रांनी सुधीर फडके यांचे गाणे करमणुकीच्या कर्यक्रमात व्हावे अशी अध्यक्षांना विनंती केली. बाबूजी त्या साहित्य संमेलनात गायले. **'दर्यावरी नाच करी'** व **'झिमझिम झिमझिम पाऊस पडतो'** ही दोन गीते गाऊन त्यांनी कार्यक्रम इतका रंगवला की प्रेक्षकांकडून त्यांनी अजून गावे अशी मागणी आली. त्यामुळे सुधीर फडके व ग. दि. माडगूळकर या जोडीचे नाव सर्वत्र दुमदुमले.

हे सर्व असले तरी बस्तान अजून नीट बसत नव्हते. दोन-तीन महिन्यांनी एच.एम.व्ही.ची मंडळी पुढच्या सत्रासाठी पुन्हा कोल्हापुरात आली. यावेळी ते पातकरांच्या माडीवर उतरले नाहीत तर त्यांनी ऐसपैस जागा भाड्याने घेऊन सर्व व्यवस्था थाटात केली होती. यावेळी दरमहा चाळीस रुपये पगार देऊन त्यांनी सुधीर फडके यांना 'संगीत दिग्दर्शक' या पदावर बसविले. त्यांना एवढे पण सांगितले की, हे सत्र संपले की तुम्हाला आम्ही मुंबईला नेणार. या आश्वासनामुळे बाबूजी एकदम खूश झाले. अंधकारमय आयुष्यात त्यांना प्रकाशाची एक तिरीप दिसू लागली. त्या आनंदात त्यांनी हलकीसलकी कामे करण्यास मागेपुढे बघितले नाही. पण कसचं काय? सत्र संपले तरी बाबूजी कोल्हापूरातच! त्यांनी मग पुन्हा संघाचे काम करण्यास सुरुवात केली. संघाचे प्रचारक म्हणून काम करण्याचे त्यांच्यावर सोपवून त्यांना धुळे जिल्ह्याचे काम दिले. धुळ्याला जाताना त्यांनी मुंबईत भावाकडे मुक्काम केला– सहज म्हणून ते एच्. एम्. व्ही. कंपनीत गेले तर तिथे त्यांचे चांगले स्वागत झाले. कामेरकर म्हणाले की, "बरं झालं, तुम्ही आलात ते. रूपजी तुम्हाला बोलावून

घ्यायचं म्हणतच होते.'' त्याचं कारण म्हणजे कंपनीचा व्यवसाय. कोल्हापूरला बाबूजींच्या रेकॉर्ड झालेल्या गाण्यांचा भरपूर खप झाला होता. ती गाणी बरीच लोकप्रिय झला होती. पण संघ प्रचाराची जबाबदारी स्वीकारलेल्या बाबूजींना एच.एम.व्ही. ने दिलेली नोकरी लगेच पत्करणे शक्य नव्हते. त्यांनी वेळ मागून घेतला आणि धुळ्याला प्रचारकाच्या कामाला सुरुवात गेली. काही महिने त्यांनी चांगलं काम केलं. पण मुंबईच्या भावाच्या नोकरीचा प्रश्न उद्भवल्यामुळे त्यांना धुळे सोडावे लागले. ते मुंबईला आले आणि एच.एम.व्ही.त रुजू झाले.

एच.एम.व्ही.त ते साधारणत: दोन एक वर्षं काम करीत होते. त्या काळात त्यांच्या संगीत दिग्दर्शनाखाली बरीच गाणी ध्वनिमुद्रित झाली. त्यावेळचीच एक कथा आहे. एच.एम.व्ही.चे वसंतराव कामेरकरांनी बाबूजीना सांगितले की, हिराबाई बडोदेकरांची दोन गाणी ध्वनिमुद्रित करायची आहेत. ज्यांना बाबूजींनी गुरूस्थानी मानलं होतं, ज्यांचं संगीत बाबूजींनी मन लावून ऐकलं होतं, त्या हिराबाईंची आणि बाबूजींची प्रत्यक्ष गाठ आत्तापर्यंत पडलेलीच नव्हती. कामेरकर बाबूजींना हिराबाईंकडे घेऊन गेले व त्यांची ओळख करून दिली की, ''हे सुधीर फडके; एच.एम.व्ही.चे संगीत दिग्दर्शक. यांनी काही गीतांना चाली दिलेल्या आहेत त्या ऐका. तुम्हाला आवडल्या तर रेकॉर्डिंग करू.'' बाबूजींनी दोन्ही गाणी त्यांना ऐकवली आणि ती त्यांना आवडली, कारण हिराबाईंच्या पठडी व गायकीला अनुसरूनच त्यांनी चाली बांधलेल्या होत्या. त्या चाली हिराबाईंना शिकवतांना बाबूजींच्या एक गोष्ट लक्षात आली की, इतकी ज्येष्ठ व श्रेष्ठ दर्जाची गायिका असूनही आपला मोठेपणा न दाखवता बाबूजींनी सांगितलेल्या बारीक-सारीक जागा, ताना, पलट्या वगैरे त्यांच्या मनास येईपर्यंत न कंटाळता घेण्याचा त्या प्रयत्न करीत होत्या. बाबूजीनी सांगितलेली चाल, मुरक्या त्या नोटेशन लिहून, पाठ करून, त्याची प्रॅक्टीस करून मग दुसऱ्या दिवशी काटेकोरपणे ऐकवायच्या. हिराबाईंच्या आवाजात जी दोन गाणी रेकॉर्ड झाली ती म्हणजे **''नंदलाला नाच रे नाच रे ब्रिजलाला''** व **''विनवीत शबरी रघुराया.''** पुढे ही गाणी इतकी लोकप्रिय झाली की, हिराबाईंच्या शास्त्रीय संगीत मैफलीत प्रेक्षकांकडून ही गाणी गाण्यासाठी आग्रह होई. या गोष्टीवरून एवढंच जाणवतं की, काळाचा महिमा अगाध आहे. जे कधी स्वप्नातही होईलसं वाटलं नव्हतं ते प्रत्यक्षात घडलं. गुरूस्थानी मानलेल्या हिराबाई व बालगंधर्व यांच्या समोर बसून शिष्याने गाण्याची तालीम घ्यायची, गाणं शिकायचं अशी प्रतिमा सर्वसाधारण मनास रूचू शकेल. पण गुरू आपल्या शिष्यासमोर बसून त्याने शिकवलेले गाणे आपल्या गळ्यात उतरवू पाहतोय असं कल्पनेलाही पटणारं नाही, पण वास्तवात

श्रीधर सोबत पद्यांवर गाण्यांचा रियाज करताना बाबूजी.

अनेक सन्मान चिन्हे व ट्रॉफी समवेत एक आनंदी मुद्रा.

गाण्याच्या रेकॉर्डींग प्रसंगी आशा भोसले, जयवंत कुळकर्णी व सुधीर फडके.

राजा परांजपे,
गदिमा व
सुधीर फडके
समवेत.

मन्नाडे, स्वरसाम्राज्ञी
लता मंगेशकर
समवेत बाबुजी व
श्रीधर फडके.

जीवलग मित्र
गजाननराव वाटवे
आणि नाना आपटे

स्वा.वीर सावरकर आणि त्यांच्या कुटुंबासमवेत बाबूजी व गदिमा.

पंतप्रधान अटलबिहारी वाजपेयी सोबत

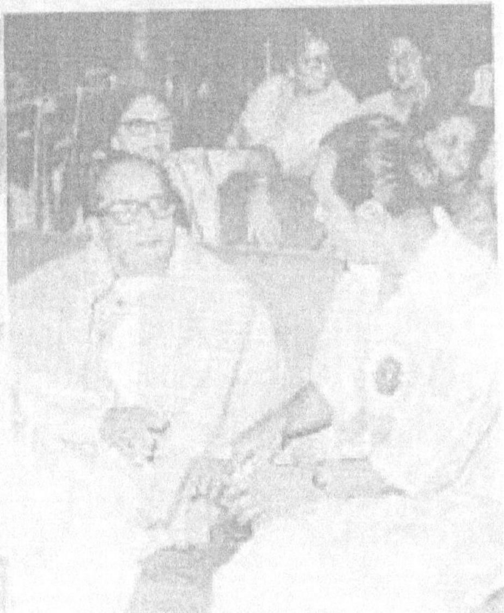

पंडीत नरेंद्र शर्मा सोबत चर्चा करताना

विविध मुद्रा.

तसंच घडलं हे मात्र खरं! बालगंधर्वांच्या बाबतीतही असेच घडले. मात्र जेव्हा बाबूजी चित्रपटसृष्टीत उतरले तेव्हा! तो भाग पुढे येईलच.

एच.एम.व्ही.त संगीत दिग्दर्शक म्हणून असताना अनेक प्रचलित गायक व नवोदित गायक यांच्या आवाजात बाबूजींनी बरीच भावगीते व भक्तिगीते यांच्या रेकॉर्डस् काढल्या. त्यात वासंती, पद्मा पाटणकर (पुढे त्या सौ. माडगूळकर झाल्या), शांता हुबळीकर, सरस्वती राणे, श्यामाबाई, सुमन हेमाडी, जे.एल.रानडे, गोविंद कुरवाळीकर, माणिक दादरकर हे प्रमुख गायक होते. त्यांची गाणी त्या काळात बरीच लोकप्रिय झाली होती.

१९४५-४६ सालापर्यंत बाबूजींची संगीत क्षेत्रात बरीच वाटचाल झाली. मग एके दिवशी प्रभात कंपनीत दामले- फत्तेलाल यांच्याशी त्यांची भेट झाली. प्रभात फिल्म कंपनी त्यावेळी हिंदी चित्रपट 'गोकुल'च्या तयारीत होती. संगीत दिग्दर्शनासाठी बाबूजींच्या नावाची तारीफ झाली होती. बाबूजींसारख्या वामनमूर्ती व साध्याभोळ्या गरीब माणसाकडून ही कामगिरी कशी पार पडणार याबद्दल निर्माते व चित्रपट दिग्दर्शक यांच्या मनात संदेहच होता. पण त्यांच्या परीक्षेत ते सहीसलामत पास झाले व संगीत दिग्दर्शकाचे काम मिळाले. मग त्यांनी एच.एम.व्ही.चे काम सोडले. गोकुल चित्रपटातील गाणी बरीच गाजली. त्यानंतर 'रुक्मिणी स्वयंवर', 'आगे बढो', 'सीता स्वयंवर', 'संत जनाबाई' इत्यादी चित्रपटांनी बाबूजीचे चित्रपटसृष्टीतील स्थान पक्के झाले. त्यानंतर मराठी चित्रपटांची कामे पण खूप आली. 'जिवाचा सखा', 'सीता स्वयंवर', 'वंदे मातरम्', 'माया बाजार', 'पुढचं पाऊल' 'जशास तसे', 'विठ्ठल रखुमाई', 'लाखाची गोष्ट', 'वहिनींच्या बांगड्या, 'ऊन पाऊस', 'गंगेत घोडं न्हालं', 'जगाच्या पाठीवर', 'प्रपंच', 'हा माझा मार्ग एकला', 'आम्ही जातो आमुच्या गावा', 'एकटी', 'धाकटी बहीण', 'मुंबईचा जावई' असे अनेक चित्रपट गाजले व त्यांतील गाणी खूपच लोकप्रिय झाली.

१९५१ मध्ये बाबूजींनी निर्मित केलेला चित्रपट 'विठ्ठल रखुमाई' या चित्रपटाच्या जुळवाजुळवीत तुकारामाची भूमिका बालगंधर्वांना द्यावी असं ठरलं, बालगंधर्व पण तयार झाले. बालगंधर्व काम करणार तर गाणीही त्यांच्याच आवाजात हवीत. बालगंधर्वांना बाबूजी गुरूस्थानी मानत. बालगंधर्वांची गायकी बाबूजींनी आत्मसात केलेली होतीच. त्यामुळे त्याच्या आवाजाला व पद्धतीला योग्य अशा चाली बाबूजींनी अभंगांना बांधल्या. बालगंधर्वांनी पण त्या चाली आपला मोठेपणा विसरून बाबूजी सांगतील त्याप्रमाणे गायल्या. माणसाचा मोठेपणा या प्रसंगातून जाणवतो, जो आपल्या श्रेष्ठतेची जाणीव दुसऱ्याला न देता लहानाकडूनही नम्रतेने

शिकून घेतो. बाबूजींना बालगंधर्वांच्या आवाजात आपल्या चाली ऐकल्यावर धन्य धन्य वाटले असेल.

या चित्रपटांच्या कारकिर्दीत बाबूजींचे अनेक मान्यवरांशी संबंध आले. पु.ल. देशपांडे, राजा परांजपे, ग. दि. माडगूळकर, राम गबाले, कमलाकर तोरणे, राजा ठाकूर, राजदत्त, अनंत माने, दत्ता धर्माधिकारी, दिनकर द. पाटील, शांताराम आठवले अशी कितीतरी नावे घेता येतील. पण राजा परांजपे, ग. दि. माडगूळकर व सुधीर फडके ही त्रयी अतिशय यशस्वी ठरली.

ललिता देऊळकर ही त्या काळातील नावाजालेली गायिका! हिंदी चित्रपटांत निरनिराळ्या संगीत दिग्दर्शकांबरोबर काम केलेली मनस्वी मुलगी. तिचा आवाज चांगला होता व तयारीही छान होती. मुख्यत: कोणतेही गाणे मनापासून गाण्यासाठी व त्यासाठी कितीही कष्ट घेण्याची तयारी होती. १९४६ मध्ये बाबूजींनी संगीत दिलेल्या हिंदी व मराठी चित्रपट 'रुक्मिणी स्वयंवर' मध्ये त्यांना गायला संधी मिळाली. त्या चित्रपटाचं संगीत सुधीर फडके व स्नेहल भाटकर या दोघांनी केलं होतं. पण त्यानंतर बाबूजींच्या अनेक हिंदी व मराठी चित्रपटात त्यांनी पार्श्वगायन केले. त्यांच्या त्यावेळी गाजलेल्या गाण्यांत **''चांदण्यात चालू दे मंद नाव नाविका'', ''का असा गेलास तू ना बोलता ना सांगता'', ''चला सख्यांनो हलक्या हाते नखानखावर रंग भरा'' (माया बाजार), ''रंगू बाजारला जाते हो गाऊ द्या'', ''वाट पाहून डोळं थकलं रं'', ''थंडगार सुटली हवा'', ''पावणं येवढं ऐका'' (वंशाचा दिवा), ''सरली प्रीती सरली नाती'' (प्रतापगड), ''मिटून घेतले नेत्र तरी ते'' (उमज पडेल तर), ''हो गड्या हुश्शार'' (माझी आई), ''मी तर प्रेम दिवाणी'' (सुवासिनी)** अशी कितीतरी गाणी होती. दोन-तीन वर्षे बाबूजींच्या स्वरांच्या सहवासात राहून त्या सहवासाचं प्रेमात व पुढे प्रेमाचं रूपांतर लग्नात झालं. १९४९ च्या मे महिन्यात २९ तारखेला ललिता देऊळकर, ललिता फडके झाल्या. आणि सर्वांत मजेची गोष्ट म्हणजे त्यांच्या लग्नात मंगलाष्टकं कोणी म्हणावीत, तर महम्मद रफीने! लग्नानंतर ललिताबाईंनी इतर संगीत दिग्दर्शकांकडे गाणं सोडलं. फक्त बाबूजींच्या काही चित्रपटातच त्या गायल्या. स्वरसहधर्मचारिणीचे व्रत मात्र त्यानंतर त्या पाळत राहिल्या. आज त्या दोघांचा मुलगा श्रीधर हा पण संगीताचा वारसा चालवतोय. उत्तम गायक व संगीत दिग्दर्शक म्हणून त्याने नाव कमावले आहे. त्याच्या उत्कृष्ट चालीचा व संगीत दिग्दर्शनाचा नमुना म्हणून 'ओंकार स्वरूपा'' व **'फिटे अंधाराचे जाळे'** या ध्वनिफितींचा उल्लेख करता येईल. इथे पुन्हा एक नवा अनुभव आहे. गीतरामायणात जसं लव-कुश रामचरित्र प्रत्यक्ष

श्रीरामाच्या– म्हणजे आपल्या पित्याच्यासमोर गातात तसं 'लक्ष्मीची पाऊले' या चित्रपटात श्रीधर फडकेंच्या संगीत दिग्दर्शनाखाली सुधीर फडके व आशा भोसले यांनी एक गीत गायले आहे. 'फिटे अंधाराचे जाळे' हेच ते गाणे! पुत्राने पित्याला गाणं शिकवताना दोघांच्या काय प्रतिक्रिया असतील? पण श्रीधर चाल सांगत असताना आपले पिता-पुत्राचे नाते विसरून बाबूजींनी श्रीधरच्या मनासारख्या गाण्यातील जागा व बारकावे येण्यासाठी प्रयत्न केले. हा कलाकार म्हणून त्यांचा केवढा मोठेपणा!

माणिक दादरकर यांची बाबूजींशी ओळख प्रभातमध्ये १९४६ साली झाली. त्यावेळी बाबूजी 'गोकुळ' चित्रपटाचे संगीत करीत होते. त्यांच्याकडे वादक म्हणून काम करणारे श्री. उंबळ यांनी माणिकबाईंच्या गाण्याबद्दल शिफारस केली. माणिकबाई चाचणीसाठी बाबूजींकडे आल्या. 'काहीतरी म्हणून दाखव' असं बाबूजींनी सुचवताच अतिशय दडपणाखाली माणिकबाईंनी दोन गाणी म्हटली. हिराबाईंचं **'उपवनी गात कोकिळा'** व सरस्वती राणे यांचं **'घनश्याम नयनी आला, सखे मी काजळ घालू कशाला.'** हे गाणं ऐकत असताना बाबूजी मनातल्या मनात हसत होते, कारण ती चाल त्यांचीच होती! पण माणिकबाईंना कुठे माहीत होतं ते! बाबूजींना मात्र माणिकाबाईंचं गाणं आवडलं. त्यांनी माणिकबाईंना 'गोकुळ'मध्ये गायची संधी तर दिलीच पण पुढेही बऱ्याच चित्रपटात त्यांचा आवाज बाबूजींनी वापरला. काही उत्तमोत्तम भावगीते व भक्तिगीते बाबूजींच्या चालीत माणिकबाई गायल्या. **'गळ्याची शपथ तुला जिवलगा'**, **'गोकुळचा राजा माझा'**, **'सावळाच रंग तुझा'**, **'वाजवी पावा गोविंद'**, **'बहरला पारिजात दारी'** अशी कितीतरी गीते लोकप्रियतेच्या शिखरावर आहेत. अजून ती अवीट आहेत.

बाबूजींच्या चित्रपटात पार्श्वगायन करण्यासाठी लता मंगेशकर व आशा भोसले यांचा फारच मोठा सहभाग होता. लतादीदींनी बाबूजींनी संगीत दिलेल्या बऱ्याच हिंदी चित्रपटात आपला आवाज दिला आहे. 'संत जनाबाई', 'मालती माधव', 'मुरलीवाला', 'पहली तारीख', 'रत्नघर', 'सजनी', 'गोकुलका चोर', 'भाभीकी चुडियाँ' अशा कितीतरी चित्रपटात पार्श्वगायन केलेलं आहे. यापैकी **'बाँध प्रीती फुलडोर'** हे गाणं बाबूजींनी बांधलेल्या अतिशय गोड चालीत व लतादीदींच्या स्वर्गीय आवाजात इतकं गोड वाटतं की गाणं संपल्यावर देखील बराच वेळ त्याची धुंदी राहते. **'भाभीकी चुडियाँ'**तील **'लौ लगाती गीत गाती'** हे बाबूजींच्या आवडत्या यमन रागातलं गीत व **'ज्योति कलश छलके'** ही दोन्ही गीते अमर आहेत. त्यामानाने मराठी चित्रपटात लतादीदी बाबूजींच्या संगीत दिग्दर्शनाखाली फारशा गायल्या नाहीत. 'माय बहिणी', 'महाराणी येसूबाई', 'शेवग्याच्या शेंगा',

'माझं घर माझी माणसं' इत्यादी मोजक्याच सिनेमात त्यांची गाणी आहेत. याचे मुख्य कारण म्हणजे त्या हिंदी चित्रपटासाठी गाण्यात फारच व्यस्त होत्या. त्यामानाने आशा भोसले यांनी मराठी चित्रपट संगीत खूपच उज्ज्वल केले. आशाबाई बाबूजींकडे येण्यापूर्वी गात होत्या पण त्यांचं नाव मात्र बाबूजींच्या चित्रपटात गायल्यामुळे जास्त प्रसिद्ध झालं. जवळजवळ बाबूजींच्या साठ चित्रपटात त्यांनी पार्श्वगायन केले व त्यांनी गायलेली गाणी १९५ ते २०० होती. त्यातील बहुतेक गाणी गाजली; त्यांची यादी देणं फार मोठं काम होईल. आशाबाई बाबूजींना सुगम संगीतातले गुरूच मानीत आणि म्हणत, ''बाबूजींनी सांगितलेली चाल प्रत्यक्षात म्हणताना जाणवायचं की बाबूजींच्या मनासारखं काही आपल्याला जमत नाही. बाबूजींचे शब्दोच्चार व बारीक आवाजातील फिरत हे बाबूजींकडून वारंवार घोटून घ्यावे लागे. एखाद्या गाण्याला दोन-चार दिवससुद्धा लागत. बाबूजींनी पण आशाताईंबद्दल प्रशंसोद्गार काढले आहेत. ते म्हणतात, ''आशा भोसलेंचा आवाज तिने मेहनतीने कमावलेला आहे व त्याचा उपयोग करताना बुद्धीचा वापर केल्याने तो अधिक खुलतो. मुख्य म्हणजे गाण्याकरिता जिवापाड कष्ट घेण्यास त्या न कंटाळता केव्हाही तयार असतात.''

पुणे आकाशवाणीवर त्यावेळी १९५३ पासूनच श्री. सीताकांत लाड हे अतिशय कल्पक व उत्साही अधिकारी होती. श्री. ग. दि. माडगूळकर यांच्याशी त्यांची १९४३ पासूनची मैत्री- अगदी अरे-तुरेची! दीर्घ मुदतीची एखादी कलाकृती रेडिओवर सादर करण्याची कल्पना त्यांच्या मनात घोळत होती. विषय मिळत नव्हता. अण्णा माडगूळकर यांच्या बरोबर फिरायला जात असता त्यांचा सल्ला घेतला. १९५५ च्या फेब्रुवारीत रामायण कथा संगीत रूपाने करण्याचे ठरले. १ एप्रिल १९५५ ला राम नवमी होती. ग. दि. माडगूळकर यांचं काव्य व सुधीर फडके यांचं संगीत असा एक दीर्घ मुदतीचा अभिनव कार्यक्रम 'गीत रामायण' या नावाने करण्याचे ठरवले. १९५५ च्या रामनवमीला शुक्रवार होता. सकाळी ८-४५ वाजता बाबूजींच्या आवाजात **'स्वये श्री रामप्रभू ऐकती, कुश लव रामायण गाती'** हे पहिले गीत सादर झाले. गीतरामायण कार्यक्रम रेडिओवर शुक्रवार, शनिवार व रविवार असा तीन दिवस लागायचा. लोक अतिशय उत्साहाने ती गीतं ऐकायचे. काही भाविक लोक तर रेडिओला हार घालून, उदबत्ती लावून श्रद्धेने गीत ऐकण्यात तल्लीन व्हायचे. शनिवारच्या केसरीत ते गीत प्रसिद्ध व्हायचे. त्यामुळे त्या गीताचे बोल पुढे ठेवून गाणं ऐकलं जायचं, चाल मनात ठसवली जायची. अगदी थोड्याच अवधीत हे गीतरामायण लोकांच्या मनात रुजलं. रामायणातील प्रत्येक व्यक्तिमत्त्वासाठी योग्य आवाजाचा गायक निवडणं, त्यांच्याकडून ते गाणं बसवून घेणं, वादकाकडून

त्यातील तालाच्या व संगीताच्या तुकड्यांची तालीम करून घेणं अगदी थोडक्या वेळात बाबूजींना करावे लागे. कारण ग.दि माडगूळकर बऱ्याच वेळी गीत अगदी वेळेवर आणून द्यायचे. बाबूजींची फार धांदल व्हायची. या सर्व कामात बाबूजींना प्रभाकर जोग व अण्णा जोशी यांची खूप मदत व्हायची. अण्णा जोशी प्रख्यात तबला वादक व प्रभाकर जोग हे व्हायोलिन वादक. प्रभाकर जोग यांचं एक वैशिष्ट्य असं होतं की त्यांचं स्वरलिपी लिहिण्याचं ज्ञान उच्च कोटीतलं होतं. बाबूजींनी एखादी ओळ म्हटली की त्यांच्याबरोबरच जोगांचं नोटेशन तयार व्हायचं. असला मदतनीस मिळणं हे फार क्वचितच! त्या रेडिओच्या कार्यक्रमात बाबूजींनी अनेक प्रसिद्ध व नवोदित कलाकारांना संधी दिली. सीतेची गाणी माणिक वर्मा यांना दिली तर रामाची गाणी बाबूजींनी गायली. गजाननराव वाटवे, बबनराव नावडीकर, वसंतराव देशपांडे, मालती पांडे, ललिता फडके, कुमुदिनी पेडणेकर, सुरेश हळदणकर, राम फाटक, इनामदार इत्यादी अनेक प्रथितयश गायक गीतरामायण गायले. शेवटचं सीतेचं गीत **'मज सांग लक्ष्मणा जाऊ कुठे'** हे गीत लता मंगेशकर यांनी अप्रतिम म्हटलं आहे. असा एकूण ५६ गीतांचा अद्वितीय कार्यक्रम प्रथम रेडिओवर सादर झाला. त्यानंतर बाबूजींनी त्याचे वैयक्तिक कार्यक्रम सुरू केले. एकदिवसीय कार्यक्रमात बाबूजी निवडक चौदा गीतं गायचे व चार दिवसांच्या कार्यक्रमात पूर्ण ५६ गीतांचा उत्सव होत असे. त्यानंतर एच.एम.व्ही.ने त्याच्या १० भागात एल.पी. व ऑडिओ कॅसेट काढल्या व सध्या त्याच्या सी.डी. सुद्धा उपलब्ध आहेत. गीत रामायणाच्या चाली व बाबूजींचे शब्द उच्चार व गदिमांची शब्दरचना यामुळे गीत रामायण हा एक आदर्श असा नमुना आहे. गीत रामायणाच्या निमिर्तीला जेव्हा २५ वर्षे झाली तेव्हा रौप्यमहोत्सवी वर्ष म्हणून एक आठवडा 'गीतरामायण' हा कार्यक्रम पुण्यात आयोजित केला. त्या कार्यक्रमाचे वैशिष्ट्य असे होते की, दररोज कार्यक्रमाचा पहिला भाग इतर भाषेतील गीत रामायण वेगवेगळ्या कलाकारांमार्फत सादर व्हायचा व विश्रांतीनंतर बाबूजी मराठी गीतरामायण सादर करीत. यात संस्कृत, कानडी, गुजराथी, हिंदी, तेलगु बंगाली, मल्याळम, इंग्रजी, आसामी वगैरे भाषांतून गीत रामायण सादर झाले. त्याचे गायक अनुक्रमे- मालती पांडे व कमला केतकर, उपेंद्र भट, कुमुद भागवत, हंसराज ठाकूर, वसंत आजगावकर, धोंडु शास्त्री व श्यामला सत्यनारायण राव, कमला भागवत, मनोहर जोशी, उरसेकर, विजय जोगदंड हे होते. त्या कार्यक्रमाला श्रोत्यांचा चांगला प्रतिसाद मिळाला.

गीत रामायणाच्या सुरेल गायनांबद्दल द्वारका पीठाचे शंकराचार्य यांनी बाबूजींना 'स्वरश्री' अशी पदवी देऊन गौरविले. ३ ऑक्टोबर १९५७ रोजी भारत सरकारच्या

माहिती व नभोवाणी तर्फे गीत रामायणाची पहिली आवृत्ती प्रसिद्ध झाली. सुगम संगीताचा अभ्यास करणाऱ्यांसाठी गीत रामायण हे एक विद्यापीठ आहे असं समजायला हरकत नाही.

बाबूजींचे संगीत जीवन असं नेत्रदीपक होतं तसे त्यांचं राष्ट्रप्रेमही जाज्वल्य होते. हा अंगार त्यांच्या मनात लहानपणापासूनच पेटवलेला होता. १९३१ साली बाबूजींचे वडील त्यांना सावरकरांच्याकडे घेऊन गेले. सावरकरांना त्यांनी काही गाणी ऐकवली. सावकरांना ती खूप आवडली. लहानग्या बाबूजींना त्यांनी शाबासकी दिली. त्याचे कौतुक करण्यासाठी तात्यारावांनी 'मला काय त्याचे' किंवा 'मोपल्याचे बंड' या ब्रिटिश सरकारने बंदी घातलेले स्वत:चे पुस्तक बाबूजींना भेट म्हणून दिले. बाबूजींना ते पुस्तक समग्र वाचले. अन् त्या साहित्याची एवढी गोडी लागली की सावरकरांची सर्व पुस्तके त्यांनी झपाटल्यासारखी वाचून काढली. सावरकर या व्यक्तीविषयी व त्यांच्या विचारांनी बाबूजींचे सर्व आयुष्य व्यापून टाकले. सावरकरांची विचारसरणी राष्ट्रीय स्वयंसेवक संघाच्या विचारप्रणालीशी मिळती जुळती असल्याने त्या संस्थेचे प्रचार कार्य करण्याचा निर्णय त्यावेळचाच! भारत स्वतंत्र होऊन ६ वर्षे झाली तरी भारताचा काही भाग अजून पोर्तुगीजांच्या ताब्यातच होता. तो भागही स्वतंत्र करून भारतात सामील करण्यासाठी आझाद गोमांतक दलाची स्थापना झाली होती. त्यात बाबूजींच्या बरोबर राजाभाऊ वाकणकर, नाना काजरेकर, प्रभाकर सिनारी, करंबेळकर, जनाप्पा कामत, बिंदुमाधव जोशी अन् बाबासाहेब पुरंदरे हे सर्व होते. पोर्तुगीजांच्या ताब्यात पावणे दोनशे वर्षे असलेला दादरा-नगर हवेली व सिल्व्हासा हा भाग सशस्त्र हल्ला करून जिंकायचा ही महत्त्वाकांक्षा बाबूजींच्या मनात होती. सरकारकडून या गोष्टीचा कधीच पाठपुरवठा करण्यात आला नाही म्हणून या बंडखोरांना पुढाकार घेऊन हे काम करावे लागले. हा लढा लढायचा तर त्यासाठी पैशाचे पाठबळ आवश्यक होते. बाबूजींनी लता मंगेशकरांचा कार्यक्रम करण्याचा प्रस्ताव मांडला. लतादिदींनी पण लगेच होकार दिला. पुण्याच्या हिराबागेच्या पटांगणावर लता मंगेशकर यांचा गाण्याचा कार्यक्रम झाला. रसिकांनी फारच उत्तम असा प्रतिसाद दिला व त्या कार्यक्रमाच्यायोगे मिळालेल्या उत्पन्नाचा विनियोग लढ्यासाठी लागणाऱ्या शस्त्रे व दारूगोळा यासाठी करण्यात आला. २ ऑगस्ट १९५४ ची सकाळची वेळ. धो-धो पाऊस कोसळत होता. नगर हवेलीच्या सीमेवर एका भल्या मोठ्या घराच्या प्रशस्त ओसरीवर शंभर एक तरुण बसलेले होते. सर्व क्रांतिकारक पोर्तुगीज हद्दीत घुसण्यासाठी आतुर झालेले होते. पुढे कोणी काय काय करायचे याचा विचार चाललेला होता, रणनीती ठरविली जात होती. तेवढ्यात पँट मॅनिलावर रेनकोट

चढविलेले सव्वापाच फूट उंचीचे सुधीर फडके हातात व्हायोलिनची पेटी घेऊन लगबगीने आले. ही व्हायोलिनची पेटी त्यांनी प्रभाकर जोग यांची आणली होती. बाबासाहेब पुरंदरे यांनी हसतच विचारले, ''बाबूजी, या नाजूक वाद्याचा इथे रणांगणावर काय पाड?'' बाबूजींनी झटकन ती पेटी उघडून दाखविली आणि म्हणाले, ''या वाद्याचा आवाज वेगळाच आहे. या वाद्यापुढे कुणाचाच पाड लागत नाही, समजलं.'' त्या पेटीमध्ये व्हायोलिन नव्हतं तर घडी घातलेली एक लाईट मशीनगन होती. त्यानंतर ११७ जणांचे ते सैन्य नगर हवेलीवर तुटून पडण्यासाठी सज्ज झालं. धो-धो पावसांत पिपरिया नावाची नदी पोहून पार करावी लागली. काही स्फोटक साहित्य, हॅन्डग्रेनेडस् या सामानासह शेती व झाडाझुडुपातून लपत छपत ती क्रांतिकारक मंडळी पोर्तुगीजांच्या सरकारी हवेलीच्या हद्दीत आली. अन् हर हर महादेव असा जल्लोष करीत फिरंग्यांवर तुटून पडली. फिरंगी शिपायांच्या किंकाळ्यांनी कल्लोळ उडाला. हवेली ताब्यात घेतली, वंदे मातरम्च्या जोशपूर्ण स्वरात पोर्तुगीजांचा झेंडा उतरवून भारताचा राष्ट्रध्वज तिथे फडकला. या विजयोन्मादात सर्वांबरोबर बाबूजी पण अक्षरश: न्हाले. त्यानंतर पोर्तुगीजांच्या अटकेमध्ये असलेले भारतीय क्रांतीवीर श्री. मोहन रानडे व डॉ. मस्कारान्हेस यांच्या सुटकेसाठी अविश्रांत परिश्रम बाबूजींनी केले. वीर मोहन रानडे मुक्ति समिती व डॉ. मस्कारान्हेस मुक्ति समिती अश समित्या स्थापन केल्या. मोहन रानडे यांच्या सुटकेसाठी त्यांना इंग्लंडला जावे लागले. तेथे पण समिती स्थापून त्याचे निमंत्रक ब्रॉकवेल यांच्या मदतीने पोप व फ्रान्स, अमेरिकेच्या पाठिंब्याने पोर्तुगाल सरकारवर दडपण आणलं. डॉ. मस्कारान्हेस यांच्या मुक्तिसाठी तर ॲम्नेस्टी इंटरनॅशनलशी संपर्क साधला. शेवटी दोघांची सुटका झाली. त्या दोघांचे अनेक ठिकाणी मुक्ततेनंतर सत्कार समारंभ साजरे झाले. राष्ट्राकरता काही न करता नेतेपदाच्या व सत्तेच्या खुर्चीवर बसणारे व राष्ट्रसेवा करून, हालअपेष्टा भोगून ना नेतेपणाची, ना सत्तेची हाव असणारे बाबूजी यांच्यात फार मोठा फरक होता.

त्यांच्या मनात धगधगत असलेली सावरकर निष्ठा बाबूजींना गप्प बसू देणारी नव्हती. राष्ट्रपुरुष सावरकर यांचे निस्सीम भक्त म्हणून व त्यांचे तेजस्वी विचार, राष्ट्रकार्य, देशाकरिता त्यांनी भोगलेले कष्ट हे सर्व लोकांसमोर यावं, त्यातल्यात्यात नव्या पिढीला या महान व्यक्तिमत्त्वाची ओळख व्हावी, की ज्यामुळे त्यांच्या मनातही राष्ट्रभक्तीची भावना निर्माण व्हावी या उद्देशाने बाबूजींनी 'वीर सावरकर प्रतिष्ठान' या नावाची संस्था निर्माण करून एक अतिशय भव्य व अनेक भाषांत सावरकरांचे जीवन चरित्र साक्षात दाखविणारा असा चित्रपट काढण्याचे

ठरविले. या प्रकल्पासाठी पैसा उभा करणे जरूरीचे होते, म्हणून अनेक ठिकाणी सार्वजनिक कार्यक्रम, गीतरामायणाच्या कार्यक्रमातून मिळालेले मानधन, तसेच रसिकांकडून मिळालेल्या देणग्या इत्यादी सर्व पैसे सावरकर प्रतिष्ठानच्या चित्रपट निर्मितीसाठी वापरण्यात आले होते. 'वीर सावरकर' हा चित्रपट सर्व दृष्टीने उत्कृष्टच व्हायला पाहिजे यासाठी बाबूजी फार आग्रही होते. त्यावेळच्या नामांकित कलाकारांचा संच जमवून चित्रपटाच्या चित्रीकरणाला सुरुवात झाली. सावरकरांच्या अस्मितेला कुठेही धक्का लागू नये, तसेच त्यांच्याबद्दल प्रेक्षकांच्या मनात कुठेही विपरीत विचार डोकावू नयेत याबद्दल बाबूजी ठाम होते. त्यामुळे चित्रपटाच्या प्रत्येक शॉटबद्दल बाबूजी झटून विचार करीत व काही न्यून दिसले तर ताबडतोब त्यात सुधारणा करीत किंवा बदल करीत. त्यांच्या या कडक धोरणामुळे चित्रपटाचे दिग्दर्शकच काय, पण कलाकारही त्यांना बदलावे लागले. त्यामुळे एक झालं, की वेळ तर वाया गेलाच पण आधी तयार केलेल्या चित्रणाचा खर्चही पाण्यात गेला. या चित्रपटाची संकल्पनाच मुळी जनतेच्या देणग्या व जमवलेल्या वर्गणीतून साकारायची असल्याने काही काकवृत्तीच्या लोकांनी बाबूजींवर टीकेची झोड उठवली. हा चित्रपट बाबूजी कधीच पूर्ण करू शकणार नाहीत असं बोलण्यापर्यंत त्यांची मजल गेली. आपण एवढे प्रामाणिकपणे काम करीत असूनही आपल्याला बोल लाविला जातो या विचाराने बाबूजींच्या मनातही नैराश्याची भावना उद्भवली असणार. पण बाबूजींचा आत्मविश्वास व निग्रहामुळे ते पूर्ण जोमाने उभे राहिले. पुन्हा नवीन संच मिळाला. पैशाची कमतरता पडू नये म्हणून अनेक कार्यक्रम त्यांनी स्वत: मोबदला न घेता केले. त्यात अमेरिका व इंग्लंड या देशातही त्यांनी कार्यक्रम करून पैसे उभे करेले. वेद राहीसारखा विचारवंत दिग्दर्शक मिळाला व सावरकरांची भूमिका करायला शैलेंद्र गौड सारखा उमदा तरुण कलाकार मिळाला. सर्व संच उत्साहाने चित्रपट पूर्ण करायच्या मागे लागला. खूप मेहनत घेऊन पूर्ण झालेला 'वीर सावरकर' हा चित्रपट दि. ३० नोव्हेंबर २००१ ला चित्रपटगृहात प्रदर्शित झाला. सावरकरांच्या व्यक्तिमत्त्वाचं व राष्ट्रप्रेमाचं दर्शन घडवणारा असा तो सर्वांगसुंदर चित्रपट तयार झाला. चित्रपटासंबंधात उपस्थित केलेल्या आक्षेपांना एक सणसणीत उत्तर मिळालं असं म्हणावं लागेल. मुख्य म्हणजे महाराष्ट्र सरकारने या चित्रपटाला करमणूक करातून सवलत जाहीर केली होती.

या चित्रपटाच्या निर्मितीच्या दरम्यान बाबूजींना अनेक संकटांना तोंड द्यावे लागले. वाढत्या वयाचा विचार न करता ते त्यांना न झेपणारी दगदग करीत होते. त्याचा व्हायचा तो परिणाम झालाच. एके दिवशी त्यांच्या छातीत दुखायला लागले.

हृदयविकाराचे निदान झाले. ताबडतोब ऑपरेशन झाले. औषधे चालू होतीच. त्या औषधांचा परिणाम झाला तो कानावर. श्रवणशक्ति कमी झाली. थोडी विश्रांती घेतली पण पुन्हा कामाला लागले. दोन जिने उतरून कार्यालयात जाणे, शूटींगच्या वेळात हजर राहणे वगैरे काम ते पुन्हा करू लागले. त्यांनी त्यावेळी परमेश्वराला विनंती केली होती की चित्रपट पूर्ण होईपर्यंत मला आयुष्य लाभू दे. चित्रपट पूर्ण झाला. दादरच्या प्लाझा चित्रपटगृहातील पहिल्या खेळाच्या वेळी बाबूजी व ललिताताई यांची एका घोडागाडीतून घरापासून ते प्लाझापर्यंत मिरवणूक काढून मोठ्या मानाने त्यांना आणले होते.

'वीर सावरकर' हा चित्रपट चांगला चालला. बाबूजींनाही समाधान वाटत होते. सत्कार समारंभही होत होते. चित्रपट प्रदर्शित झाल्यावर अनेक रसिकांनी त्यांना प्रत्यक्ष पत्राद्वारे किंवा फोनवर चित्रपटाबद्दलचे समाधान व्यक्त केले. चित्रपटाच्या एका सत्कार समारंभात बाबूजींनी असे उद्‌गार काढले होते, "देवा, तू माझी प्रार्थना ऐकलीस. आता मला खुशाल ने. मी तयार आहे."

आतापर्यंत बाबूजींना अनेक पुरस्कार मिळाले व सत्कार समारंभ आयोजित केले गेले. त्यात १९६१ साली 'प्रपंच' व १९६८ मध्ये 'आम्ही जातो आमुच्या गावा' या चित्रपटासाठी दिग्दर्शनाचे महाराष्ट्र राज्य सरकारचे सर्वोत्कृष्ट संगीत निर्देशनाचे पुरस्कार मिळाले आहेत. १९६३ मध्ये सुधीर फडके निर्मित 'हा माझा मार्ग एकला' या चित्रपटाला उत्कृष्ट चित्रपटाचा राष्ट्रपती पुरस्कार मिळाला.

२५ जुलै १९९३ रोजी बाबूजींच्या अमृत महोत्सवी वाढदिवसाचा एक अवीट कार्यक्रम भव्य प्रमाणावर वीर सावरकर स्मारक मंदिर दादर येथे आयोजित केला होता. यात प्रसिद्ध संगीतकार यशवंत देव, कवि मंगेश पाडगांवकर, गोवा स्वातंत्र्यसंग्रामातील क्रांतिवीर बिंदुमाधव जोशी व पार्श्वगायिका आशा भोसले यांनी हार्दिक शुभेच्छापर आदरांजली वाहिली.

बाबूजी राहात असलेल्या शिवाजीपार्क भागातील शंकरनिवास पासून जवळच डॉ. प्रकाश कवळी यांचा दवाखाना आहे. ते फडके कुटुंबाचे तसे फॅमिली डॉक्टर. रात्री ८.३० वाजता त्यांना फोन आला की बाबूजींची तब्येत ठीक नाही. लवकर घरी या. डॉ. कवळी लगेच गेले. बाबूजींना उलट्या होत होत्या. ते कण्हत होते. बोलण्याची पण ताकद नव्हती. डॉक्टरांनी त्यांना तपासले. त्यांच्या डोळ्यांची हालचाल बदलत होती व त्यांची शुद्ध जात चालली होती. त्यांना प्रथम एका खाजगी हॉस्पिटलमध्ये नेण्यात आले. पण नंतर हिंदुजा हॉस्पिटलमध्ये नेले. २३ जुलैपासून ते कोमामध्येच गेले. नाकातून नळ्या व तोंडाला मास्क लावलेला होता. मॉनिटरवर

खालीवर होणारी प्रकाशरेषा व जोरजोरात श्वास घेणाऱ्या बाबूजींना पाहवत नव्हतं. आयसीयूमध्ये फक्त मोजक्याच लोकांना जायची परवानगी. बाबूजींचे परिचित व चाहते यांना ही बातमी कळताच ते हॉस्पिटलमध्ये बाबूजींना पाहायला गर्दी करू लागले. पण त्यांना आत जायला मिळत नव्हते. ललिताबाई, श्रीधर, त्याची पत्नी चित्रा व त्यांच्या मुली स्वप्ना व प्रज्ञा हे सर्वजण चिंतेत वावरत होते. २३ जुलै पासून मृत्यूशी झुंज देत असलेल्या बाबूजींनी २९ जुलै २००२ ला शेवटचा श्वास घेतला. हजारो रसिकांना आपल्या दैवी गानकौशल्याने मंत्रमुग्ध करणाऱ्या बाबूजींनी सर्वांना दुःखसागरात लोटून जगाचा निरोप घेतला. एक भावस्वर हरपला.

बाबूजींना आपल्यातून जाऊन जरी दहा वर्षे होऊन गेली तरी त्यांच्याबद्दल अजूनही सर्व रसिकांना आदर आहे. त्यांनी संगीत दिलेली वा गायलेली गाणी आजही तितक्याच आवडीने गायक-गायिका गातात व श्रोते प्रेमाने ऐकतात. जोवर कलाकार प्रेक्षकांच्या किंवा श्रोत्यांच्या समोर आपली कला सादर करतो तोपर्यंत रसिक त्यांना दाद देतात. पण त्यांच्या अनुपस्थितीत नंतर त्याला विसरून जातात असा अनुभव आहे. पण बाबूजी मात्र याला अपवाद आहेत. नंतरच्या काळातही बाबूजींना कोणी विसरू शकणार नाही.

***

म्युझिक
स्टुडिओमध्ये
रिहर्सल
करतांना.

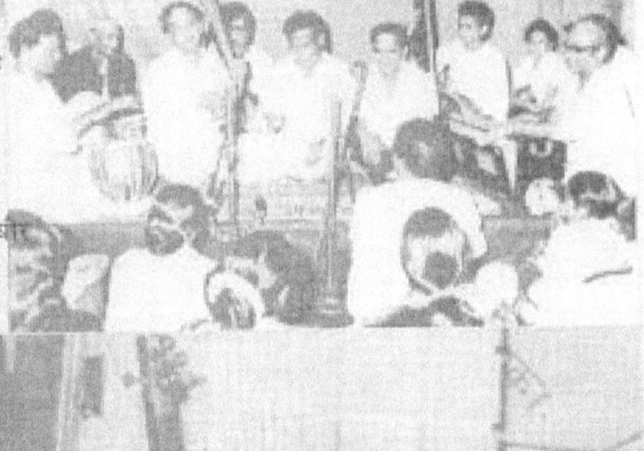

एक अविस्मरणीय क्षण:

एकाच व्यासपीठावर
पंडीत भीमसेन जोशी,
पु.ल.देशपांडे
वसंतराव देशपांडे व सुधीर
फडके.

ग.दि. माडगूळकर,अण्णा जोशी (तबला), प्रभाकर जोग (व्हॉयोलीन) गीत रामायण सादर करतांना सुधीर फडके (पेटीवर).

म्युझिक डॉयरेक्टर
अनिल विश्वास
समवेत.

बॅक सिंगर
मन कल्याणपुर
मवेत बाबूजी.

राम मराठे
समवेत.

शंकराचार्यांचा
आदरसत्कार करताना.

इन्सेटमध्ये सुधीर फडके
यांचे आद्यगुरू.बालगंधर्व

यशवंत देव आणि विक्रम गोखले
समवेत सुधीर फडके.

राष्ट्रपती श्री वेंकटरमण यांच्या हस्ते गौरवचिन्ह स्वीकारताना स्वरश्री बाबूजी

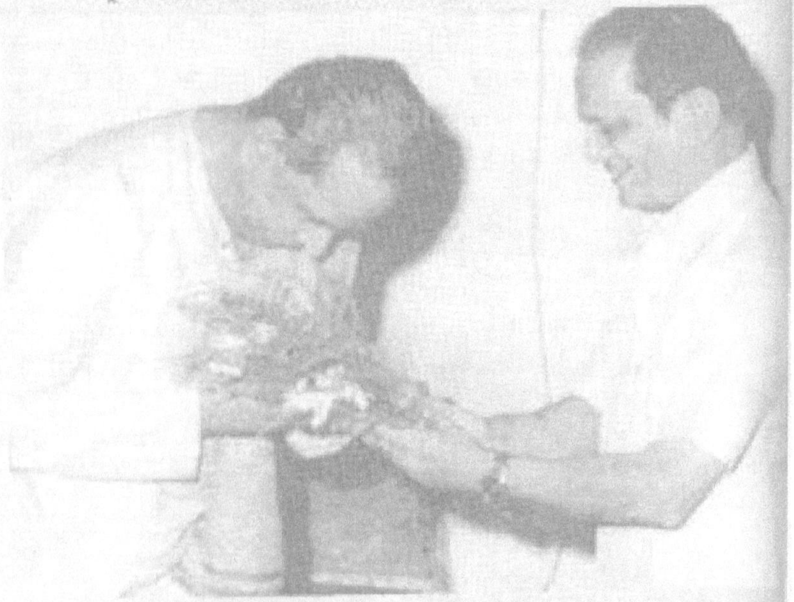

पंडीत भीमसेन जोशींचा सत्कार करताना सुधीर फडके

८. बाबूजी स्मरणकथा

–वसंत वाळुंजकर

१) गायकाच्या आवाजाचा पोत लक्षात घेऊन बाबूजी गाण्यासाठी तशा पद्धतीची चाल बांधायचे. माणिकबाईंच्या आवाजाची ढब लक्षात ठेवून बाबूजींनी ग. दि. माडगूळकर यांचं गीत "सावळाच रंग तुझा" याची चाल बांधली. पण एच.एम.व्ही. माणिकबाईंच्या आवाजात रेकॉर्डींग करायला तयार नव्हते. माणिकबाईंचा आवाज तसा ब्रॉड! त्यावेळी एच. एम.व्ही.ला बारीक व उच्च स्वरात गाणाऱ्या आवाजांची जास्त पसंती असायची. बाबूजींनी ते गाणं तर माणिकबाईंकडून तब्बल दोन महिने तालीम घेऊन बसविलं होतं. बाबूजींनी पण एच.एम.व्ही.ला निक्षून सांगितलं की हे गाणं माणिकबाईंच्या आवाजातच रेकॉर्ड होणार. बाबूजींच्या हट्टापुढे एच.एम.व्ही.च्या अधिकाऱ्यांचे काहीच चाललं नाही. शेवटी माणिकबाईंच्या आवाजातच हे गाणं ध्वनिमुद्रित झाले. नंतर ते इतकं लोकप्रिय झालं की एच.एम.व्ही.ला कळलं की बाबूजींचा अंदाज किती अचूक होता. ह्या रेकॉर्डचा प्रचंड खप झाला.

२) गीत रामायणाची गाणी आकाशवाणीवर प्रस्तुत होत होती. वास्तविक मूळ कल्पनेप्रमाणे सीतेची गाणी लता मंगेशकरांकडून गाऊन घ्यायची होती, पण लतादीदी हिंदी चित्रपट गीतं गाण्यात एवढ्या व्यस्त होत्या की पुण्याला रेडिओ स्टेशनवर प्रत्येक गाण्यासाठी येणे शक्य नव्हते म्हणून माणिक वर्मा यांना ती म्हणायला लावली. त्यांनी ती गाणी गायली पण उत्कृष्ट. पण शेवटच्या **'मज सांग लक्ष्मणा जाऊ कुठे'** या गाण्याच्या वेळी माणिकबाई दवाखान्यात बाळंतीण होत्या. राणी त्या वेळचीच! मग बाबूजी लतादीदीकडे आले आणि म्हणाले, "आधीची सीतेची गाणी म्हणायला जमलं नाही. निदान शेवटचं तरी गा." अन् लताबाई तयार झाल्या. मुंबई ते पुणे या प्रवासात बाबूजींनी लताबाईंना चाल सांगितली. पुण्याला रेडिओच्या स्टुडिओत गाडी येताच रेकॉर्डिंगला सुरुवात करायची असं ठरलं होतं व तशी तयारी ठेवायला सांगितलंही होतं. पण रेडिओवरील साथीदार आपली वाद्ये

माणिकबाईंच्या खालच्या पट्टीत लावून बसले होते. लताबाईंच्या वरच्या पट्टीत त्यांची वाद्ये जुळेनात. धावपळ करून त्यांच्या आवाजाशी जुळणाऱ्या तारा पुणे शहर व कँपमधील दुकानं धुंडून आणाव्या लागल्या. लताबाई पण या प्रसंगी समजुतीने वागल्या. शेवटी गाणं रेकॉर्ड झालं. अन् ते ऐकल्यावर बाबूजींच्या काय, तर सगळ्यांच्याच डोळ्यातून अश्रू वाहत होते.

३) गीतरामायणाच्या पहिल्या गीताचा जन्म किती नाट्यमय! रेडिओने आधी जाहीर केल्याप्रमाणे १ एप्रिल १९५५ ला सकाळी ८-४५ वाजता गीत रामायणाचं पहिलं गीत ध्वनिक्षेपित केलं जाणार होतं. आदल्या दिवशी ३१ मार्चला बाबूजी, ललिताबाई व छोटा श्रीधर मुंबईहून पुण्याला येऊन पोचले. आले ते थेट माणिकबाईंच्या घरी. सायंकाळी पाच वाजता माडगूळकर आले, रेडिओचे सीताकांत लाड व के. डी. दीक्षितसुद्धा आले. सगळ्यांच्या समक्ष गदिमांनी गीतरामायणाच्या पहिल्या गीताचे वाचन केले. तेवढ्यात खाली खेळत असलेला छोटा श्रीधर रडतरडतच वर आला. ललिताबाईंनी पाहिलं, त्याच्या अंगात चांगलाच ताप होता. माणिकबाईंना बरोबर घेऊन श्रीधरला डॉ. साठेंच्या दवाखान्यात नेले. तेथे खूप गर्दी होती. बाबूजी जोग आणि अण्णा जोशी यांना घेऊन श्री. लाड यांच्या समवेत रेडिओ स्टेशनकडे निघाले होते. त्यावेळी बाबूजींचे आणखी एक रेकॉर्डींगचे काम होते. माडगूळकरांच्या ‘पारिजातक’ या संगितिकेचे ध्वनिमुद्रणाचे काम चालू होते. ते रात्री ११-११.३० वाजता संपले. यानंतर गीतरामायणाच्या गीताला स्वरबद्ध करायचं. वादकांकडून बसवून घ्यायचे व नंतर रेकॉर्डिंग करायचे असा बेत ठरला होता. पण संध्याकाळी ग.दि. माडगूळकरांनी वाचून दाखविलेल्या गीताचा कागद सापडेना. माडगूळकर म्हणाले, “लाडांकडे दिला.” लाड म्हणाले, “बाबूजींना दिला. बाबूजी म्हणाले, “माझ्याकडे नाही” काय करायचं? शेवटी लाड व दिक्षित यांनी माडगूळकरांची खूप मिन्नतवारी केली. रागारागाने का होईना ते तयार झाले. त्यांना एका खोलीत बसवलं. जेवढं आठवलं तेवढं पुन्हा लिहिलं, काही नवीन ओळी आल्या, “पुत्र सांगती चरित पित्याचे” यानंतर नवीन ओळ आली, “ज्योतीने तेजाची आरती.” नवीन काव्य बाबूजीच्या हाती सोपवलं. ध्रुपद व पहिला अंतरा चाल लावून झाला. पहिलं गीत निवेदकाचे असल्याने बाबूजी एकटेच गाणार होते. प्रभाकर जोगांनी नोटेशन करून ठेवलं. त्या ओळींची चाल मनात पक्की होत असतानाच बाबूजीना श्रीधरची आठवण झाली. रात्रीचा एक वाजला तरी ललिताबाई व श्रीधर स्टुडिओत आले नव्हते. त्यांना काम सुचेना. बाहेर माणिकबाई बसलेल्या होत्याच. त्यांनी बाबूजीना एकंदर परिस्थितीची जाणीव दिली. त्यांनी सांगितलं की, “श्रीधरला घटसर्प झालाय म्हणून डॉ. नायडूंच्या

हॉस्पिटलमध्ये उपचार चालू आहेत.'' बाबूजी तडक हॉस्पिटलमध्ये गेले. तेथल्या मेट्रनने सांगितलं की, ''तुम्ही भाग्यवान आहात. मुलाला वेळेवर इथे आणलं, म्हणून बरं झालं. अर्धा तास उशीर झाला असता तर मुलगा हाती लागला नसता. पण आता काळजी करू नका.'' ललिताबाईंशी बोलून बाबूजी परत स्टुडिओमध्ये आले. राहिलेली कडवी स्वरबद्ध केली. हातातील कागदावर कवींनी लिहिलेल्या सूचनेकडे बाबूजींचे लक्ष वेधले. कुश-लव 'श्रीराम' असा त्रिवार उच्चार करतात व मग निवेदक गायला सुरुवात करतो. आता पहाटे चार-साडे चार वाजता कुश-लवांच्या आवाजातील श्रीराम म्हणायला कोण मिळणार? गाडी पाठवून मंदाकिनी पांडे, प्रमोदिनी जोशी व ललिताबाईंना अगदी थोड्या वेळासाठी आणलं गेलं. त्यांच्या आवाजात 'श्रीराम श्रीराम श्रीराम' असं वेगवेगळ्या सुरात म्हटलं गेलं. त्याला जोडून बाबूजींनी पुढचं सर्व गीत गायलं. ठरल्याप्रमाणे सकाळी ८-४५ वाजता गीतारामायणाचे पहिले गीत ध्वनिक्षेपित झाले. ते ऐकल्यावर सर्वांचं अंत:करण आनंदाने फुलून गेलं. रात्रभर मनावर आलेला ताण विरघळून गेला.

४) 'लाखाची गोष्ट' सिनेमा संगीताची आखणी करीत असता अण्णा माडगूळकर बाबूजींना म्हणाले की ''बाबूजी, 'लाखाची गोष्ट'ची सर्व गाणी तयार झाली फक्त एकच गाणं राहिलंय. पण ते नवीन लिहायला नको. मागे एका चित्रपटासाठी एक गाणं लिहिलं होतं व त्याला तूच चाल लावली होती. ते गाणं सिनेमातल्या प्रसंगालाही फिट बसतंय.'' बाबूजी म्हणाले, ''छे! ते नाही चालायचं, नवीनच लिहावं लागेल.'' माडगूळकरांनी विचारलं 'का?' बाबूजींनी स्पष्टीकरण केलं. ते म्हणाले, ''अण्णा, मागे पण एका चित्रपटासाठी आपण एक गाणं बसवलं होतं पण नंतर ते वापरलं नाही. ते नव्या चित्रपटात वापरू म्हणून मी तुम्हाला विचारलं तर तुम्ही म्हणालात, निर्मात्याकडून मला त्या गीताचे पैसे मिळाले आहेत. ते गाणं मी दोनदा नाही विकू शकत. त्याचप्रमाणे मी पण त्या गाण्याचे पैसे घेतले होते, आता तेच गाणं परत नाही वापरता येणार.'' बाबूजींचा हा टोला अण्णांना जाम लागला. ते एकदम भडकले. ''बरं! बरं!'' म्हणत तरातरा आतल्या खोलीत निघून गेले. अण्णा जोशी व प्रभाकर जोग बरोबर बाबूजी इतर गाण्यांवर मेहनत करीत बसले. १५ मिनिटांनी माडगूळकर हातात एक कागद फडकवीत खोलीच्या उंबऱ्यात येऊन उभे राहिले. रागावलेले होतेच. ''फडके! हे घ्या नवीन गीत'' आता बाबूजींच्या ऐवजी फडके! अण्णा, परत जायला निघाले तर बाबूजी म्हणाले, ''अण्णा, जरा थांबा. गीत नीट वाचून दाखवा.'' माडगूळकरांनी नवीन गाणे वाचून दाखवले. गीत चांगलेच होते. बाबूजी म्हणाले, ''अण्णा तुम्ही जसं हे गीत तत्काळ बनवून दिलेत

तसे त्या गीताची चाल पण ऐकून जा.'' बाबूजींनी पेटीवर सुरावट सुरू केली. अन् गोड गळ्यातून सुरेख स्वर झिरपू लागले. **''ऐकशील का रे माझे अर्थहीन गीत''** प्रभाकर जोग त्या स्वरांना त्याचवेळी लिपीबद्ध करत होते. गाणं संपल्यावर दोघेही आधीच द्वंद्व विसरून हसत सुटले. त्यात सर्वजणच सामील झाले.

५) 'लाखाची गोष्ट' या चित्रपटातील दोन गाणी तर इतकी गाजली की प्रत्येकाच्या तोंडी ती गाणी बसली होती. ''त्या तिथे पलीकडे तिकडे! माझिया प्रियेचे झोपडे'' हे गाणं मालती पांडेच्या आवाजात आहे. मूळ काव्यात शब्द निराळे मांडले होते. ''त्या तिथे तिकडे पलिकडे, माझिया प्रियेचे झोपडे!'' पण नंतर ते बदलले. वास्तविक काव्यामध्ये 'ड' हा शब्द फार त्रासदायक असतो पण बाबूजींनी तीन 'डे' चालीत एवढे बेमालूम बसवले व उच्चारायला शिकवले की तेही गोड वाटतात. आशा भोसले या मात्र या गीताबद्दल तक्रार करतात. अर्थात लाडिक! त्यांना हे गाणं फार आवडलं होतं पण ते मालतीबाईंच्या वाटेला आलं व आशाबाईंना 'सांग तू माझा होशील का?' या गाण्यात 'तू' नंतरची हरकत फक्त आशाबाईंच घेऊ जाणे! 'माझिया प्रियेचे झोपडे' या शब्द रचनेवरून हे गीत पुरुषाच्या तोंडी हवे होते. चित्रपटातही राजा परांजपे चित्र काढीत असताना हे गाणे चित्रित केले गेले आहे. तेच गाणे राजा परांजपे यांच्या तोंडी टाकता आले असते. तसं झालं नाही. या बाबतीत गदिमा, राजा परांजपे व सुधीर यांच्यात काही चर्चा झाली की नाही याची कल्पना नाही. पण हा प्रश्न अनुत्तरित आहे.

६) 'जगाच्या पाठीवर' या चित्रपटाला बाबूजींनी संगीत दिलं अन् त्यातील प्रत्येक गाणं लोकप्रिय झालं. पण बहुतेकांना माहीत नसलेली गोष्ट म्हणजे या चित्रपटात बाबूजींनी एक छोटीशी भूमिका पण केली आहे. बाबूजींना ओळखून दाखवल्यास बक्षीस पण मिळेल असं जाहीर झालं होतं. प्रेक्षकांनी बराच प्रयत्न करूनही ओळखता येईना. पण फक्त काही मोजक्याच लोकांना अंदाज आला. त्या चित्रपटात एका लंगड्या भिकाऱ्याची भूमिका बाबूजीनी केलीय व त्यांच्या बरोबर तबलजी अण्णा जोशी पण होते. त्यांच्यामुळेच अण्णा जोशींच्या बरोबर असलेला भिकारी बाबूजीच असावे असा अंदाज प्रेक्षकांनी बांधला.

७) दत्ता माने हे मराठी चित्रपटसृष्टीत दिग्दर्शक म्हणून बरेच गाजले. त्यांनी दिग्दर्शित केलेले. १०-१२ तरी चित्रपट आहेत. बाबूजीचे संगीत त्यांच्या फक्त एकाच चित्रपटाला लाभलं. तो म्हणजे 'कार्तिकी' (१९७४). १९८३ मधील 'बाईसाहेब' हा त्यांचा अखेरचा चित्रपट. चित्रपटाचे काम चालू असतानाच दादरला रणजित स्टुडिओच्या बाहेर रस्त्यावरील एका दुकानातून दत्ता माने टेलिफोन करीत

होते अन् फोन करत असतानाच ते कोसळले. ते परत उठलेच नाहीत. फार दुर्दैवी अंत झाला त्यांचा. त्यांचा मृतदेह फूटपाथवरच पडून होता. नंतर पोलीस आले. चौकशी सुरू झाली. दत्ता माने यांच्या खिशात डायरी सापडली. त्या डायरीत सुलोचना व सुधीर फडके यांचे फोन नंबर मिळाले. पोलिसांनी दोघांना बोलावून घेतले. मृताची ओळख पटली. त्यांचे नातेवाईक कोल्हापुरात असल्याने मृतदेह ताब्यात देणार नाही असं पोलीस म्हणू लागले. शेवटी बाबूजी व सुलोचनाबाईंनी कागदावर सह्या करून कायद्याची पूर्तता केली व बॉडी ताब्यात घेतली. दत्ता मानेचे घर तिसऱ्या मजल्यावर होतं म्हणून सुलोचनाबाईंच्या घरी नेलं. दत्ता माने यांचे नातेवाईक यायला बराच वेळ लागणार होता. सुलोचनाबाईंच्या घरी पुरुष माणूस कोणीच नव्हतं. रात्रभर शवाजवळ एकटं बसून राहायचं या कल्पनेने सुलोचनाबाई घाबरल्या. पण पूर्ण वेळ बाबूजी तिथे राहिले. सुलोचनाबाईंना धीर देत राहिले. बाबूजींनी त्या प्रसंगात केलेली धावपळ त्या कधीच विसरणार नाहीत. अशा प्रसंगात दाखविलेल्या माणुसकीने व मदत करण्याच्या स्वभावामुळे बाबूजींच्या बद्दलचा आदर द्विगुणित होतो.

८) श्री. सुधीर फडके यांचे संगीत दिग्दर्शन व श्री. जगदीश खेबुडकर यांची गीतं असलेला चित्रपट होता 'धाकटी बहीण.' बाबूजींची चाल आधीच तयार होती. त्यावेळी बाबूजीनी श्री खेबुडकर यांना सुरात चाल ऐकवली.

डाडा डडाडा डाडा डडाऽ डा । डाडडाडा डाऽ डा डा डाडा डाडडाडा।।

अन् या स्वरांवरून श्री खेबुडकर यांनी गीत बांधले

धुंदी कळ्यांना, धुंदी फुलांना ।
शब्दरूप आले. मुक्या भावनांना ।।

हे गीत खूपच गाजले. अजूनही ऐकायला आनंद वाटतो.

९) उत्तरप्रदेशमधील अयोध्येतील रामजन्मभूमीचा वादग्रस्त विषय त्यावेळी उग्र स्वरूप धारण करत होता. २६-२७ ऑक्टोबर १९९२ यादिवशी रामजन्मभूमी मुक्त करण्याच्या आंदोलनात तेथील मशीद पाडून राममंदिर बांधण्याचे बेत बजरंग दल व सर्व भारतातले रामभक्त यांनी आखले होते. मुलायमसिंग यांचे शासन होते. त्या दिवशी हजारोंनी रामभक्त कारसेवेच्या निमित्ताने अयोध्येकडे कूच करीत होते. त्यांना शासनाचे पोलीस अटक करीत होते. श्री लालकृष्ण अडवाणी यांची रथयात्रा थांबवण्यात आली. त्यादिवशी लखनौमध्ये अमीना पार्कवर सत्याग्रह होणार होता व तेथे गडबड होऊ नये म्हणून श्री. सूरजीतसिंग ब्रार नावाचा कर्तबगार, उपअधीक्षक दर्जाचा अधिकारी बंदोबस्तासाठी नेमला होता. सत्याग्रह यशस्वी होणार नाही याची

त्याला खात्री होती. त्यांनी त्यावेळी चौकशी केली की सत्याग्रहासाठी कोण कोण नेते आहेत. एका पत्रकाराने सांगितलं की कलकत्त्याचे श्री. सुजीत धर व मुंबईचे श्री. सुधीर फडके हे पण आहेत. सुधीर फडके यांचं नाव ऐकल्यावर श्री. ब्रार चमकलेच. ते म्हणाले, ''सुधीर फडके म्हणजे गीत रामायण गातात ते की काय?'' पत्रकाराने हो म्हणून सांगितल्यावर ब्रार मोकळेपणे बोलू लागले. ते म्हणाले, ''मी त्यांचे गीत रामायण ऐकले आहे. त्यातील पहिले गीत 'स्वये श्री रामप्रभू ऐकती' असं आहे ना? मला ते फार आवडलं.'' मग ते विषादपूर्ण स्वरात म्हणाले, ''वाहे गुरू! काय नौबत आणली, एका सच्चा रामभक्ताला अटक करायची पाळी माझ्यावर का आणलीस?''

उत्तर प्रदेशासारख्या राज्यात एक सरदारजी गीत रामायणाची व ते गाणाऱ्या श्री. सुधीर फडके यांची आठवण ठेवतो यावरून बाबूजी जनमानसात किती रुजले आहेत याची साक्ष आहे.

१०) बाबूजी ८० व्या वर्षी देखील किती कार्यप्रवण होते व त्यांची निष्ठा किती उच्च पातळीवरची होती हे त्यांनी निर्माण केलेल्या स्वातंत्र्यवीर सावरकर यांच्या जीवनावरील चित्रपटासाठी घेतलेल्या परिश्रमांवरून कळून येते. या चित्रपटासाठी त्यांनी स्वत:ला सर्वस्वी झोकून दिलं होतं. या कामासाठी अनेक प्रकारच्या स्वभावाच्या माणसांना त्यांना सांभाळून घ्यावं लागलं, अनेक वाईट प्रसंगांना तोंड द्यावं लागलं, त्यातून मार्ग काढावा लागला. ह्या सर्व तारेवरच्या कसरतीतूनही त्यांच्या मनाचा कोपरा वात्सल्य व भूतदया यांनी किती ओथंबलेला होता याचे एक उत्कृष्ट उदाहरण म्हणून पुढील प्रसंग सांगता येईल. वीर सावरकर चित्रपटाचे शूटींग झपाट्याने चालू होतं, काही प्रसंगांचं शूटींग मुंबईतच स्टुडीओत भव्य सेट उभारून चालू होतं. एका प्रसंगात सावरकर तुरुंगात जडश्या बेड्या घातलेल्या अवस्थेत विमनस्कपणे विचार करत आहेत, त्यांचं लक्ष आढ्याजवळच्या लहानशा खिडकीकडे जाते. त्यावेळी तिथे दोन कबुतरं प्रेमानं घुटुरघू करीत असतात. सावरकरांच्या मनात त्यांच्या कुटुंबातील मंडळींचे विचार येतात. त्यांना किती त्रास होत असेल. ही कल्पना त्यांना अस्वस्थ करते. तसा हा शॉट लहानच, पण त्याच्या तयारीसाठी दोन कबुतरं आणावी लागली. शूटींग चालू असताना ती उडून जाऊ नयेत म्हणून त्यांचे पाय दोरीने बांधून ठेवले होते. तो शॉट संपता संपता दोन वाजायला आले व जेवणासाठी युनिट पॅकअप करायला सांगितले. सर्वजण जिथे जेवणाची व्यवस्था केली होती तिथे निघून गेले. बाबूजी मात्र बाजूच्या खोलीत तसेच बसून होते. बराच वेळ झाला तरी बाबूजी का येत नाहीत म्हणून श्रीकांत नगरकर बघायला आले. बाबूजी म्हणाले, ''मी येतो, तुम्ही जेवण चालू करा.'' जरा वेळाने नगरकर पुन्हा बघायला आले व विचारलं की,

"बाबूजी, तुम्हाला जेवायचं नाही काय?" बाबूजी म्हणाले, "अरे, ती बिचारी मुकी पाखरं झरोक्यात पाय बांधून ठेवली आहेत. त्यांचा काही विचार आहे का? त्यांना अशा स्थितीत ठेवून मला जेवण गोड लागेल का?" सगळ्यांच्या डोक्यात लख्ख प्रकाश पडला. चूक उमगली आणि त्या पाखरांना तत्काळ मुक्त करण्यात आलं. मग मात्र बाबूजी नेहमीच्या मूडमध्ये आले व आनंदी वातावरणात जेवणं आटोपली.

बाबूजींच्या कनवाळूपणाची व प्रेमळपणाची ही साक्ष होती. 'वीर सावरकर' या चित्रपटाचे दिग्दर्शक व युनिट नंतर बदलल्यामुळे वरील शॉट हा प्रदर्शित झालेल्या चित्रपटात सामील केला गेला नाही.

११) १९६३ सालचा सुमार. चीनच्या युद्धामुळे सारा भारत ढवळून निघाला होता. राष्ट्रीय संरक्षण निधीसाठी अनेक संस्था पैसे जमवून राष्ट्राला मदत करीत होत्या. मराठी चित्रपटाच्या कलाकारांनी पण आपल्या परीने राष्ट्राला मदत करायचे ठरविले. महाराष्ट्र राज्य सरकारच्या मदतीने त्यांनी एक जंगी कलाकार-रजनीचे आयोजन केले. विदर्भातले मंत्री, श्री. मधुसूदन वैराळे यांनी खामगाव येथे असाच एक कार्यक्रम आयोजित केला. त्यामध्ये उषा किरण, जयश्री गडकर, अनंत माने, विवेक, चित्तरंजन कोल्हटकर, धुमाळ इत्यादी नामवंत कलाकार होते. तर संगीत कार्यक्रमासाठी दोन ग्रुप होते. एक म्हणजे श्री. सुधीर फडके व त्यांचे सहकारी व दुसरा सी. रामचंद्र आणि त्यांचे सहकारी. संगीत कलाकारांमध्ये उषा वाघ, मधुबाला चावला, वसंत आजगावकर, ए. पी. नारायणगावकर तसेच महेंद्र कपूर इत्यादी कलाकार होते. इतके कलाकार असल्याने त्यांची उतरायची व्यवस्था निरनिराळ्या ठिकाणी केली होती. बाबूजीची व त्यांच्या सहकाऱ्यांची जिथे व्यवस्था केली होती तिथे रिहर्सल चालू होती. संध्याकाळी बाबूजींना आठवलं की अनंत माने यांना एक निरोप पाठवणे जरूरीचे आहे. त्यांनी आजगावकरांना सांगितलं की, "आजगावकर, अनंत माने यांना एक अर्जंट निरोप पाठवायचा, तो तू सांगतोस का?" अनंत माने यांना काय सांगायचे ते बाबूजींनी वसंत आजगावकरला सांगितलं. अनंत माने जिथे उतरले होते, ते ठिकाण जरा लांब असल्याने वसंत आजगावकरांनी तिथेच ठेवलेली एक सायकल घेतली व अनंत मानेच्या मुक्कामावर पोहोचले. बाहेर सायकल उभी करून ठेवली व निरोप सांगून लगेच बाहेर आले. पाहतो तो सायकल गायब. आजूबाजूला सायकल कुठे दिसेना हे पाहून ते फारच घाबरले व आपल्या रेस्ट हाऊसकडे आले. मनात धडकी भरलेली की, अशा अनोळखी ठिकाणी आपल्या हातून दुसऱ्या कोणाची तरी सायकल हरवली. आता बाबूजी संतापणार. त्याने कशीबशी घडलेली कहाणी बाबूजींना सांगितली व पुढच्या प्रतिक्रियेच्या प्रतीक्षेत बसले. पण आश्चर्य

म्हणजे बाबूजींनी त्यांना एका शब्दाने दोष दिला नाही. उलट त्यांना धीर देत म्हणाले, "जाऊ दे वसंता, जे घडलं ते घडलं. आता उगाच काळजी करून मन:स्वास्थ बिघडवून घेऊ नकोस." त्यांनी लगेच मधुसूदन वैराळे यांना घडलेला सर्व प्रकार फोनवर सांगितला आणि त्यांनी पण आश्वासन दिले की तुम्ही काहीही काळजी करू नका. आम्ही ते बघून घेऊ. त्यामुळे वसंत आजगावकर दडपणातून बाहेर आले. रात्री कार्यक्रम चांगले झाले व मराठी चित्रपट कलाकारांतर्फे एक लाख रुपयांची मदत राष्ट्रीय संरक्षण निधीला झाली.

१२) १९७२ साली गीता मूव्हीज या संस्थेतर्फे 'दरार' हा चित्रपट तयार झाला. त्या चित्रपटांचे संगीत दिग्दर्शन बाबूजींचे होते. चित्रपटाच्या गाण्याचे पार्श्वगायन करण्यासाठी महम्मद रफी, आशा भोसले वगैरे प्रसिद्ध गायकांकडून गायन करून घेण्याचे ठरले होते. त्याकाळी रेकॉर्डींग होण्यापूर्वी प्रत्येक गाण्यासाठी भरपूर तालीम होत असे. संगीत दिग्दर्शक गायकाला चाल समजून सांगून त्यातील बारकावे गायकांकडून बसवून घेत असे. महम्मद रफी हे अतिशय लोकप्रिय व समर्थ गायक त्यावेळी होते व चित्रपट संगीतात ते अनेक नामवंत संगीत दिग्दर्शकांबरोबर व्यस्त असत. त्यांचं नाव पण खूप झालं होतं. अशा परिस्थितीत 'दरार' चित्रपटात महम्मद रफींकडून गाऊन घ्यायच्या गाण्याची चाल त्यांच्याकडून बसवून घेण्यासाठी बाबूजींनी रफीला फोन केला व रिहर्सलसाठी केव्हा येऊ असं विचारलं. त्यावर महम्मद रफीनं मोठं मार्मिक उत्तर दिलं. "फडकेसाहेब, तुम्ही फार ज्येष्ठ व श्रेष्ठ कलाकार आहात. तुमच्यासारख्या बुजुर्गांनी तालमीसाठी माझ्या घरी येणं योग्य होणार नाही. तुम्ही म्हणाल त्यावेळी मी तुमच्यासमोर हजर होईन. हां! अगर जेवायला येणार असाल तर माझ्या घरी तुमचं स्वागत आहे."

रफीसारखा कलाकार बाबूजींना किती आदर व प्रेमभावनेने वागवत असे हेच यावरून जाणवतं.

१३) श्री. अनिल विश्वास हे उत्कृष्ट संगीत दिग्दर्शकांच्या यादीतील एक अग्रगण्य नाव होतं. १९४२-४३ साली प्रसिद्ध झालेल्या 'किस्मत' या चित्रपटातील गाजलेली त्यांची गाणी अजून रसिक विसरू शकले नाहीत. त्यानंतरही त्यांनी एकापेक्षा एक सरस गाणी चित्रपटात देऊन आपला दर्जा लोकांना दाखवून दिला. एक दिवस ते मेहबूब स्टुडिओवरून जात असताना सहज कुतूहल म्हणून स्टुडिओत गेले. त्याचवेळी सुधीर फडके यांच्या संगीत दिग्दर्शनाखाली एका चित्रपटाच्या गीताचे रेकॉर्डींग चालू होते. बाबूजी स्वत: गीत गाणार होते. त्यांनी वाद्यवृंदाला सर्व सूचना दिलेल्या होत्या. बाबूजी स्वत: गायकाच्या साउंडप्रुफ रूममध्ये गाणं गात होते. पण

वाद्यमेळ आणि गाणं यांचं एकत्रीकरण काही मनासारखं होत नव्हतं. २-३ वेळा रिटेक घेऊनही समाधानकारक परिणाम मिळत नव्हता. श्री. अनिल विश्वास हे सर्व पाहात होते व त्यांच्या एक गोष्ट लक्षात आली की बाबूजी स्वत: गात असल्याने वाद्यांचं संचलन त्यांना स्वत:ला करता येत नव्हतं. अशावेळी अनिलदांनी वाद्य संचालनाचं काम स्वत:कडे घेतलं. मग त्या गीताचं रेकॉर्डींग उत्तमरीत्या पार पडलं याबद्दल काही जास्त सांगायला नको. पण मुख्यत: एवढा मोठा कलाकार असूनही अडचणीच्या वेळी आपला मोठेपणा विसरून अनिलदांनी मदतीचा हात आपुलकीने पुढे केला. हे जरी खरं असलं तरी बाबूजींच्या बद्दल अनिलदांच्या मनात असलेल्या प्रेमापोटीच या गोष्टी घडू शकल्या. संगीतक्षेत्रातील सर्वच कलाकारांना बाबूजींबद्दल आत्मीयता व प्रेम वाटत होते, अनिलदा व बाबूजी यांचा स्नेहबंध अगदी रेशीमगाठी सारखा मुलायम होता. वर्षातून एक दोनदा अनिलदा कलकत्त्याहून मुंबईला दोन-चार दिवसांच्या भेटीसाठी येत त्यावेळी त्यांचे चाहते रसिक सकाळपासून संध्याकाळपर्यंत त्यांच्या सहवासात दिवस मजेने घालवीत. मग त्यांच्या दुर्मिळ गाण्यांच्या ध्वनिमुद्रिकांचे श्रवण, अनिलदा व इतर कलाकार यांच्या आवाजात काही विशेष गाणी, तसंच जुन्या काळच्या आठवणी व अनुभव सांगून आनंद मिळवत. त्यात श्री. सुधीर फडके यांचा सहभाग असायचा व तेही मोठ्या आनंदाने या आनंदजत्रेत मजा लुटीत.

१४) श्री. शांतारामबापूंचा 'पिंजरा' हा चित्रपट १९७२ साली व्ही शांताराम प्रॉडक्शन तर्फे प्रदर्शित झाला. तेव्हापासूनच मराठी रंगीत चित्रपटाचे युग सुरू झाले. तो चित्रपट खूपच गाजला. त्याचे संगीत दिग्दर्शक राम कदम होते. या चित्रपटासाठी त्यांनी एकापेक्षा एक सरस गाणी देऊन श्रोत्यांना त्यांना खूश करून टाकले. त्यांच्या सर्व गाण्यांचे रेकॉर्डींग पूर्ण झाले. **''कशी नशिबानं थट्टा आज मांडली.''** हे चित्रपटातील क्लायमॅक्स प्रसंगाचं गाणं चित्रित व्हायचं होतं. राम कदम कडून चाल तयार होती. ते गाणं कोणाकडून गाऊन घ्यावं याबद्दल राम कदम व व्ही. शांताराम यांच्यामध्ये चर्चा चालू होती. चित्रपटातील अत्युच्च प्रसंगावरील हे गाणं अतिशय हृदयस्पर्शी व काळजाचा ठाव घेणारे असं व्हायला हवं असं दोघांचं मत पडलं. हे गाणं फक्त बाबूजीच परिणामकारकपणे गाऊ शकतील असं शांतारामबापूंनी बोलून दाखवलं. राम कदमांनी बाबूजीची चौकशी केली तेव्हा कळलं की बाबूजी कार्यक्रमाच्या निमित्ताने परदेश दौऱ्यावर गेलेले आहेत व एक महिनाभर तरी ते इकडे परत येणार नहीत. आता काय करायचं असं विचारण्यासाठी राम कदम शांतारामबापूंना भेटले. त्यांनी सांगितलं की बाबूजी परत येईपर्यंत आपण वाट पाहू, मग गाण्याचं रेकॉर्डींग व चित्रीकरण. अन् खरंच तसं घडलं. ते गाणं जेव्हा सिनेमात आपण बघतो तेव्हा

आपण हेलावून जातो. इतकं जीव ओतून बाबूजींनी ते गाणं गायलेलं आहे. शांताराम बापूंचा सुधीर फडके येईपर्यंत थांबण्याचा निर्णय अचूक होता; कारण त्यांना जे काम करायचं होतं ते काम उत्कृष्टच असलं पाहिजे असा त्यांचा आग्रह असे. चित्रपट व्यवसायात कोणा एका कलाकारासाठी आपलं वेळापत्रक पुढे ढकलून रेकॉर्डींग व चित्रीकरण लांबवलं जाणं असं क्वचित घडतं.

१५) १९५४ साली राजा नेने यांच्या दिग्दर्शनाखाली हिंदी चित्रपट 'पहिली तारीख' तयार होत होता. त्याचं संगीत दिग्दर्शनाचं काम श्री. सुधीर फडके यांच्याकडे दिलं होतं. या चित्रपटासाठी लता, आशा, रफी, ललिता फडके, प्रमोदिनी देसाई या गायकांकडून बाबूजींनी गाणी गाऊन घेतली. पण एक गाणं जरा विचित्रंच होतं. म्हणजे त्या गाण्याचं गायन अतिशय उटपटांग पद्धतीने व्हायला पाहिजे असं बाबूजींचं मत होतं. राजा नेने दिग्दर्शक तर होतेच पण प्रमुख भूमिका देखील ते स्वतःच करत होते. त्यांच्या मनात ते गाणं सी. रामचंद्र यांच्याकडून गाऊन घ्यावं असं होतं. कारण सी. रामचंद्र यांनी गायलेली 'आजाद', 'अलबेला' या चित्रपटातील गाणी बरीच लोकप्रिय झाली होती. ते गाणं म्हणजे **'खूश है जमाना आज पहली तारीख है'** व या गाण्यासाठी मात्र बाबूजींना किशोरकुमार यांचा आवाज व गाण्याची पद्धत योग्य वाटत होती. शेवटी ते गाणं किशोरकुमारच्याच आवाजात रेकॉर्ड झालं आणि तेही दोन भागात! किशोरकुमारनं ते गाणं अतिशय अवखळ पद्धतीनं व खूप नखरा दाखवून गायलेलं आहे. ते इतकं लोकप्रिय झालं की प्रत्येक एक तारखेला हे गाणं रेडिओ सिलोनवर आवर्जून प्रक्षेपित व्हायचं. एखाद्या गाण्यासाठी कोणत्या गायकाचा आवाज सुयोग्य आहे याचा अंदाज बाबूजींना असतो हीच गोष्ट कौतुकास्पद आहे.

१६) १९५२ सालच्या 'लाखाची गोष्ट' या चित्रपटाच्या अफाट यशानंतर राजा परांजपे- ग.दि. माडगूळकर -सुधीर फडके या त्रयींनी साकारलेला पुढचा चित्रपट १९५४ मधील 'ऊनपाऊस.' 'लाखाची गोष्ट' या सिनेमातील गाणी लोकप्रिय झाली होती व कथा पण हलकी फुलकी व विनोदी प्रकृतीची होती. त्या पार्श्वभूमीवर 'ऊनपाऊस' ह्या चित्रपटाची कथा गंभीर व प्रेक्षकांच्या हृदयाचा ठाव घेणारी व प्रबोधन प्रकृतीची होती. बाबूजींकडून पुनश्च मनात रेंगाळतील अशा गाण्यांची रसिकांकडून अपेक्षा होती व ती त्यांनी पूर्णपणे सफल केली. त्यात एकूण चार गाणी होती. त्यापैकी दोन गाणी आशा भोसले यांच्या आवाजात. एक गाणे प्रमोदिनी देसाई, तर एक स्वतः बाबूजी गायले. पण ही गाणी फक्त चित्रपटाच्या साऊंड ट्रॅकवरच ध्वनिमुद्रित झाली. काही तांत्रिक व व्यावहारिक कारणाने त्या गाण्यांच्या डिस्क रेकॉर्डस् निघाल्या नाहीत. **'खेड्यामधले घर कौलारू'** व **'या**

कातरवेळी पाहिजेस तू जवळी' ही आशा भोसले यांनी गायलेली गाणी रसिकांच्या जिभेवर घोळत होती. पण मूळ गाणं बाहेर ऐकायला मिळण्याची सोय नव्हती. 'खेड्यामधले घर कौलारू' हे गीत म्हणजे माडगूळकरांच्या उत्कृष्ट काव्याचा नमुना होता. बाबूजी तर या गाण्याला 'चित्रकाव्य' म्हणत; म्हणजे हे गीत ऐकले की अक्षरश: खेड्यातल्या त्या कल्पनेतल्या घराचे चित्र डोळ्यासमोर उभे राहते. बाबूजींची चाल पण त्या घराला रंग भरत असे.

या दोन्ही गीतांच्या लोकप्रियतेची दखल एच.एम.व्ही. सारख्या धंदेवाईक कंपनीने घेतली. त्या गीतांच्या रेकॉर्डस् काढल्या तर विक्री तुफान होईल हा त्यांचा दृष्टिकोन. पण बऱ्याच प्रयत्नानंतरही त्यांचा उद्देश सफल होईना. शेवटी त्यांनी एक तोडगा काढला. अनिल भारती या कवी कडून 'खेड्यामधले घर कौलारू' व 'या कातरवेळी' या गाण्यांचा मुखडा व मीटर तेच ठेवून, गीतांची कडवी बदलून नवीन गीते लिहून घेतली. चाल बाबूजींची व त्यातील म्युझिक पिसेस पण तसेच ठेवून ती दोन गाणी मालती पांडे यांच्या आवाजात ध्वनिमुद्रित केली. संगीतकार म्हणून श्री. मधुकर पाठक यांचं नाव टाकलं व ती रेकॉर्ड बाजारात आणली. त्या रेकॉर्डचा बराच खप झाला. त्या गाण्यांचे रेडिओवरून पण अनेक वेळा प्रक्षेपण होते. पण ती गाणी चित्रपटातील नव्हती तर भावगीत या सदरात मोडणारी होती. तरी पण पुष्कळ वेळा श्रोते ही गाणी ऐकतांना आपण चित्रपटातीलच गीत ऐकतो आहोत या समजुतीत असतात. एवढंच काय, पण मराठी चित्रपट व सुगम संगीत रजनी सारख्या स्टेज कार्यक्रमात निवेदिका मालती पांडे यांनी गायिलेलं गाणे 'ऊनपाऊस' या चित्रपटातील आहे असे निवेदन करून श्रोत्यांची दिशाभूल करतात. अर्थात जाणकार रसिक श्रोते खरं काय आहे ते जाणून असतात.

श्री. ग.दि. माडगूळकर व श्री. अनिल भारती रचित या दोन्ही गीतांचे शब्द रसिकांच्या माहितीसाठी सोबत देत आहोत.

आठवणींच्या आधी जाते । तिथे मनाचे निळे पाखरू
खेड्यामधले घर कौलारू ।।धृ।।
हिरवी श्यामल भवती शेती । पाऊलवाटा अंगणी मिळती ।
लव फुलवंती, जुई शेवंती । शेंदरी आंबा सजे मोहरू ।।१।।
चौकट तीवर बालगणपती । चौसोपी खण स्वागत करती ।
झोपाळ्यावर अभंग कातर । सवे लागती कड्या करकरू ।।२।।
माजघरातील उजेड मिणमिण । वृद्ध कांकणे करिती किणकिण ।
किणकिण ती हळू ये कुरवाळू । दूर देशीचे प्रौढ लेकरू ।।३।।

कवी - ग. दि. माडगूळकर, संगीत - सुधीर फडके,
गायिका - आशा भोसले
चित्रपट - ऊन पाऊस

आज अचानक एकाएकी । मानस लागे तिथे विहरू ।
खेड्यामधले घर कौलारू ।।धृ।।
पूर्व दिशेला नदी वाहते । त्यात बालपण वहात येते ।
उंबरठ्याशी येऊन मिळते । यौवन लागे उगा बावरू ।।१।।
माहेराची प्रेमळ माती । ह्या मातीतून पिकते प्रीती ।
कणसावरची माणिकमोती । तिथे भिरभिरे स्मृती पाखरू ।।२।।
आयुष्याच्या पाऊलवाटा । किती तुडविल्या येता जाता।
परि आईची आठवण येता । मनी वादळे होती सुरू ।।३।।
कवी - अनिल भारती, संगीत - मधुकर पाठक
गायिका - मालती पांडे

या कातरवेळी, पाहिजेस तू जवळी ।।धृ।।
दिवस जाय बुडून पार । ललित नभी मेघ चार ।
पुसट त्यास जरी किनार । उसवि तीच सांज खुळी ।।१।।
शेष तेज वलय वलय । पावे तमी सहज विलय ।
कसले तरी दाटे भय । येई तूच तम उजळी ।।२।।
येई बैस ये समीप । अधरे ही नयन टीप ।
दोन ज्योति एक दीप । मंद प्रभा मग पिवळी ।।३।।
कवी - ग.दि. माडगूळकर संगीत - सुधीर फडके
गायिका - आशा भोसले, चित्रपट - ऊन पाऊस

या कातरवेळी पाहिजेस तू जवळी ।।धृ।।
एकटी मी दे आधार । छेड हळू हृदय तार ।
ऐक आर्त ही पुकार । सांजवात ये उजळी ।।१।।
रजनीची चाहूल ये । उचलूनिया अलगद घे ।
पैलतिरी मजला ने । पुसट वाट पायदळी ।।२।।
शिणले रे मी अधीर । भवती पसरे तिमिर ।

व्याकुळ नयनांत नीर । मिलनाची आस खुळी ॥३॥

कवी - अनिल भारती, संगीत - मधुकर पाठक

गायिका - मालती पांडे

१७) १९५५ च्या फेब्रुवारीमध्ये रामकथेवर आधारित प्रदीर्घ मुदतीचा म्हणजे एक वर्षभर चालेल असा कार्यक्रम तयार करण्याचे आकाशवाणी पुणे केंद्राचे अधिकारी श्री. सीताकांत लाड यांनी ठरविले. ग. दि. माडगूळकर यांच्या काव्याला श्री. सुधीर फडके यांच्या संगीताने नटलेला 'गीत रामायण' हा कार्यक्रम करायचे ठरले. १ एप्रिल १९५५ ला रामनवमी होती. त्या दिवसापासून पुढील रामनवमीपर्यंत कार्यक्रम करण्यासाठी ५२ गीतांच्या गीतरामायणाची तयारी सुरू झाली. गदिमांच्या संग्रहात वाल्मिकी व तुलसी रामायणासारखी आठ-दहा तरी रामायणाच्या प्रती उपलब्ध होत्या. बऱ्याच वेळी गदिमा आदल्या दिवशीच पुढचे गीत लिहून द्यायचे. ५२ व्या गीताला 'गीत रामायणा'चा शेवट करण्याच्या दृष्टीने रावणवधानंतर रामाचा जयजयकार करून 'गीत रामायणा'ची सांगता करण्याचे ठरले होते. त्यामुळे रावणवधानंतरचे **'त्रिवार जयजयकार रामा'** या गीताला मालिकेचे शेवटचे गीत म्हणून बाबूजींनी आनंद भैरवीचा वापर करून गीत तयार केले. पण नंतर लक्षात आले की त्या वर्षात अधिक महिना असल्याने रामनवमी एक महिन्यानंतर येणार आहे. म्हणजे अजून चार गीतांची आवश्यकता होती. माडगूळकर यांच्यापुढे हा प्रस्ताव मांडल्यानंतर ते उत्कृष्ट पटकथाकार असल्याने कथा कशी वाढवायची हे कसब त्यांच्याकडे होतेच. मग त्यांनी उत्तररामचरित्राचा भाग त्याला जोडला व मग ५३ वे गीत **'प्रभो मज एकच वर द्यावा'** हे हनुमानाचे गीत व **'डोहाळे पुरवा रघुकुलतिलका माझे'** हे ५४ वे गीत व **'मज सांग लक्ष्मणा जाऊ कुठे'** हे ५५ वे गीत व अंतिम गीत म्हणून वाल्मिकीच्या तोंडी असलेले **'गा बाळांनो श्रीरामायण'** हे गीत ५६ वे गीत म्हणून तयार केले. त्याला बाबूजींनी परत भैरवीचा वापर केला आहे. अन् गीत-रामायणाच्या सुरुवातीच्या प्रसंगाशी म्हणजे अश्वमेधयज्ञात लवकुश रामायणाचे गायन करतात इथपर्यंत कथाभाग आणून जोडला आहे. सर्वच गीतांमुळे कवीच्या कल्पकतेचा व बाबूजींच्या प्रज्ञेचा अवर्णनीय आनंद श्रोत्यांना मिळाला आहे.

१८) १९५५ मध्ये रेकॉर्डींगचे तंत्र एवढे सुधारलेले नव्हते. त्यामुळे संगीतकाराच्या मनात व कल्पनेत काही गोष्टी व्यक्त करायच्या असल्या तरी त्या कशा कराव्यात हा प्रश्नच असे. गीत रामायणाच्या एका गाण्याबद्दल बाबूजींचे असेच झाले असावे. प्रसंग होता कुंभकर्णाला त्याच्या गाढ निद्रेतून जागवून त्याला युद्धाला प्रवृत्त करण्यासाठी रावणाचा प्रयत्न. त्याला झोपेतून उठवल्यावर 'लंकेवर काळ

कठीण आज पातला.' हे गीत कुंभकर्णाच्या तोंडी रावणाला उद्देशून म्हटले आहे. कुंभकर्णाच्या व्यक्तिमत्त्वाला व अवाढव्य देहाला साजेसा असा आवाज गीत गाणाऱ्याचा हवा होता. पुण्यातलेच आप्पासाहेब इनामदार हे देहाने भक्कम व आवाजही भारदस्त. इतका की लाऊडस्पीकर नसला तरी पिटातल्या शेवटच्या श्रोत्याला स्वच्छ ऐकू येईल इतका मोठा. बाबूजींनी बरोबर त्याला हेरले व या गीतासाठी गायक म्हणून त्याची निवड केली. तरी सुद्धा कुंभकर्णाचा आवाज जास्त भरदार वाटावा व त्याला शोभावा म्हणून बाबूजींनी एक कल्पना लढवली ती म्हणजे आप्पासाहेबांना त्यांनी पूर्ण गाणे एका मोठ्या कर्ण्यातून रेकॉर्डींगच्या वेळी गायला लावले व मग त्यांना हवा तो परिणाम साधला गेला. या गाण्यात वापरल्या गेलेल्या कर्ण्याच्या तंत्रामुळे म्हणा, हे गाणे जेव्हा पूर्ण गीतरामायणाचा म्हणजे ५६ गीतांचा कार्यक्रम होतो तेव्हाच गायले जाते, इतर वेळी नाही.

१९) ग. दि. माडगूळकर व बाबूजी यांची भांडणं नेहमीच चालत. दोघे कडाडून भांडत. एकमेकांना दोष देत, पण नंतर प्रामाणिकपणे सर्व विसरून एकत्र येत. १९४९ साली 'मायाबाजार' या चित्रपटासाठी अनिरुद्ध व उषा यांच्यावर एक प्रेमगीत चित्रित करायचे होते. गीताचे कागद गदिमांनी बाबूजींच्या हाती ठेवले. बाबूजींनी ते गीत वाचले मात्र अन् ते माडगूळकर यांना म्हणाले 'माडगूळकर कसलं गीत केलं हे! अहो हे प्रेमगीत आहे नं? मला तर हे गीत युद्धाच्या पार्श्वभूमीवर आहे असं वाटतं. बघा कसं ते.'' अन् बाबूजींनी समोरच्या हार्मोनियमवर 'सदैव सैनिका पुढेच जायचे. न मागुती तुवा कधी फिरायचे.'' या रणगीताच्या चालीवर नवीन दिलेले गीत म्हणून दाखवले. माडगूळकरांचा संताप अनावर झाला. पण तो आवरून ते म्हणाले, ''तुला याला चाल लावता येत नसेल तर चाली लावणं सोडून दे.'' अन् रागारागाने तेथून निघून गेले. थोड्याच वेळात श्री. देऊळगावकर तिथे आले व म्हणाले. ''आण्णा, चला, तुम्हाला बाबूजी म्युझिकरूममध्ये बोलावित आहेत.'' माडगूळकर व पाठक यांना घेऊन ते बाबूजींकडे आले. मग बाबूजींनी माडगूळकर यांनी दिलेल्या गाण्याला लावलेली चाल ऐकवली. माडगूळकरांच्या रागाचा पारा एकदम उतरला. चाल इतकी गोड होती की माडगूळकर यांनी बाबूजींना चक्क मिठीच मारली. व म्हणालो, ''अरे, मी तुला मघाशी उगीच रागात काहीतरी बोललो. ते सगळं विसरून जा. चाल उत्तम जमली आहे.'' ते गाणं म्हणजे

'चांदण्यात चालू दे मंद नाव नाविका.
तरंगती जलावरी संथ चंद्र चंद्रिका ।।धृ।।

'मायाबाजार' हा चित्रपट प्रदर्शित झाल्यावर प्रभातच्या दामल्यांनी या गाण्याला

अनुसरून थिएटरवर बेबी शकुंतला व बालकराम नौकेत बसून जलविहार करीत आहेत असं मोठं पोस्टर करून लावलं होते.

२०) गदिमा व बाबूजींच्या भांडणाचा आणखी एक किस्सा फार मजेदार आहे. त्या दोघांची भांडणं व्हायचीच पण नंतर ते पुन्हा प्रेमाने एकत्र यायचे. पण एकदा त्यांचं भांडण इतक्या विकोपाला गेलं की, 'यापुढे तुमचं तोंडही पाहणार नाही' असं दोघांनी एकमेकांना सुनावलं. म्हणजे यापुढे बाबूजींनी माडगूळकरांच्या काव्याला चाली लावायच्या नाहीत व माडगूळकर यांनी आपल्या काव्याला चाल लावायला बाबूजी वर्ज्य करून टाकले. त्याच सुमाराला विनायकराव सरस्वते यांनी 'संत गोराकुंभार' या चित्रपटाचं काम हाती घ्यायचं ठरवलं व त्यांचे व माडगूळकर यांचे संबंध चांगले असल्याने त्यांच्याकडून त्यांनी गीते लिहून घेतली. त्यांना बाबूजी व गदिमा मधील भांडणाचं स्वरूप माहीत होते. पण या गीतांना बाबूजींनी स्वरबद्ध करावं अशी त्यांची इच्छा होती. गाण्याचे कागद घेऊन ते बाबूजींकडे आले. संत गोराकुंभारचं काम करतोय असं सांगितलं व संगीत तुम्ही करा असंही विनवलं. बाबूजींनी विचारलं, "काव्य कोणाचं आहे?" विनायकराव म्हणाले, "संतांच्याच रचना वापरल्या आहेत. गोराकुंभार व नामदेवाच्या." हे म्हटल्यावर बाबूजींनी ती गाणी स्वीकारली. त्याला चाली लावल्या व त्यांचं रेकॉर्डिंग पण झालं. सर्व झाल्यावर मग विनायकरावांनी सांगितलं, "बाबूजी. यातले काही अभंग माडगूळकरांचे आहेत." त्यावर बाबूजी हसून म्हणाले "मला वाटलंच होतं की गोरा कुंभाराची गाणी काळ्या कुंभाराने लिहिली आहेत."

२१) सुरुवातीला जरी बाबूजी कवीकडून काव्य आल्यावर त्यावर स्वरसाज चढवित पण नंतरच्या काळात ते प्रथम स्वररचना करून नंतर कवी त्याप्रमाणे काव्यरचना तयार करायचे. १९८६ च्या 'पुढचं पाऊल' या चित्रपटाच्या वेळचा हा प्रसंग.

बाबूजी व सुधीर मोघे समोरासमोर बसलेले. बाबूजींनी मोघेंना एक सुरावट ऐकविली. सुधीर मोघे यांनी ती ऐकली तरी ते स्वस्थच बसले होते. शेवटी बाबूजींनी विचारलं "काय, काही सुचतंय का?" सुधीर मोघे म्हणाले, "अहो, तुम्ही ऐकवला तो गीताच्या आधीचा एंट्रो पीस होता. आता धृपदाची धून ऐकवा ना!" बाबूजींनी तयार केलेली धृपदाची धून गाण्याच्या आधीचा पीस असल्यासारखी विचित्र होती. बाबूजी म्हणाले, "अहो, ती धृपदाचीच चाल आहे. आता त्यावर काव्य करा." अन् मग तीच धून बाबूजींनी परत ऐकवली. सुधीर मोघे तसे बुचकळ्यातच पडले होते. पण त्यांनी ते आव्हान स्वीकारले व त्यांना गीताचे शब्द सुचले. 'एकाच या जन्मी जणू फिरूनी नवी जन्मेन मी.' अन् मग दोन्ही सुधीरजींनी मिळून सूर व शब्द यांचा

उत्तम मिलाप असलेल्या एका अप्रतिम गीताला जन्म दिला.

पण हे फक्त गाण्याचं झालं. पुढे त्याला वाद्य संगीताने सजवायला हवंच होतं. बाबूजींचे म्युझिक अॅरेंजर श्री. शामराम कांबळे यांच्याकडे ती सुरावट गेली. बाबूजींनी श्यामरावांना सांगितले की ''या गाण्याचा एंट्रो पीस व अंतऱ्यातले म्युझिक पीसेस तयार करा.'' शामराव कांबळे तसे फार कल्पक संगीतकार. वास्तविक बाबूजींच्या बरोबर इतकी वर्षे काम करून बाबूजींचा पॅटर्न त्यांना चांगलाच अवगत होता. पण यावेळी काहीतरी नवीन करायचं त्यांनी ठरवलं. त्यांनी सुरुवातीचा म्युझिक पीस तयार केला. गाणं दोन अंतऱ्यांचंच होतं. त्यांनी पहिल्या अंतऱ्याच्या व दुसऱ्या अंतऱ्याच्या आधीचे पीस तयार केले. पण ते पीसेस खूपच मोठे होते व गाण्याचे धृपद व अंतऱ्याची सुरावट यापेक्षा खूपच निराळे होते. त्यांनी ते पीसेस बाबूजींना ऐकवले. बाबूजींना ते जाणवलं की पीसेस खूप मोठे तर आहेतच व गाण्याशी एकदम हटके आहेत. बाबूजी शामराव यांना म्हणाले, ''शामराव, अरे हे पीसेस फार मोठे आहेत. हे बघ. गाणं तीन सव्वातीन मिनिटांचं व हे पीसेस एक मिनिटापेक्षा जास्तच वेळाचे आहेत. ते पीसेस बदल व गाण्याच्या चालीला अनुरूप असलेले बनव.'' शामराव बाबूजींना म्हणाले, ''बाबूजी, तसं काही नाही. हे पीसेस गाण्याला खूप उठाव देतील. तुम्ही विचार करा. आपण हे पीसेस बदलायला नकोत.'' बाबूजी विचारात पडले. दोन दिवस ते त्याच पीसेसचा विचार करत होते. शेवटी ते शामराव कांबळे यांना म्हणाले ''ठीक आहे. तुम्हाला वाटतं तर ते पीसेस तसेच राहू द्या. आपण रेकॉर्डींग करू या.'' पण त्यातल्या फक्त सुरुवातीचा एन्ट्रो पीस रद्द करून डायरेक्ट गाण्याला सुरुवात करायची असं ठरलं. आता ते गाणं ऐकतांना शामरावांच्या मधल्या पीसेसना दाद द्यावीशी वाटते. बाबूजींचं पण कौतुक करावसं वाटतं, की सहकलाकारांच्या कल्पकतेला पण ते वाव द्यायचे. ते गाणं खूपच लोकप्रिय झालंय्.

२२) 'जगाच्या पाठीवर' या चित्रपटातील सर्वच गाण्यांनी लोकप्रियतेचा कळस गाठला. त्यातल्याच एका गाण्याच्या शूटिंगच्या वेळची ही कथा.

लोणावळा येथील राजमाची पॉइंटजवळच्या मोकळ्या जागेत दिग्दर्शक राजा परांजपे आपले कॅमेरामन व साऊंड युनिटसह सर्व जण शॉटची व्यवस्था करीत होते. राजा परांजपे व सीमा देव यांच्यावर गाण्याचे शूटिंग होणार होते. सिनेमाचं शूटिंग आहे, हे कळल्यामुळे जवळपासचे बरेच जण जमा झाले. नाही तरी दिग्दर्शकाला मॉब हवाच होता. त्या सर्वांना मधली गोलाकार जागा सोडून रिंगणात शांतपणे उभे राहायला सांगितले होते.

ही सगळी गर्दी कशाला जमली आहे, हे पाहण्यासाठी एक अडाणी खेडूत

तिथे आला अन् पाहतो तर एक कोवळी तरुण मुलगी मधे नाच करीत होती! तोही गर्दीत मिसळून पुढे येऊन उभा राहिला.

मळक्या साडीत व फाटक्या चोळीत अनवाणीच, गाणं वाजत होतं त्याप्रमाणे सीमा देव नाच करीत होत्या. मळके धोतर, अर्ध्या बाह्यांचा जाड कापडाचा शर्ट, त्यावर खादीचे मळके जॅकेट, डोक्यावर काळी चुरगळलेली टोपी व दाढीचे खुंट या अवतारात गळ्यात अडकवले त्या पेटीवर वाजत असलेल्या म्युझिकप्रमाणे राजा परांजपे सूर काढीत होते. गाणं चालू होतं.

"नाचनाचूनी अति मी दमले । थकले रे नंदलाला ऽऽ ।"

दोन ओळी म्हटल्यावर कुणी तरी 'कट्' म्हणून ओरडलं. गाणं थांबलं. कुठे तरी, काही तरी चुकले होते. असं वारंवार होऊ लागलं. ५-६ वेळा तरी रिटेक होत गेले. कडक उन्हाळा व ऐन दुपारची वेळ. उन्हाचा त्रास होतच होता. सीमाबाई पदराला घाम पुसून पुन्हा नाच सुरू करायच्या— "नाचनाचुनी अति मी दमले । थकले रे नंदलाला ऽऽ ।" ही ओळ पुन: पुन्हा वाजत राहिली.

हे पाहून गर्दीतल्या त्या आडदांड खेडुताच्या रागाचा पारा एकदम चढला व तो थेट राजाभाऊ परांजपे यांच्याजवळ जाऊन पोचला. त्यांच्या शर्टची कॉलर पकडली व गावरान भाषेत त्यांच्यावर ओरडायला लागला म्हणाला, "आरं, तुला काय दया-माया हाये की नाय? ती बिचारी पोरगी कवापास्नं उनातानात नाचून-नाचून दमली हाय... थकली हाये असं म्हनती, तरी तिला बळंच नाचायला लावतोस? काय जीव-बीव घेयाचा हाय का काय तिचा?" हे शूटिंग चाललं आहे, याची त्या खेडुताला कल्पनाच नव्हती. त्याला वाटलं की, पैशासाठीच तो त्या पोरीला नाचवतोय! पण या अकस्मात घडलेल्या प्रकाराने खुद्द राजाभाऊ परांजपेच सुन्न झाले. शेवटी त्यांचे असिस्टंट डायरेक्टर राजदत्त पुढे आले व त्यांनी त्या खेडुताला खरं काय ते समजावून सांगितलं, तेव्हा कुठे त्याचा पारा उतरला.

२३) गीतरामायणासंबंधी एक आठवण

बाबूजींनी स्वरबद्ध केलेलं व गायलेलं असं सर्वोत्कृष्ट गीत कोणतं? हा प्रश्न निश्चितच अवघड! कारण असंख्य उत्तमोत्तम गीतांपैकी सर्वोत्तम गाणं निवडायचं म्हणजे परीक्षाच! कोणी म्हणेल, "झाला महार पंढरीनाथ" तर कोणी म्हणेल, "समाधी साधन." अशी कितीतरी नावं पुढे येतील. पण जर बहुमत घेतलं तर असा निष्कर्ष निघेल की, गीतरामायणातील 'पराधीन आहे जगती पुत्र मानवाचा' हे गीत सर्व दृष्टींनी उत्कृष्ट आहे. त्याचे काव्यगुण, स्वररचना व भावोत्कट गायन या सर्वांचा एक अनुपमेय असा मेळ या गाण्यात जमून आला आहे. पण या गाण्यासाठी

बाबूजींच्या मनाला किती ताण सहन करावा लागला हे जर बघितलं तर आश्चर्यच वाटेल. या गाण्याच्या वेळी सर्वजण प्रचंड दडपणाखाली होते. आधीची चोवीस गाणी वेळच्या वेळी प्रसारीत होत गेली. भरत व राम भेटीचा प्रसंग वर्णायचा होता. हे गीत बाबूजी स्वत:च म्हणणार होते. त्याची चाल लावून वाद्यवृंदाकडून बसवून घेण्यासाठी बाबूजी आदल्या दिवशी रात्री पुण्याला पोहोचले. प्रभाकर जोग यांना वाद्यवृंदासह सकाळी सहा वाजता पुण्यातील मुक्कामावर येण्यास त्यांनी सांगितले खरे, पण रात्री चौकशी केल्यावर गीत अजून माडगूळकरांकडून आले नसल्याचे कळले. तेही दिवसभर प्रभावी शब्दरचनेसाठी धडपडत होते. पण समाधान देणारे काव्य त्यांना स्फुरत नव्हते. इकडे बाबूजी गीताच्या प्रतीक्षेत होते. सकाळी सातच्या सुमाराला हाती काव्य पडले ते दहा कडव्यांचे! हातात जास्त वेळ नसल्यामुळे आधी रेकॉर्डिंग करून मग प्रक्षेपण करायचे आकाशवाणीला शक्य नव्हते. त्यामुळे लाईव्ह प्रोग्रामच प्रक्षेपित करायचे ठरले. प्रक्षेपणाची वेळ सकाळी ७-४५ ची होती. अवघ्या ४०-४५ मिनिटांत चाल बसवून वादक कलाकरांकडून गाणं बसवून घेणं केवळ अशक्य होतं. बाबूजींनी पहिल्या चार ओळींना सुचेल ती चाल लावून त्याची स्वरलिपी वादकांसह आकाशवाणीवर पुढे पाठवून दिली. वारंवार गीताच्या ओळी वाचून त्यांचा मनातल्या मनात कल्पना स्पष्ट करण्याचा आटोकाट प्रयत्न बाबूजी करीत होते. गाण्याला लावलेल्या चालीबद्दल बाबूजी स्वत: समाधानी नव्हते. अशा अस्थिर मन:स्थितीत चांगलं सुचणार तरी कसं? रिक्षाने बाबूजी आकाशवाणीकडे निघाले. तेही अस्वस्थ मनाने. अर्ध्या वाटेवर आले. तेव्हा धृपदासाठी न्याय देण्याऱ्या स्वरसमूहांनी मनात गर्दी केली. बाबूजींनी रिक्षा मध्येच थांबवली, मनात आलेली चाल लिपीबद्ध केली आणि तडक आकाशवाणीवर पोहोचले. आधी पाठविलेली स्वररचना प्रथम त्यांनी रद्द करून नवीन चालीचे स्वरलेखन प्रभाकर जोग यांना लिहायला सांगितले. हे सर्व करून वाद्यमेळ्याला दिले तेव्हा, फक्त दोन मिनिटे प्रक्षेपणाला बाकी होती. मग अतिशय दृढ विश्वासाने बाबूजी मायक्रोफोनपुढे आले, लाल दिवा लागला, गीताची पार्श्वभूमी सांगितली गेली. कथेच्या ओघात सर्वजण भिजून चिंब झाले. मग प्रत्यक्ष गातांना आयत्यावेळी इतक्या उत्तम जागा त्यांना सुचल्या, की जणू काही हे गाणं पूर्वतयारी करूनच म्हटलं गेलं असावं असा समज झाला. प्रत्येक अर्थपूर्ण कडव्याला अचूक अशी स्वरांची मधुरता स्त्रवू लागली. **'दैवजात दु:खे भरता दोष ना कुणाचा, पराधीन आहे जगती पुत्र मानवाचा'** या त्रिकालाबाधित सत्याचे प्रमाण दाखविणाऱ्या गीताचा जन्म झाला.

***

श्री. विनायकराव फडके
(वडील)

सौ.सरस्वीबाई विनायक फडके
(आई)

सुधीर फडके आणि
ललिता फडके (तरुणपणी)

मोठी मुलगी
सपनाशी खेळतांना...

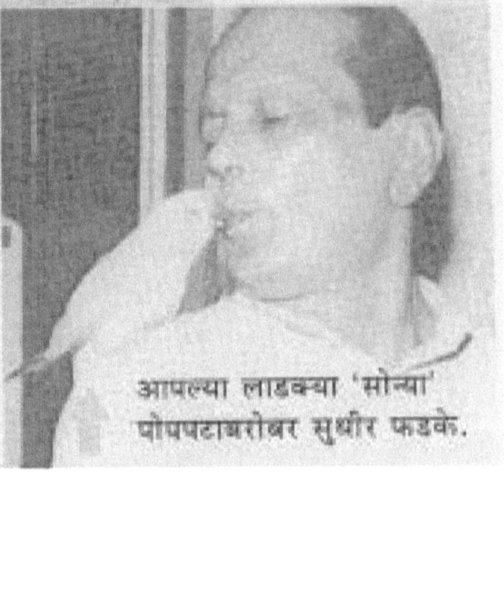

आपल्या लाडक्या 'सोन्या'
पोपटाबरोबर सुधीर फडके.

प्रसिद्ध गायक मोहम्मद रफी,
कुलवंत जॉनी तसेच
जयवंत कुलकर्णी समवेत.

श्रीधर फडके समवेत.

देव्हाऱ्यात
पुजा करतांना.

विनोदाचा बादशाहा राजा गोसावी, अभिनेत्री आशा काळे व बाबूजी.

आशा भोसले , श्रीधर फडके व सुधीर फडके

रंगभूमी व ज्येष्ठ फिल्म अभिनेता चंद्रकांत गोखले समवेत.

फिल्म डॉयरेक्टर कमलाकर तोरणे समवेत

गाणगोकीळा लता मंगेशकर सोबत फडके.

मोहन रानडे यांच्या सुटकेसाठी प्रयत्न करण्यासाठी दिल्लीला गेलेले असताना भा.कृ.केळकर, मोहन रानडेंच्या मातोश्री रमाबाई, इंदिरा गांधी यांच्यासमवेत बाबूजी.

९. बाबूजींचा प्रभातकाळ

–वसंत वाळुंजकर

मराठी चित्रपटसृष्टीत ‘प्रभात फिल्म कंपनी’ ही अतिशय मान्यवर व आदरणीय अशी संस्था होती. ‘प्रभात’च्या आधी कलामहर्षि बाबूराव पेंटर यांच्या ‘महाराष्ट्र फिल्म कंपनी’ या संस्थेतर्फे जे चित्रपट निर्माण झाले ते खूप गाजले. त्यापैकी १९२७ मध्ये व्ही. शांताराम व केशवराव धायबर यांनी दिग्दर्शित केलेला ‘नेताजी पालकर’ हा चित्रपट व १९२८ साली दामले-फत्तेलाल दिग्दर्शित अतिशय भव्य सेटींग्ज व कलादिग्दर्शन असलेला ‘महारथी कर्ण’ या चित्रपटांनी खूप लोकप्रियता मिळवली. पण नंतर ‘महाराष्ट्र फिल्म कंपनी’मधून ही सर्व नामवंत कलाकार मंडळी बाहेर पडली व त्यानंतरच नवीन चित्रसंस्था काढण्याचे मनसुबे तयार होऊ लागले. १ जून १९२९ रोजी कोल्हापूर येथील मंगळवार पेठेत श्री. सीतारामपंत कुलकर्णी यांनी केलेल्या आर्थिक मदतीवर दामले-फत्तेलाल यांनी ‘प्रभात फिल्म कंपनी’ची स्थापना केली. विष्णूपंत दामले, साहेबमामा फत्तेलाल, केशवराव धायबर, व्ही. शांताराम व सीतारामपंत कुलकर्णी हे या फिल्म कंपनीचे प्रमुख आधारस्तंभ झाले. पुण्याला स्टुडिओ उभारणी व व्यवस्थापन कचेरी करायचे ठरल्यावर कोल्हापूरहून साधारणत: १९३३ साली ‘प्रभात फिल्म कंपनी’चे पुण्याला स्थलांतर झाले आणि मग एकापाठोपाठ एक सरस अशा चित्रपटांची निर्मिती होऊ लागली. अयोध्येचा राजा, अग्निकंकण, मायामच्छिंद्र, सैरंध्री, सिंहगड, अमृतमंथन, चंद्रसेना, धर्मात्मा, संत तुकाराम, कुंकू, गोपालकृष्ण, माझा मुलगा, माणूस, संत ज्ञानेश्वर, संत सखू, शेजारी, दहा वाजता, रामशास्त्री, संत जनाबाई, श्रीगुरुदेवदत्त या ‘प्रभात’च्या सर्व मराठी व हिंदी चित्रपटांनी रसिकांची मने व्यापून टाकली. या व्यतिरिक्त गोकुल, आगे बढो, अपराधी, अमर ज्योती, लाखारानी, गजगौरी या हिंदी चित्रपटांनी भारतभर, ‘प्रभात’चे नाव दुमदुमले. ‘प्रभात’चे बोधचिन्ह तुतारी हे प्रसन्नता, शालीनता व चैतन्याचे प्रतीक होते. याची मूळ कल्पना दामले-फत्तेलाल यांचीच. देसकार रागातील सुरेल स्वरलहरी

गोविंदराव टेंबे यांनी स्वरबद्ध केल्या होत्या. 'प्रभात'ची तुतारी 'अयोध्येचा राजा' पासून शेवटच्या 'श्री गुरुदेवदत्त' पर्यंत दुमदुमत राहिली.

१३ एप्रिल १९४२ मध्ये व्ही. शांताराम 'प्रभात' मधून बाहेर पडले व त्यांनी 'राजकमल' चित्रसंस्थेची स्थापना केली. 'रामशास्त्री' या 'प्रभात'च्या चित्रपटानंतर १९४५ साली विष्णूपंत दामले यांचे अकाली निधन झाले. व्ही. शांताराम व विष्णूपंत दामले यांच्यासारख्या कर्तृत्ववान व अलौकिक बुद्धी असलेल्या तसेच व्यवहाराची चांगली जाण असलेल्या व्यक्तींच्या पश्चात 'प्रभात फिल्म कंपनी' वर व्हायचा तो परिणाम झालाच.

'प्रभात'च्या चित्रपट निर्मितीत १९३२ पासून १९४४ पर्यंत संगीत दिग्गजांच्या काम गोविंदराव टेंबे, केशवराव भोळे व मा. कृष्णराव या संगीतक्षेत्रातील दिग्जांच्या हातून होत असे.

११ फेब्रुवारी १९४६ हा बाबूजींच्या आयुष्यातील अतिशय भाग्याचा व संस्मरणीय दिवस ठरला. 'प्रभात'च्या साहेबमामा फत्तेलाल यांनी 'प्रभात' फिल्म कंपनीसाठी संगीत दिग्दर्शकाच्या पदासाठी श्री. सुधीर फडके यांना निवडले. हिंदी चित्रपट 'गोकुल' या चित्रपटाचे संगीत दिग्दर्शकाच्या पदासाठी श्री. सुधीर फडके यांना निवडले. हिंदी चित्रपट 'गोकुल' या चित्रपटाचे संगीत दिग्दर्शन करण्यासाठी बाबूजींचा करार झाला तो या दिवशी. 'प्रभात' सारख्या नामवंत व लोकप्रिय असलेल्या चित्रपटसंस्थेच्या चित्रपटांना संगीत देण्याची संधी मिळावी यापेक्षा आणखी कोणतं भाग्य असावं! असा विचार बाबूजींच्या मनात न आला तरच नवल. अतिशय भारावलेल्या मनाने, ही जबाबदारी आपण पेलू शकू किंवा नाही या शंकेने द्विधा झालेल्या मन:स्थितीत पूर्वीच्या थोर संगीत दिग्दर्शकांना अभिवादन करून बाबूजींनी करारावर स्वाक्षरी केली. 'प्रभात'च्या मालकांनी ज्या विश्वासाने बाबूजींच्या खांद्यावर ही संगीत दिग्दर्शनाची धुरा वाहायला दिली, तितक्याच आत्मविश्वासाने बाबूजींसारख्या चित्रपटसृष्टीत पूर्णपणे अननुभवी असलेल्या कलाकाराने 'थोर संगीत दिग्दर्शकांची परंपरा सांभाळेनच पण जास्त उंचावून दाखवीन' या हिंमतीने काम करण्याचे ठरविले.

चित्रपट व्यवसायात 'प्रभात' फिल्म कंपनी ही हिंदुस्थानातील सर्वांत मोठी व एकमेवाद्वितीय स्थान असलेली संस्था होती. तिचे संगीत दिग्दर्शकही असामान्य कर्तृत्वाचे होते. गोविंदराव टेंबे, केशवराव भोळे व मा. कृष्णराव फुलंब्रीकर ह्यांच्याबद्दल रसिकांना आदर व अभिमान वाटायचा. त्याचवेळी 'प्रभात'च्या काही हिंदी चित्रपटांसाठी संगीत दिग्दर्शक म्हणून श्यामसुंदर, हुस्नलाल भगतराम यांनी 'नई कहानी', 'चांद'

व 'हम एक है' या चित्रपटांना संगीत दिलं होतं. त्यांनी वापरलेल्या पंजाबी ढंगाच्या चाली व ठेके यांचं श्रोत्यांना आकर्षण वाटायचं. अशा पार्श्वभूमीवर बाबूजीचे 'प्रभात'मध्ये आगमन झाल्यामुळे साहजिकच बाबूजींवर ताणतणाव वाढला असणारच. पण बाबूजीची मन:शक्ती जबरदस्त असल्याने ते कुठेही कमी पडले नाहीत. उलट त्यांची 'गोकुल' (१९४६) मधील **'आया गोकुलमे छोटासा राजा'**, **'यह किसने बजाई मुरली'**, **'कहां हमारे शाम चले'**, 'रुक्मिणी स्वयंवर' (१९४६) मधील **'कहती मै ललकार सजधज कर'**, **'मै तारों की ओढ चुनरिया छुम छुम नाचू रे'**, **'नयनन ने छलकाया नीर'**; 'आगे बढो' (१९४७) तीन खुर्शीदने गायलेली **'ओ झूम रहा है मेरा मन देखो'**, **'यह दुनिया प्यारी प्यारी रे'** रफी व खुर्शीदने गायलेले **'ओ सावन की घटाओं धीरे धीरे आना'**; सीता स्वयंवर (१९४८) मधील **'मै तेरे नाम की माला फेरू'**, **'छुन छुन बोले पायलिया'** (माणिक दादरकर), **'मेने उसका दरसन पाया'**, **'रूप तुम्हाला मेरे जिया को लुभाए रे'** (मालती पांडे); 'अपराधी' (१९४९) तील **'प्यार करने वालोंके लिये है दुनिया'**, **'रो ना मुन्ना प्यारे'** (सितारा) अन् अशी कितीतरी गाणी त्या काळच्या संगीतरसिकांना डोलावून गेली.

'प्रभात'मध्ये संगीत दिग्दर्शक म्हणून रूजू होण्यापूर्वी ज्या मजेदार घटना घडल्या त्या बाबूजींनी फार सुंदर वर्णन करून सांगितल्या आहेत. ते म्हणतात की, "वयाने केवळ सत्तावीस वर्षाच्या व अनुभवाबद्दल फारसं काही सांगता येणार नाही अशा तरुणावर संगीत दिग्दर्शनाची जबाबदारी टाकणं हे 'प्रभात'च्या मालकांचं धाडसी पाऊलच होतं." श्री. यशवंत पेठकर त्यावेळी 'प्रभात'मध्ये साहाय्यक दिग्दर्शक म्हणून काम करायचे. त्यांनीच बाबूजीचे नाव 'प्रभात'च्या मालकांना सुचवलं. निदान त्यांची ट्रायल तरी घ्या असा आग्रह त्यांनी धरला. साहेबमामा फत्तेलाल यांच्या ऑफिसमध्ये बाबूजींची ट्रायल झाली. साहेबमामा, शिवराम वाशीकर, सदाशिवराव कुलकर्णी, अे. आर. शेख, थत्ते, मनोहर कुलकर्णी, श्रीनिवास जोशी, बापू वाटवे व वसंतराव पेंटर तिथे उपस्थित होते. बाबूजींनी स्वत:च्या काही चाली गाऊन दाखविल्या, त्या त्यांना आवडल्या असाव्यात. त्यांनी दुसऱ्या दिवशी पुन्हा बोलावलं आणि सांगितलं की, "तुम्हाला 'गोकुल'मधलं एक गाणं देऊ, त्याला तुम्ही चाल लावा, म्युझिक पीसेस तयार करून ऑर्केस्ट्रावर बसवा व ऑर्केस्ट्रासह आम्हाला गाऊन दाखवा. ते आम्हाला पसंत पडलं तरच संगीत दिग्दर्शक म्हणून तुमची नेमणूक करू."

सुप्रसिद्ध कवी श्री. कमर जलालाबादी हे 'गोकुल' या चित्रपटासाठी गीतं

लिहिणार होते. त्यांनी लिहिलेलं "किसने बजाई मुरली दुनिया नाच उठी" हे आठ कडव्यांचं गाणं बाबूजींना देण्यात आलं. बाबूजींनी आठ दिवसांची मुदत मागून घेतली अन् बाबूजी पुण्याहून मुंबईला घरी परतले. आठ दिवस त्या गाण्याला चाल लावण्याचे वेगवेगळे प्रयोग केले पण चाल काही मनासारखी जमेना. 'प्रभात'सारख्या चित्रपटसंस्थेचा संगीत दिग्दर्शक बनण्याची संधी हातातून जाते की काय, या विचाराने त्यांचं मन बेचैन झालं. एकदा संधी हुकली की पुन्हा मिळणं अवघड होतं. मागून घेतलेली मुदत संपत आली. रात्रंदिवस ते गाणं डोक्यात घोळत होतंच. एकदा वाटत होतं, की वेगवेगळ्या चाली ऐकवून त्यापैकी त्यांना जी पसंत पडेल ती त्यांनी निवडावी. पण तो बेत रद्द झाला. एकच चाल पक्की करून ती ऐकवायची असं मनात ठरवलं. पण ती चाल अजून सुचत नव्हती. बाबूजी पुण्याला आले. श्री गजानन वाटवे यांच्याकडे उतरले. अकरा वाजता 'प्रभात' स्टुडिओत जाण्यासाठी टांग्यात बसले तेव्हा असं ठरवलं होतं की, साहेबमामांना सांगायचं की, "गेल्या आठवड्यात कामामुळे अजिबात वेळ मिळाला नाही, तेव्हा आणखीन दोन-तीन दिवसांचा वेळ द्या म्हणजे चाल ऐकवतो."

टांगा डेक्कन जिमखान्यावर आला आणि अचानक त्या गाण्याच्या ध्रुपदासाठी काही स्वर सुचले. ते स्वर विसरून जाऊ नयेत म्हणून बाबूजींनी लगेच ते लिपीबद्ध केले. टांगा 'प्रभात' स्टुडिओत पोहोचेपर्यंत एका अंतऱ्याची चाल लागली. त्याचं पण नोटेशन करून ठेवलं. चाल मनासारखी जमली होती, पण एकून गाणं आठ कडव्यांचं होतं. साहेबमामांकडून २-३ दिवसाची मुदत मागून घ्यायची हा विचार होताच. स्टुडियोत आल्यावर साहेबमामांची भेट व्हायला १०-१५ मिनिटं लागली तेवढ्या वेळात आणखी एका कडव्याला चाल लागली, त्याचंही नोटेशन करून ठेवलं. अखेरीस साहेबमामांनी बोलावलं. बाबूजींनी त्यांची अडचण सांगितली १-२ कडव्यांची चाल तयार आहे पण संपूर्ण गीत २-३ दिवसांनी ऐकवतो असंही सांगितलं. बाबूजींना वाटले की, ते आता रागावतील व बहुधा काम देणार नाहीत. पण उलटंच घडलं. 'जी काही २-३ कडव्यांची चाल तयार आहे तेवढी तरी ऐकवा' असा त्यांनी आग्रह केला. साहेबामामांनी श्री. होंबाळ यांना बोलावून थिएटरमध्ये सर्व तयारी करायला सांगितली. त्यांच्याबरोबर बाबूजी म्युझिक थिएटरमध्ये गेले. तिथे तबला, पेटी वाजवणारे वादक सर्व तयार होते. साहेबमामांनी सर्वांना बोलावून घेतले होते. बाबूजी आलेले आहेत हे सर्वांना कळलेलंच होतं व त्यांना बाबूजींची चाल ऐकण्याची उत्सुकतासुद्धा होती. ते सर्व जमेपर्यंत बाबूजींनी आणखी एका कडव्याला चाल लावली. पहिल्या चार ओळींचा दोहा, मुखडा व तीन कडवी एवढी चाल तयार

झाली होती. बाबूजींनी तेवढंच म्हणून दाखवलं आणि काय आश्चर्य! साहेबमामा, वाशिकर, वसंतराव पेंटर सगळेच खूश झाले. साहेबमामा तर म्हणाले, ''वा! फाईन ट्यून! फाईन ट्यून!! बस् पुढे ऐकायची जरूर नाही. आजपासून तुम्ही आमचे म्युझिक डायरेक्टर झालात. आता ऑकेस्ट्रासह गाणं ऐकवण्याची गरज नाही.'' बाबूजी अवाक् झाले, त्यांचं मन या यशाने भरून आलं.

दुसऱ्या दिवशी बाबूजी 'प्रभात'मध्ये गेले. श्री. घाणेकरांनी 'गोकुळ'चे प्रॉड्क्शन मॅनेजर असलेल्या श्री. ताम्हणकरांना बोलवून सांगितलं, ''मा. कृष्णरावांची खोली स्वच्छ करून ती फडके साहेबांना द्या.'' या वाक्याने बाबूजींच्या मनात घर केलं

संगीत क्षेत्रात आणि विशेषत: शास्त्रोक्त, नाट्य व चित्रपट संगीतात ज्यांना बाबूजींनी दैवत मानलं होतं, त्यापैकी मा. कृष्णराव हे अव्वलस्थानी होते. आजपर्यंत ज्यांची गाणी बाबूजी आवडीने ऐकत होते त्यापैकी, **''तुझाच छकुला तुझाच गे मम माऊली''**, **''भाग्यवती ही कपिला धेनू सजविते''** (गोपालकृष्ण' १९३८); ''कशाला उद्याची बात', 'दिवाळी दिवाळी आली' (माणूस १९३९) 'हासत वसंत ये मनी' व 'राधिका चतुर बोले' (शेजारी १९४१) ही मा. कृष्णराव यांनी स्वरबद्ध केलेली गाणी सर्वतोमुखी झालेली होती. शिवाय मा. कृष्णराव यांचं शास्त्रीय संगीताच्या क्षेत्रात गायक म्हणून वरचं स्थान होतं. नाट्यसंगीतातसुद्धा त्यांनी लोकप्रियतेचा कळस गाठला होता.

मा. कृष्णरावांच्या बरोबरीनं 'प्रभात'मध्ये संगीत दिग्दर्शकाचे काम श्री. केशवराव भोळे यांनी केलं. अमृतमंथन, संत तुकाराम, कुंकू, रामशास्त्री, संत ज्ञानेश्वर या चित्रपटातील गाणी एक नावीन्यपूर्ण प्रवाह निर्माण करणारी होती. आधुनिक चित्रपटसंगीताची मुहूर्तमेढ त्यांनीच रोवली असं म्हणायला हरकत नाही. **'सदा माझे डोळा'**, **'आधी बीज ऐकले'**, **'आम्ही जातो आमुच्या गावा'** (संत तुकाराम १९३६); **'भारती सृष्टीचे सौंदर्य खेळे'**, **'अहा भारत विराजे'**, **'मन सुद्ध तुजं'** या शिवाय त्यांनी मराठी चित्रपटात इंग्रजीतील कवी लाँग फेलो यांच्या इंग्रजी कवितेचा वापर केला. (कुंकू १९३७). **'मज फिरफिरूनी छळिसी कां?'**, **'उसळत तेज भरे गगनात'**, **'पाहू रे किती वाट'** (माझा मुलगा १९३८); **'आम्ही चकोर हरी चंद्रमा'**, **'आला रे हरी आला रे'**, **'एक तत्त्व नाम दृढ धरी मना'**, **'सोनियाचा दिवस आजी अमृते पाहिला'** (संत ज्ञानेश्वर १९४०) ही सर्व लोकप्रिय गाणी केशवराव भोळे यांचं संगीत किती समृद्ध होतं याची साक्ष देते.

'प्रभात'मधील सर्वांत आधीचे संगीत दिग्दर्शक म्हणजे श्री. गोविंदराव टेंबे.

त्यांचं संगीत अतिशय भारदस्त व शास्त्रोक्त पद्धतीचे असे. अर्थात तो काळ नाटकांचा असल्यामुळे त्या वेळच्या चित्रपटसंगीतावर नाट्यसंगीताचा प्रभाव असणे स्वाभाविकचं होत. पण त्यांची 'अयोध्येचा राजा', 'अग्निकंकण', 'मायामच्छिंद्र', 'सैरंध्री', 'सिंहगड' या चित्रपटातील गाणी त्या काळात खूप गाजली होती. **'हे चंद्रमौली उदारा'** हे खुद्द गोविंदराव टेंबे यांनी 'अयोध्येचा राजा' या चित्रपटात गायलेलं गाणं ऐकलं की मन मोहरून येतं'' असे बाबूजी म्हणत होते.

या संगीताच्या विविध क्षेत्रात मान्यवर असलेल्या त्या ज्येष्ठ व श्रेष्ठ संगीतकारांच्या खुर्चीत आजपासून बसायला मिळणार या योगायोगाने बाबूजींना गहिवरून आलं. त्या थोर संगीत दिग्दर्शकांच्या गादीवर बसून बाबूजींनी चित्रपट संगीताची परंपरा त्या उच्च स्थानावर ठेवलीच, किंबहुना जास्त उंचावली असंच म्हणावं लागेल.

***

१०. बाबूजी-पुरस्कार व पारितोषिके

* १९६२-६३ : प्रथम महाराष्ट्र राज्य मराठी चित्रपट महोत्सवात 'प्रपंच' या चित्रपटासाठी सर्वोत्कृष्ट संगीतदिग्दर्शक म्हणून पुरस्कार व स्मृतिचिन्ह
* १९६३-६४ : श्रीराम चित्र निर्मित 'हा माझा मार्ग एकला' या चित्रपटासाठी राष्ट्रपती रौप्यपदक.
* १९६३-६४ : दुसऱ्या राज्य मराठी चित्रपट महोत्सवात श्रीरामचित्र निर्मित 'हा माझा मार्ग एकला' या चित्रपटासाठी दुसरे पारितोषिक व स्मृतिचिन्ह.
* १९६७-६८ : सहाव्या राज्य मराठी चित्रपट महोत्सवात 'संथ वाहते कृष्णामाई' या गीतासाठी सर्वोत्कृष्ट पार्श्वगायक म्हणून पारितोषिक व स्मृतिचिन्ह.
* १९६८ : सूरसिंगार संसदतर्फे 'भाभी की चुडियाँ' या चित्रपटातील 'ज्योति कलश छलके' या उत्कृष्ट संगीताबद्दल 'स्वामी हरिदास ॲवॉर्ड', स्मृतिचिन्ह.
* १९६८-६९ : सातव्या राज्य मराठी चित्रपट महोत्सवात 'आम्ही जातो अमुच्या गावा' या चित्रपटासाठी उत्कृष्ट संगीतकार म्हणून पारितोषिक व स्मृतिचिन्ह.
* १९ ऑक्टोबर १९६९ : प्रेमचित्र निर्मित 'आम्ही जातो अमुच्या गावा'च्या रौप्यमहोत्सवनिमित्त विजय चित्र मंदिर पुणे तर्फे 'प्रेमस्मृति' प्रदान केली.
* १९७० : सूरसिंगार संसद तर्फे 'मुंबईचा जावई' या चित्रपटातील 'प्रथम तुज पाहता' या गीताच्या स्वररचनेबद्दल 'स्वामी हरिदास ॲवॉर्ड', स्मृतिचिन्ह.
* १९७०-७१ : नवव्या राज्य मराठी चित्रपट महोत्सवात 'धाकटी बहीण' या चित्रपटातील 'धुंदी कळ्यांना, धुंदी फुलांना' या गीतासाठी उत्कृष्ट पार्श्वगायक म्हणून पारितोषिक व स्मृतिचिन्ह.

* १९७४-७५ : बाराव्या महाराष्ट्र राज्य मराठी चित्रपट महोत्सवात 'कार्तिकी' या चित्रपटासाठी उत्कृष्ट पार्श्वगायक म्हणून पारितोषिक व स्मृतिचिन्ह.
* १९८१ : संगीत नाटक अकादमी यांनी सर्जनात्मक संगीतात प्रमुख कलाकार म्हणून ताम्रपट देऊन सन्मानित केले.
* १९८५ : जनता सहकारी बँक लि., पुणे यांच्यातर्फे कृतज्ञता भेट.
* ९ ऑक्टोबर १९८८ : चतुरंग, माधवाश्रम, डोंबिवली शाखा आयोजित 'एक कलाकार एक संध्याकाळ' या रौप्यमहोत्सवी वर्षानिमित्त स्मृतिचिन्ह.
* १९८९ : घंटाळी मित्र मंडळ ठाणे रौप्यमहोत्सवी वर्षानिमित्त स्मृतिचिन्ह.
* १९९१ : अखिल भारतीय मराठी चित्रपट महामंडळाच्या १९६६ ते १९९१ या रौप्यमहोत्सवी वर्षानिमित्त स्मृतिचिन्ह.
* २ मार्च १९९२ : युवा संघर्ष वाहिनी, मुंबई तर्फे 'कृतार्थ जीवन' गौरव समारंभात संगीत दिग्दर्शन क्षेत्रात नावीन्यपूर्ण व प्रशंसनीय काम केल्याबद्दल माजी शेरीफ श्री. नाना चुडासामा यांच्या शुभहस्ते स्मृतिचिन्ह.
* ३ मे १९९२ : संस्कार भारती, ठाणे तर्फे प्रथम अधिवेशनात स्मृतिचिन्ह.
* १४ ऑगस्ट १९९३ : पुणेकर रसिक व स्वरानंदतर्फे मराठी चित्रपट सृष्टीच्या सुवर्णयुगाचे शिल्पकार स्वरतीर्थ गायक व संगीतकार श्री. सुधीर फडके यांना वयाच्या पंचाहत्तरी निमित्त स्मृतिचिन्ह.
* १४ ऑगस्ट १९९३ : आंतर बँक संगीतस्पर्धा १९९३-९४ आयोजक बँक ऑफ महाराष्ट्र तर्फे टिळक स्मारक मंदिर, पुणे येथे स्मृतिचिन्ह.
* १९९३ : तुळशीदास तेजपाल इंद्रवदन सोसायटीच्या सार्वजनिक गणेशोत्सवाच्या अमृत महोत्सव वर्षी स्मृतिचिन्ह
* १९९३ : शाहू युवक मंडळ इचलकरंजी तर्फे 'शाहू पुरस्कार', स्मृतिचिन्ह.
* १९९३ : वंदेमातरम् महोत्सव समिती, विलेपार्ले तर्फे स्मृतिचिन्ह.
* १९९३ : मुंबई ग्राहक पंचायत अमृत महोत्सव वर्षानिमित्त स्मृतिचिन्ह.
* १९९३ : मराठी साहित्य संमेलन, खार, मुंबई तर्फे स्मृतिचिन्ह.
* १९९३-९४ : भंडारी को.ऑप.बँक लि, दादर, मुंबई यांच्या अमृत महोत्सवी वर्ष सोहळ्यानिमित्त स्मृतिचिन्ह.
* १७ एप्रिल १९९४ : सुधीर फडके अमृत महोत्सव समिती डोंबिवली तर्फे स्वरतीर्थांचा अमृत महोत्सवी सत्कार व साहित्य संमेलन अध्यक्ष श्री. राम शेवाळकर व स्वरगंगा श्रीमती आशा भोसले यांच्या उपस्थितीत स्मृतिचिन्ह.

* १८ सप्टेंबर १९९४ : जायंटस् इंटरनॅशनल, मुंबईतर्फे संगीत क्षेत्रात केलेल्या उच्च दर्जाच्या कामगिरीबद्दल स्मृतिचिन्ह.
* १ जुलै १९९५ : एच्.एम.व्ही. निर्मित 'तुझे गीत गाण्यासाठी' या ध्वनिफीत प्रकाशन सोहळ्यात हृदयेश आर्टस् तर्फे स्मृतिचिन्ह.
* ऑक्टोबर १९९५ : इंडिया हेरीटेज फौंडेशन तर्फे वीर सावरकर चित्रपटाच्या निर्मितीत घेतलेल्या पुढाकार व आत्मीयतेबद्दल स्मृतिचिन्ह.
* ९ एप्रिल १९९६ रोजी, ९ ऑगस्ट १९५४ साली दादरा नगरहवेली मुक्तिसंग्रामात सहभागी झाल्यानिमित्त मुक्तिसमिती तर्फे स्मृतिचिन्ह.
* ३० एप्रिल १९९६ : संगम पुणे या संस्थेतर्फे 'तुझे गीत गाण्यासाठी' या कार्यक्रमाच्या वेळी ज्येष्ठ गायक व संगीतकार श्री. सुधीर फडके यांना अमृत महोत्सवी वर्षानिमित्त स्मृतिचिन्ह.
* ७/८ ऑक्टोबर १९९६ : जागतिक मराठी परिषद जेरूसलेम, इस्त्रायलच्या द्वैवार्षिक अधिवेशनानिमित्त स्मृतिचिन्ह.
* २८ ऑक्टोबर १९९६ : उष:प्रभा अधिष्ठान तर्फे चित्रपती कै. व्ही. शांताराम यांच्या स्मरणार्थ भारतीय चित्रपटातील अनमोल योगदानाबद्दल स्मृतिचिन्ह.
* ३ नोव्हेंबर १९९६ : कुसुमाग्रज प्रतिष्ठान तर्फे संगीतक्षेत्रातील कामगिरीबद्दल 'गोदावरी गौरव' स्मृतिचिन्ह.
* २१ डिसेंबर १९९६ : चतुरंग प्रतिष्ठान तर्फे सप्तसुरांची इंद्रधनुष्ये फुलविताना जाज्वल्य राष्ट्राभिमान अन् प्रखर सावरकरनिष्ठेने जीवनयज्ञ धगधगत ठेवणारे अमृत महोत्सवी वर्षात 'जीवन गौरव' पुरस्कार', रु. १ लाख रोख व मानपत्र देऊन अभीष्टचिंतन केले.
* ८/९ मार्च १९९७ : राष्ट्रीय विचार प्रबोधन परिषद, संभाजीनगर यांनी श्री. सुधीर फडके यांच्या सांस्कृतिक क्षेत्रात प्रदीर्घकाळ केलेल्या उल्लेखनीय कामगिरीबद्दल व देशप्रेमाने प्रेरित होऊन केलेल्या समाजसेवेच्या उपक्रमाबद्दल, तसेच स्वातंत्र्यासाठी प्रत्यक्ष समरभूमीवरील लढवय्ये सेनानी या रूपाला केलेला मानाचा मुजरा 'सन्मान लेखाद्वारे' अर्पण.
* ३ मे १९९७ : 'करवीर भूषण' पुरस्कार संस्कार भारती कोल्हापूर तर्फे नटराज व सोनेरी श्री. अंबाबाई मंदिराची रेखाकृती असलेले बोधचिन्ह.
* १९९७ : विसाव्या आशीर्वाद फिल्म ॲवॉर्ड तर्फे नवरत्न सोहळ्यात स्मृतिचिन्ह.

* १९९७ : श्री. कृष्णराव गांगुर्डे स्मृतिसमिती तर्फे गुरुवर्य पुरस्कार व स्मृतिचिन्ह.
* १९९७ : लोकसत्ता, मुंबई सुवर्ण महोत्सवी वर्षानिमित्त स्मृतिचिन्ह.
* १९९७-९८ : रोटरी इंटरनॅशनल थीमच्या रोटरी क्लब डोंबिवली (पूर्व) शाखेतर्फे स्मृतिचिन्ह
* १९९८ : लोकमान्य सेवा संघ, विलेपार्ले तर्फे अमृत महोत्सवानिमित्त स्मृतिचिन्ह.
* १४ एप्रिल १९९८ : कै. दिनकर झारापकर स्मृति प्रीत्यर्थ आयोजित केलेल्या मराठी भक्तिगीत स्पर्धेनिमित्त स्वरसाज मराठी आश्रम धर्मादाय वाद्यवृंद संस्थेतर्फे स्मृतिचिन्ह.
* २४ एप्रिल १९९८ : दिनानाथ स्मृति प्रतिष्ठान तर्फे ५६ व्या मा. दीनानाथ पुण्यतिथी निमित्त प्रदीर्घ संगीत सेवेबद्दल स्मृतिचिन्ह.
* १८ फेब्रुवारी १९९९ : उस्ताद अब्दुल हलिम जाफर खाँ यांनी ७० वर्षे केलेल्या संगीत सेवेच्या सोहळ्यात मान्यवर पाहुणे म्हणून स्मृतिचिन्ह.
* २ ते ५ मे १९९९ श्री. भालजी पेंढारकर जन्मशताब्दी सांगता समारंभात सन्मानपूर्वक स्मृतिचिन्ह.
* ४ सप्टेंबर १९९९ : 'जीवनगाणी' परिवारातर्फे श्री. श्रीनिवास खळे संगीतरजनी निमित्त स्मृतिचिन्ह.
* २६ सप्टेंबर १९९९ : सनशाईन सीनियर्स ग्रुप, डायमंड बार, कॅलिफोर्निया तर्फे भारतीय शास्त्रीय संगीत व भारतीय जनतेसाठी केलेल्या अनुपमेय कामगिरीबद्दल मान्यवर सदस्यत्व प्रदान करण्यात आले.
* ६ ऑक्टोबर १९९९ : रोटरी क्लब इंटरनॅशनलच्या रोटरी क्लब मुंबई टाऊन तर्फे संगीतक्षेत्रातील उत्कृष्ट कामगिरीबद्दल स्मृतिचिन्ह.
* १ नोव्हेंबर १९९९ : मो. ह. विद्यालय, ठाणे शतकमहोत्सवानिमित्त स्मृतिचिन्ह.
* १९९९ : 'माणिकरत्न पुरस्कार' माणिक वर्मा प्रतिष्ठान मुंबई तर्फे स्मृतिचिन्ह.
* जनकल्याण सहकारी बँकेतर्फे संगीतात केलेल्या अविस्मरणीय कामगिरीबद्दल होडीच्या प्रतिकृतीचे स्मृतिचिन्ह दिले.
* 'माहेरची साडी' या चित्रपटातील गाण्यांच्या कॅसेटच्या अमाप विक्रीनिमित्त चित्रपटाचे निर्माते व दिग्दर्शक श्री. विजय कोंडके यांनी बाबूजींना उत्कृष्ट

पार्श्वगायक म्हणून स्मृतिचिन्ह दिले.

* शारदा संगीत विद्यालय बांद्रा (पूर्व) तर्फे स्मृतिचिन्ह.
* रोटरी क्लब म्हैसूर मिडटाऊन तर्फे स्मृतिचिन्ह.
* शिवसेना शाखा क्र. ५९ तर्फे स्मृतिचिन्ह.
* महाराष्ट्र सेवा संघ, मुलुंड, मुंबई ८०. तर्फे संस्थेच्या कार्यक्रमाला आत्मीयतेने उपस्थित राहिल्याबद्दल कृतज्ञतापूर्वक स्मृतिचिन्ह.
* कल्याण गायन समाजतर्फे हीरक महोत्सवानिमित्त स्मृतिचिन्ह.
* वसंतराव कृषी संशोधन व ग्रामीण विकास प्रतिष्ठान तर्फे मराठी व हिंदी चित्रपटात दिलेल्या सुरेल संगीत दिग्दर्शनाबद्दल स्मृतिचिन्ह.
* कौन्सिल ऑफ अमेरिका - अमेरिकन स्पेस इंजिनियर्स व सायंटिस्टस् हौस्टन, टेक्सास तर्फे जागतिक व एशियन सांस्कृतिक कार्याबद्दल गौरव म्हणून अंतराळ यानाचा फोटोग्राफ देऊन सन्मानिले.
* विश्वजागृति मंडळ, सांगली तर्फे स्मृतिचिन्ह.
* हिंदू ज्ञानपीठातर्फे सन्मानचिन्ह.
* श्री प्रसाद चित्राच्या निर्मात्या सौ. उमा प्रकाश भेंडे यांचा चित्रपट 'भालू'च्या रौप्यमहोत्सवानिमित्त स्मृतिचिन्ह.
* महाराष्ट्र मित्र मंडळ, मुंबई तर्फे स्मृतिचिन्ह
* भारत विस्तार परिषद तर्फे स्मृतिचिन्ह.
* श्री मंगेश प्रस्तुत 'भावसरगम' च्या रौप्य महोत्सवी वर्ष सोहळ्यानिमित्त हृदयेश आर्टस् तर्फे स्मृतिचिन्ह.
* चतुरंग प्रतिष्ठान रंग संमेलन - सार्वजनिक गणोशोत्सव सुभेदार वाडा, कल्याण यांच्या शताब्दी महोत्सवानिमित्त स्मृतिचिन्ह.
* संवाद प्रकाशन गोरेगाव (प.), मुंबई तर्फे सस्नेह स्मृतिचिन्ह.
* कै. वसंत देसाई स्मृतिदिनानिमित्त स्मृतिचिन्ह.
* गदिमा प्रतिष्ठान, पुणे तर्फे स्मृतिचिन्ह.

***

११. बाबूजी - चित्रपट संगीत दिग्दर्शन व गायन
गीतसूची - हिंदी, मराठी

गीत क्र	गीत	चित्रपट	वर्ष	गीतकार	गायक/गायिका
०००१	यह किसने बजाई मुरली	गोकुल	१९४६	कमर जलालाबादी	गोविंद करवाळाकर, मोहनतारा, साथी
०००२	कहो तुम शाम की जयजयकार	गोकुल	१९४६	कमर जलालाबादी	मोहनतारा तळपदे
०००३	कहाँ हमारे शाम चले	गोकुल	१९४६	कमर जलालाबादी	जी. एम. दुर्राणी
०००४	हम तोडेंगे तोडेंगे बंधन आजाद होंगे	गोकुल	१९४६	कमर जलालाबादी	मोहनतारा,दुर्राणी, साथी
०००५	आया गोकुलमें छोटासा राजा	गोकुल	१९४६	कमर जलालाबादी	माणिक दादरकर, साथी
०००६	कहती मै ललकार सजधज कर	रुक्मिणी स्वयंवर	१९४६	शांत अरोड	मोहनतारा, ललिता, शकुंतला
०००७	मैं तारोंकी ओढ चुनरीया छम् छम्	रुक्मिणी स्वयंवर	१९४६	अमर वर्मा	नलिनी मुळगावकर
०००८	नयनन ने छलकाया नीर	रुक्मिणी स्वयंवर	१९४६	पं. रतनपिया	ललिता देऊळकर
०००९	जैसा सुख छाया अपने घर	रुक्मिणी स्वयंवर	१९४६		
००१०	ओ झूम रहा है मेरा मन देखो	आगे बढो	१९४७	अमर वर्मा	खुर्शीद
००११	यह दुनिया प्यारी प्यारी रे	आगे बढो	१९४७	अमर वर्मा	खुर्शीद

००१२	तकदीर में लिखा है मेरी ठोकरे खाना	आगे बढो	१९४७	अमर वर्मा	खुर्शीद
००१३	मै खोज खोजकर हारी प्रभुजी	आगे बढो	१९४७	अमर वर्मा	खुर्शीद
००१४	नयना रसिले मदभरे (हाय मोरी दैंया)	आगे बढो	१९४७	अमर वर्मा	माणिक दादरकर
००१५	सुनो सुनो हे नरनारी ये कथा पुरानी भाग१, २	आगे बढो	१९४७	अमर वर्मा	१) मन्ना डे २) मन्ना डे,मालती पांडे
००१६	सावन की घटा धीरे धीरे आना	आगे बढो	१९४७	अमर वर्मा	खुर्शीद, रफी
००१७	मैं तेरे नाम की माला फेरूँ	सीता-स्वयंवर	१९४८	अमर वर्मा	माणिक दादरकर
००१८	छुन छुन बोले पायलिया	सीता-स्वयंवर	१९४८	अमर वर्मा	माणिक दादरकर
००१९	सोजा रामदुलारे	सीता-स्वयंवर	१९४८	अमर वर्मा	माणिक दादरकर
००२०	शुभ दिन आये गुंइयाँ	सीता-स्वयंवर	१९४८	अमर वर्मा	मालती पांडे, साथी
००२१	रूप तुम्हारा मेरे जीया को लुभाए रे	सीता-स्वयंवर	१९४८	अमर वर्मा	मालती पांडे
००२२	ओ नीलकमल नीलकमल बोलो मेरे संग	सीता-स्वयंवर	१९४८	अमर वर्मा	मालती पांडे
००२३	मैने उनका दरसन पाया	सीता-स्वयंवर	१९४८	अमर वर्मा	मालती पांडे
००२४	राजमहल मे बजी बधाई	सीता-स्वयंवर	१९४८	अमर वर्मा	मोहनतारा तळपदे
००२५	ये जोडी बनी रहे जब तक	सीता-स्वयंवर	१९४८	अमर वर्मा	----
००२६	प्यार करनेवालोंके लिये है दुनिया	अपराधी	१९४९	अमर वर्मा	सितारा
००२७	जान पहचान ना साहब सलाम ना	अपराधी	१९४९	अमर वर्मा	सितारा

००२८	मेरा दिल चुरानेवाले देखो प्यार निभाना	अपराधी	१९४९	अमर वर्मा	सितारा
००२९	दिल रो रहा है हम गा रहे है	अपराधी	१९४९	अमर वर्मा	सितारा
००३०	रो ना मुन्ना प्यारे	अपराधी	१९४९	अमर वर्मा	सितारा
००३१	जिंदगी का मजा शादी में है-१	अपराधी	१९४९	अमर वर्मा	जी.एम.दुर्राणी
००३२	जिंदगी का मजा शादी में है-२	अपराधी	१९४९	अमर वर्मा	जी.एम.दुर्राणी,साथी
००३३	मौसम कौन सुहागन रे मन	माया बाजार	१९४९	पं. मुखराम शर्मा	मालती पांडे
००३४	जागो है यदुराज, दिप बुझे चकवी हर्षाई	माया बाजार	१९४९	पं. मुखराम शर्मा	मालती पांडे,साथी
००३५	अगर था उनको आना, रोते रहो और	माया बाजार	१९४९	पं. मुखराम शर्मा	ललिता फडके
००३६	मोहे दुल्हन बना दो सखी, पायल पहनादो	माया बाजार	१९४९	पं. मुखराम शर्मा	ललिता फडके
००३७	बिरहा सताए बैरी	माया बाजार	१९४९	पं. मुखराम शर्मा	माणिक दादरकर
००३८	बचपन मेरा बचपन तेरा	माया बाजार	१९४९	पं. मुखराम शर्मा	ललिता,बालकराम
००३९	आजकी रात निराली है	माया बाजार	१९४९	पं. मुखराम शर्मा	ललिता,बालकराम
००४०	फटे पुराने कपडे फेको, पुराना दो नया लो	माया बाजार	१९४९	पं. मुखराम शर्मा	सुधीर
००४१	रामचंद्र के राज तिलक	रामप्रतिज्ञा /	१९४९	अमर वर्मा	---

	की मंगल बेला...	सीताहरण			
००४२	दशरथ के जीवन की	रामप्रतिज्ञा / सीताहरण	१९४९	अमर वर्मा	---
००४३	रामजी के चरणों की धूल बडी प्यारी	रामप्रतिज्ञा / सीताहरण	१९४९	अमर वर्मा	---
००४४	चली मगन हो जनक दुलारी	रामप्रतिज्ञा / सीताहरण	१९४९	अमर वर्मा	---
००४५	धीरे धीरे चलो महारानीजी	रामप्रतिज्ञा / सीताहरण	१९४९	अमर वर्मा	---
००४६	ओ ओ मेरे साथी, तुमको ढुँढे दो नयन	रामप्रतिज्ञा / सीताहरण	१९४९	अमर वर्मा	---
००४७	सीते सीते की पुकारसे गुंज रही है धरती।	रामप्रतिज्ञा / सीताहरण	१९४९	अमर वर्मा	---
००४८	प्रभात वंदना करे जागो रे हरे	संत जनाबाई	१९४९	पं. नरेंद्र शर्मा	ललिता, मन्नाडे,साथी
००४९	गोपी गोप नंदलाला, गुंथे सब वनमाला	संत जनाबाई	१९४९	पं. नरेंद्र शर्मा	लता
००५०	मैंने भोग लगाया	संत जनाबाई	१९४९	पं. नरेंद्र शर्मा	उषा अत्रे
००५१	मन का दीप जलाओ साधो	संत जनाबाई	१९४९	पं. नरेंद्र शर्मा	लीला सरदेसाई, बाळ पळसुले

००५२	मेरे तो श्रीहरी नहीं दूजा	संत जनाबाई	१९४९	पं. नरेंद्र शर्मा	ललिता, रफी
००५३	विठ्ठल नाम की माधुरी	संत जनाबाई	१९४९	पं. नरेंद्र शर्मा	ललिता फडके
००५४	वेद शास्त्र कह रहे पुकार	संत जनाबाई	१९४९	पं. नरेंद्र शर्मा	ललिता, रफी
००५५	कलीकाल कराल महासागर न्हरी पार लगावन हारे है	संत जनाबाई	१९४९	पं. नरेंद्र शर्मा	रफी
००५६	विठ्ठल राख मेरी लाज	संत जनाबाई	१९४९	पं. नरेंद्र शर्मा	रफी
००५७	भज मन कमलनयन कमलेश	संत जनाबाई	१९४९	पं. नरेंद्र शर्मा	रफी
००५८	बडे सकारे बाबा हमारे	संत जनाबाई	१९४९	पं. नरेंद्र शर्मा	ललिता, उषा अत्रे, कृष्णा
००५९	भक्ति की गागरी, सिर धर नागरी विठ्ठल	संत जनाबाई	१९४९	पं. नरेंद्र शर्मा	रफी
००६०	सुनिये पंढरीनाथजी	संत जनाबाई	१९४९	पं. नरेंद्र शर्मा	ललिता फडके
००६१	नयनोमें मनमें समाये संग सुखदुख	संत जनाबाई	१९४९	पं. नरेंद्र शर्मा	ललिता, फडके
००६२	आओरी आओरी हिलमिल गाओ	संत जनाबाई	१९४९	पं. नरेंद्र शर्मा	ललिता, साथी
००६३	देख बिलसते बाल भी	संत जनाबाई	१९४९	पं. नरेंद्र शर्मा	ललिता फडके
००६४	उजडे घर घर, बीना दया के देवता तुम	संत जनाबाई	१९४९	पं. नरेंद्र शर्मा	ललिता फडके
००६५	हरी पार लगावन हारे है	संत जनाबाई	१९४९	पं. नरेंद्र शर्मा	मन्ना डे

००६६	कमला मईया[२]	संत जनाबाई	१९४९	पं. नरेंद्र शर्मा	
००६७	हरिदास के अधर ही मन मंदिर के द्वार	संत जनाबाई	१९४९	पं. नरेंद्र शर्मा	
००६८	बीन बजा कर नारद हारे	संत जनाबाई	१९४९	पं. नरेंद्र शर्मा	
००६९	रामरस बरसे रे भाई, गा तू भी हरीनाम	संत जनाबाई	१९४९	पं. नरेंद्र शर्मा	सुधीर, साथी
००७०	सपने मे संपदा जो पाई	संत जनाबाई	१९४९	पं. नरेंद्र शर्मा	सुधीर
००७१	श्याम करे चित चोरी ओ मैया मोरी	श्रीकृष्ण दर्शन	१९५०	पं. नरेंद्र शर्मा	----
००७२	आजा सुदर्शनधारी दर्शन देजा	श्रीकृष्ण दर्शन	१९५०	पं. नरेंद्र शर्मा	----
००७३	मनमोहन का रथ नही आये री	श्रीकृष्ण दर्शन	१९५०	पं. नरेंद्र शर्मा	----
००७४	नयना बिगोडे बावरे,घर आँगन साजन को	श्रीकृष्ण दर्शन	१९५०	पं. नरेंद्र शर्मा	----
००७५	तुम कमल हो मैं मधुकरी यह चाहती हूँ	श्रीकृष्ण दर्शन	१९५०	पं. नरेंद्र शर्मा	----
००७६	सोजा मेरे मन की उमंग सोजा चंचल	श्रीकृष्ण दर्शन	१९५०	पं. नरेंद्र शर्मा	----
००७७	खुल खेल रही कलियाँ चंपक बनके	श्रीकृष्ण दर्शन	१९५०	पं. नरेंद्र शर्मा	----

००७८	फूल बनकर खिलो, आज बनकी कली	श्रीकृष्ण दर्शन	१९५०	पं. नरेंद्र शर्मा	----
००७९	मोरी बिनती सुनो भगवान	श्रीकृष्ण दर्शन	१९५०	पं. नरेंद्र शर्मा	----
००८०	मन सोंप दिया अंजानेमे	मालती माधव	१९५१	पं. नरेंद्र शर्मा	लता
००८१	कोई बना आज अपना	मालती माधव	१९५१	पं. नरेंद्र शर्मा	लता
००८२	मै यौवन बन की कली, मुझे कली से फूल	मालती माधव	१९५१	पं. नरेंद्र शर्मा	लता
००८३	बांध प्रीती फूल डोर, मन लेके चितचोर दूर	मालती माधव	१९५१	पं. नरेंद्र शर्मा	लता
००८४	मोतियोंसे मांग भरे सुंदरी सुहाए	मालती माधव	१९५१	पं. नरेंद्र शर्मा	मालती पांडे, साथी
००८५	तुम सिद्धी प्रसिद्धी के दायक हो	मालती माधव	१९५१	पं. नरेंद्र शर्मा	----
००८६	आज आनंद आनंद आनंद रे	मालती माधव	१९५१	पं. नरेंद्र शर्मा	ललिता, साथी
००८७	छबी तेरी मधुर... मन मे मेरे अंगारे	मालती माधव	१९५१	पं. नरेंद्र शर्मा	सुधीर, लता
००८८	राधा हमारी गोरी है जैसे चकोरी	मुरलीवाला	१९५१	भरत व्यास	सुधीर,लता,साथी
००८९	जैसी करनी वैसी भरनी	मुरलीवाला	१९५१	भरत व्यास	सुधीर,आशा,साथी
००९०	चंदा चमका नील गगन में	मुरलीवाला	१९५१	भरत व्यास	लता
००९१	मैया मोरी मैं तो मोहन मिलनको जाऊंगी	मुरलीवाला	१९५१	भरत व्यास	लता

००९२	बाजे बांसुरीया होय रे चोरीचोरी	मुरलीवाला	१९५१	भरत व्यास	लता, साथी
००९३	तू मोहन मेरा मैं मुरली तेरी	मुरलीवाला	१९५१	भरत व्यास	लता, साथी
००९४	रास रचनओं सखी हिलमिल	मुरलीवाला	१९५१	भरत व्यास	लता
००९५	प्यारी सूरत मतवाली मूरत	मुरलीवाला	१९५१	भरत व्यास	लता
००९६	ओ रोनेवाले आसूं छुपाले	पहली तारीख	१९५४	कमर जलालाबादी	लता
००९७	खुश है जमाना आज पहली तारीख है। (भाग १ व २)	पहली तारीख	१९५४	कमर जलालाबादी	किशोर कुमार
००९८	गा ले गा ले गीत खुशी के दिल रोये तो	पहली तारीख	१९५४	कमर जलालाबादी	आशा
००९९	हम है वासी स्वर्ग के यहाँ सदा सुख चैन	पहली तारीख	१९५४	कमर जलालाबादी	आशा, साथी
०१००	हिसाब जरा सुनते जाना जी	पहली तारीख	१९५४	कमर जलालाबादी	ललिता फडके
०१०१	ओ दाता, पैसा देता जा	पहली तारीख	१९५४	कमर जलालाबादी	प्रमोदिनी देसाई
०१०२	कहूँ क्या की कौन हूँ, क्या हूँ मै	पहली तारीख	१९५४	कमर जलालाबादी	रफी
०१०३	ऐसे है सुख सपन हमारे	रत्नघर	१५५५	पं. नरेंद्र शर्मा	लता
०१०४	तू कहाँ चली कुछ बोल नदी की धारा	रत्नघर	१९५५	पं. नरेंद्र शर्मा	लता
०१०५	पहले न जाना था	रत्नघर	१९५५	पं. नरेंद्र शर्मा	लता

०१०६	तुम्हे बांधने के लिये मेरे पास और क्या है	रत्नघर	१९५५	पं. नरेंद्र शर्मा	लता
०१०७	मै बांकी भोली ग्वालिनियाँ, ओ शाम	रत्नघर	१९५५	पं. नरेंद्र शर्मा	लता
०१०८	साजन के पास चली	सजनी	१९५६	पं. नरेंद्र शर्मा	लता
०१०९	जा रे चंद्र जा रे चंद्र और कहीं जा रे	सजनी	१९५६	पं. नरेंद्र शर्मा	लता
०११०	निंदियाँ बुलानेवाली, सपने दिखानेवाली	सजनी	१९५६	पं. नरेंद्र शर्मा	लता
०१११	रात अंधियारी है, मात दुखियारी है	सजनी	१९५६	पं. नरेंद्र शर्मा	लता
०११२	किस्मत का नही दोष बावरे	सजनी	१९५६	पं. नरेंद्र शर्मौ	सुधीर, लता
०११३	तकदीर का लिखा हुवा... हसीनोंसे कोई	सजनी	१९५६	नक्शब	सुधीर,ललिता
०११४	है बडभागन सोन चिरया	गजगौरी	१९५८	भरत व्यास	सुमन हेमाडी
०११५	लाल जसोदा के तुम प्यारे... जग कहता तुझे गोपाल	गजगौरी	१९५८	भरत व्यास	सुमन हेमाडी
०११६	नैन से नैन मिलालो	गजगौरी	१९५८	भरत व्यास	सुमन हेमाडी
०११७	धरती की शान है तू...	गजगौरी	१९५८	भरत व्यास	मन्ना डे, साथी

	मनुष्य तू बडा महान है				
०११८	जय आर्य देवता, हे सूर्य देवता	गजगौरी	१९५८	भरत व्यास	मन्ना डे, साथी
०११९	इस व्रत सा कोई व्रत नही दुजा	गजगौरी	१९५८	भरत व्यास	सुधा मल्होत्रा, साथी
०१२०	हो गई अरुणोदय बेला, वेदमंत्रमे	गजगौरी	१९५८	भरत व्यास	सुधा मल्होत्रा, मन्ना डे, साथी
०१२१	आज गरज घन उठी घटाएँ (सावन के नीले बादल)	गजगौरी	१९५८	भरत व्यास	सुधा मल्होत्रा, मन्ना डे, साथी
०१२२	मटके पे मटका खाली नही जाता निशाना	गोकुल का चोर	१९५९	कमर जलालाबादी	लता
०१२३	धीरे धीरे किसने छेडे मनवीणा के तार	गोकुल का चोर	१९५९	मधुकर राजस्थानी	लता
०१२४	नयना निगोडे नादान कैसे रहे अंजान	गोकुल का चोर	१९५९	पं. नरेंद्र शर्मा	लता
०१२५	झन् झनन् झनन्... सुनो सुनो घनश्याम	गोकुल का चोर	१९५९	पं. नरेंद्र शर्मा	लता, साथी
०१२६	कृष्ण अपने साथ है, फिर अपनी क्या बात	गोकुल का चोर	१९५९	कमर जलालाबादी	सुधीर, साथी
०१२७	छोड चले सावरीया	गोकुल का चोर	१९५९	मधुकर राजस्थानी	सुमन हेमाडी
०१२८	चंदासे मिली चंदा की किरन	गोकुल का चोर	१९५९	कमर जलालाबादी	सुमन, साथी
०१२९	मैया मोरी मैं नही माखन खायो	गोकुल का चोर	१९५९	मधुकर राजस्थानी	सुधा मल्होत्रा

०१३०	आयी रे कौन सखी... जीवन के आँगना	गोकुल का चोर	१९५९	मधुकर राजस्थानी	सुधा, साथी
०१३१	आओ री सखी आओ, भुलाए नंदलाला	गोकुल का चोर	१९५९	मधुकर राजस्थानी	सुधा, साथी
०१३२	ज्योति कलश छलके	भाभी की चुडियाँ	१९६१	पं. नरेंद्र शर्मा	लता
०१३३	लौ लगती गीत गाती	भाभी की चुडियाँ	१९६१	पं. नरेंद्र शर्मा	लता
०१३४	मेरा नन्हा कन्हैया घर आया रे	भाभी की चुडियाँ	१९६१	पं. नरेंद्र शर्मा	लता
०१३५	मेरी लाज राखो गिरीधारी	भाभी की चुडियाँ	१९६१	पं. नरेंद्र शर्मा	लता
०१३६	चांद तू यहाँ है और चांद तू वहाँ	भाभी की चुडियाँ	१९६१	पं. नरेंद्र शर्मा	आशा
०१३७	घोडा नचावे मेरा लाडला समधी के द्वारे	भाभी की चुडियाँ	१९६१	पं. नरेंद्र शर्मा	आशा, साथी
०१३८	दर भी था, थी दीवारे भी	भाभी की चुडियाँ	१९६१	पं. नरेंद्र शर्मा	मुकेश
०१३९	कहाँ उड चले है मन प्राण मेरे	भाभी की चुडियाँ	१९६१	पं. नरेंद्र शर्मा	आशा, मुकेश
०१४०	ओ उंची अटरियाँवाले कभी लेना हमारी	प्यार की जीत	१९६२	कमर जलालाबादी	आशा, साथी
०१४१	बेदर्द अनाडी साँवरीया	प्यार की जीत	१९६२	कमर जलालाबादी	आशा
०१४२	जाने मेरी आँखियोंने देखा है क्या	प्यार की जीत	१९६२	कमर जलालाबादी	आशा, रफी
०१४३	इस जग मे कही भी रहियों	प्यार की जीत	१९६२	कमर जलालाबादी	आशा, रफी

०१४४	अब हम भी बनेंगे दुल्हा	दरार	१९७२	कुलवंत जानी	रफी,जयवंत,साथी
०१४५	गोरी करले आज सिंगार	दरार	१९७२	महिंदर देहलवी	हेमलता, कृष्णा कल्ले साथी
०१४६	भेज ही देना था तो... चल गोरी चल	दरार	१९७२	कुलवंत जानी	रफी, आशा
०१४७	क्यों चमके...बोल कुछ बोल	दरार	१९७२	महिंदर देहलवी	रफी, आशा
०१४८	महाराष्ट्र के शेर शिवाजी हर हर (भाग१)	शेर शिवाजी	१९८७	प्रदीप	
०१४९	तुमने देश की माटी में वीरोंकी (भाग२)	शेर शिवाजी	१९८७	प्रदीप	
०१५०	दीन और दुखियोंके रहे तुम (भाग ३)	शेर शिवाजी	१९८७	प्रदीप	
०१५१	इस प्रकारसे वीर शिवा का हुवा (भाग ४)	शेर शिवाजी	१९८७	प्रदीप	
०१५२	कभी नही भूलेंगे छत्रपती हम (भाग५)	शेर शिवाजी	१९८७	प्रदीप	
०१५३	ने मजसी ने परत	वीर सावरकर	२००२	स्वा. सावरकी	सुधीर फडके

	बाबूजी - चित्रपट संगीत दिग्दर्शन व गायन गीतसूची - मराठी				
०१५४	महाराणी या, महादेवी या	रुक्मिणी स्वयंवर	१९४६	सुधीर काळे	ग.दि.मा.मोहनतारा, ललिता, शकुंतला
०१५५	छुमछुम नाचे मनीचा मोर	रुक्मिणी स्वयंवर	१९४६	सुधीर काळे	ग.दि.मा.नलिनी मुळगांवकर
०१५६	सजवू कशी नयनांना काजळ मी रेखुनी	रुक्मिणी स्वयंवर	१९४६	--	ग.दि.मा.ललिता देऊळकर
०१५७	धन्य तू त्रिभुवनी होसी यदुनायका	रुक्मिणी स्वयंवर	१९४६	ग.दि.माडगूळकर	गोविंद कुरवाळीकर
०१५८	चल ग सये वारुळाला	जिवाचा सखा	१९४८	ग.दि.माडगूळकर	मालती पांडे, साथी
०१५९	रुणझुणत्या पांखरा, तू जा माझ्या माहेरा	जिवाचा सखा	१९४८	ग.दि.माडगूळकर	मालती पांडे, साथी
०१६०	एका सुरात घुंगरू बोले, जोडी बैलाची	जिवाचा सखा	१९४८	ग.दि.माडगूळकर	मालती पांडे
०१६१	वृंदावनी कुणी बाई तुळस लाविली	जिवाचा सखा	१९४८	ग.दि.माडगूळकर	माणिक दादरकर
०१६२	वारियाने कुंडल हाले डोळे	जिवाचा सखा	१९४८	संत एकनाथ	विष्णूपंत जोग

	मोडित राधा चाले				
०१६३	तुझ्या डोळ्याचं पडलं चांदणं	जिवाचा सखा	१९४८	ग. दि. माडगूळकर	जयराम शिलेदार
०१६४	एक डाव तुला मी पाहिली उभी गं	जिवाचा सखा	१९४८	संत एकनाथ	विष्णूपंत जोग
०१६५	औंदा बाई आले मी लग्नाला	जिवाचा सखा	१९४८	ग.दि.माडगूळकर	सरोज बोरकर
०१६६	ओवी (कसा राम...बाळ माझं)	जिवाचा सखा	१९४८	पारंपरिक	सरोज बोरकर
०१६७	मी तुझ्या कांतीचे वल्कल ल्याले	सीता स्वयंवर	१९४८	ग.दि.माडगूळकर	माणिक दादरकर
०१६८	पैंजण पायी माझ्या रूणुझुणु बोले रे	सीता स्वयंवर	१९४८	ग.दि.माडगूळकर	माणिक दादरकर
०१६९	ओटी भरा चांदण्यात महाराणी (भाग१)	सीता स्वयंवर	१९४८	ग.दि.माडगूळकर	मालती पांडे, साथी
०१७०	ओटी भरा चांदण्यात महाराणी (भाग२)	सीता स्वयंवर	१९४८	ग. दि. माडगूळकर	माणिक दादरकर, साथी
०१७१	अंगाई रामराया... कमलनयन का पुन्हा	सीता स्वयंवर	१९४८	ग. दि. माडगूळकर	माणिक दादरकर
०१७२	एक गुपित सांगते तुला	सीता स्वयंवर	१९४८	ग. दि. माडगूळकर	मालती पांडे
०१७३	हे वदन तुझे की कमळ निळे	सीता स्वयंवर	१९४८	ग. दि. माडगूळकर	मालती पांडे
०१७४	मनोरथा चल त्या नगरीला	सीता स्वयंवर	१९४८	ग. दि. माडगूळकर	मालती पांडे
०१७५	मंगलवाद्ये झडती...	सीता स्वयंवर	१९४८	ग. दि. माडगूळकर	मोहनतारा तळपदे

	उद्याच होशील राणी गं				
०१७६	श्रीधर कमला मीलन झाले रामराज्य होणार	सीता स्वयंवर	१९४८	ग. दि. माडगूळकर	--
०१७७	एका ग पाठी एक, भाऊ माझे तिघेजणं	वंदे मातरम्	१९४८	ग. दि. माडगूळकर	माणिक दादरकर
०१७८	उठ सावळ्या गोविंदा रे	वंदे मातरम्	१९४८	ग. दि. माडगूळकर	माणिक दादरकर
०१७९	छुन्नक छुन्नक वाजत होते पैंजण पायी गं	वंदे मातरम्	१९४८	ग. दि. माडगूळकर	ललिता परुळकर
०१८०	एक भाबडी मैनाराणी नांदत होती (भाग१व२)	वंदे मातरम्	१९४८	ग. दि. माडगूळकर	माणिक दादरकर
०१८१	एक मुजरा तिरंगी झेंड्याला	वंदे मातरम्	१९४८	ग. दि. माडगूळकर	पु.ल.देशपांडे
०१८२	जीवाचा करूनी कान, ऐका वर्तमान	वंदे मातरम्	१९४८	ग. दि. माडगूळकर	पु.ल.देशपांडे
०१८३	एक पाय तुमच्या गावात, दुसरा तुरुंगात	वंदे मातरम्	१९४८	ग. दि. माडगूळकर	पु.ल.देशपांडे
०१८४	अपराध मीच केला, शिक्षा तुझ्या कपाळी	वंदे मातरम्	१९४८	ग. दि. माडगूळकर	सुधीर, मालती पांडे
०१८५	झडल्या भेरी, झडतो डंका, पुढचे पाऊल पुढेच टाका...	वंदे मातरम्	१९४८	ग. दि. माडगूळकर	सुधीर, साथी

०१८६	वेदमंत्राहून आम्हा वंद्य वंदे मातरम	वंदे मातरम्	१९४८	ग. दि. माडगूळकर	सुधीर, साथी
०१८७	आश्रम की हरीचे हे गोकुल	मायाबाजार/ वस्त्रहरण	१९४९	ग. दि. माडगूळकर	मालती पांडे,साथी
०१८८	विझले रत्नदीप नगरात	मायाबाजार/ वस्त्रहरण	१९४९	ग. दि. माडगूळकर	मालता पांडे,साथी
०१८९	आठवतो का बालपणा तुज	मायाबाजार/ वस्त्रहरण	१९४९	ग. दि. माडगूळकर	बालकराम, ललिता फडके
०१९०	चांदण्यात चालू दे मंद नाव नाविका	मायाबाजार/ वस्त्रहरण	१९४९	ग. दि. माडगूळकर	ललिता फडके
०१९१	का असा गेलास तू ना बोलता ना सांगता	मायाबाजार/ वस्त्रहरण	१९४९	ग. दि. माडगूळकर	ललिता फडके
०१९२	चंदनाची चोळी माझे अंग अंग जाळी	मायाबाजार/ वस्त्रहरण	१९४९	ग. दि. माडगूळकर	माणिक दादरकर
०१९३	चला सख्यांनो हलक्या हाती नखानखांवर	मायाबाजार/ वस्त्रहरण	१९४९	ग. दि. माडगूळकर	ललिता फडके
०१९४	नगरवासींनो या हो या, जुने फेकूनी नवीन घ्या...	मायाबाजार/ वस्त्रहरण	१९४९	ग. दि. माडगूळकर	सुधीर फडके
०१९५	भरली ग चंद्रभागा भरली ग दुहीथडी	संत जनाबाई	१९४९	ग. दि. माडगूळकर	लता

०१९६	देव जेवला हो देव जेवला	संत जनाबाई	१९४९	ग. दि. माडगूळकर	उषा अत्रे
०१९७	देव सर्वांभूती आहे डोळे उघडोनिया पाहे	संत जनाबाई	१९४९	ग. दि. माडगूळकर	बाळ पळसुले, लीला सरदेसाई
०१९८	विठ्ठलनाम जिथे सदा सर्वकाळ तेथे	संत जनाबाई	१९४९	ग. दि. माडगूळकर	ललिता फडके
०१९९	बाबा गेलेत पैठणला	संत जनाबाई	१९४९	ग. दि. माडगूळकर	ललिता फडके, उषा अत्रे, कृष्णा
०२००	ये ग ये ग विठाबाई माझे पंढरीचे आई	संत जनाबाई	१९४९	संत जनाबाई	ललिता फडके
०२०१	दळिता कांडिता तुज गाईन अनंता	संत जनाबाई	१९४९	संत जनाबाई	ललिता फडके
०२०२	सुंदर माझे जाते ग फिरे बहुतेके ग	संत जनाबाई	१९४९	संत जनाबाई	ललिता फडके
०२०३	कानी कोंबुनी तुळशी काय निष्ठुरा ऐकशी	संत जनाबाई	१९४९	संत जनाबाई	ललिता फडके
०२०४	काय तुझे बरवेपण भक्ता छळिसी	संत जनाबाई	१९४९	संत जनाबाई	ललिता फडके
०२०५	माहेरच्या ग अंबाबाई तुझ्या लागते चरणी	संत जनाबाई	१९४९	--	

०२०६	अखंड समाधी नामाचे चिंतनी	संत जनाबाई	१९४९	--	
०२०७	स्वप्निचिये धने, भरोनिया लाहे मला	संत जनाबाई	१९४९	--	
०२०८	पुंडलिकासी नामा उभा कीर्तनासी	संत जनाबाई	१९४९	संत नामदेव	--
०२०९	प्रभात समयो पातला, आता जाग बा विठ्ठला	संत जनाबाई	१९४९	ग. दि. माडगूळकर	सुधीर, साथी
०२१०	पंढरीचा देव चांगला, पुंडलिकाच्या	संत जनाबाई	१९४९	ग. दि. माडगूळकर	सुधीर
०२११	पुंडलिकाचा देव चांगला, संतभार पंढरीचा	संत जनाबाई	१९४९	ग. दि. माडगूळकर	सुधीर, ललिता फडके
०२१२	शास्त्रांचे हे सार, वेदांचे गव्हरा उतराया	संत जनाबाई	१९४९	ग. दि. माडगूळकर	सुधीर, ललिता फडके
०२१३	विठ्ठल माऊली, कृपेची साऊली...	संत जनाबाई	१९४९	ग. दि. माडगूळकर	सुधीर
०२१४	धरोनिया राहे, विठ्ठलाचे पाय...	संत जनाबाई	१९४९	संत नामदेव	सुधीर
०२१५	दुडीवर दुडी पाण्या निघाल्या गुजरी...	संत जनाबाई	१९४९	ग. दि. माडगूळकर	सुधीर
०२१६	विठ्ठला, विठ्ठला, विठ्ठला येई हो	संत जनाबाई	१९४९	संत नामदेव	सुधीर, साथी

	विठ्ठले मजलागी...				
०२१७	हीच मळ्याची वाट	पुढचं पाऊल	१९५०	ग. दि. माडगूळकर	माणिक दादरकर
०२१८	जाळीमंदी पिकली करवंद	पुढचं पाऊल	१९५०	ग. दि. माडगूळकर	माणिक दादरकर
०२१९	गोकुळातला चोर आला आडवा कुणी मला सोडवा	पुढचं पाऊल	१९५०	ग. दि. माडगूळकर	माणिक दादरकर
०२२०	धरली संगत नका आता सोडू, नका हो	पुढचं पाऊल	१९५०	ग. दि. माडगूळकर	ललिता फडके
०२२१	आला चमकत बिजली जसा, माझ्या जाळ्यात गावला	पुढचं पाऊल	१९५०	ग. दि. माडगूळकर	आशा
०२२२	कुई[४] चाक बोलतंय, मोट चालली मळ्यामंदी	पुढचं पाऊल	१९५०	ग. दि. माडगूळकर	प्रभा अत्रे व उषा अत्रे
०२२३	आला नाही तोवर तुम्ही जातो म्हणता का	पुढचं पाऊल	१९५०	ग. दि. माडगूळकर	माणिक दादरकर
०२२४	मुखचंद्रावर ओढून घेई अधिक जरा ओढणी	पुढचं पाऊल	१९५०	ग. दि. माडगूळकर	माणिक, मालती पांडे, प्रभा अत्रे
०२२५	नाम कमवून गेला महार, कथा ऐका दादानु	पुढचं पाऊल	१९५०	ग. दि. माडगूळकर	सुधीर, साथी
०२२६	झाला महार पंढरीनाथ...	पुढचं पाऊल	१९५०	ग. दि. माडगूळकर	सुधीर, साथी
०२२७	राजधानी धन्य धन्य	पुढचं पाऊल	१९५०	ग. दि. माडगूळकर	सुधीर, बेबी आचरेकर

	हस्तिनापूर (भाग१व२)				
०२२८	ओढु नको फुलवेणी, नको रे कृष्णा	श्रीकृष्ण दर्शन	१९५०	ग. दि. माडगूळकर	--
०२२९	हरी रे चातक झाल डोळे	श्रीकृष्ण दर्शन	१९५०	ग. दि. माडगूळकर	--
०२३०	अजुन कसा नाथांचा रथ बाई येईना	श्रीकृष्ण दर्शन	१९५०	ग. दि. माडगूळकर	--
०२३१	सखे मालिके सांग मला	श्रीकृष्ण दर्शन	१९५०	ग. दि. माडगूळकर	--
०२३२	कमलिनी मी कमलिनी	श्रीकृष्ण दर्शन	१९५०	ग. दि. माडगूळकर	--
०२३३	सुखे जा झोपी राजकुमारी	श्रीकृष्ण दर्शन	१९५०	ग. दि. माडगूळकर	--
०२३४	फुलल्या चंपकवनी	श्रीकृष्ण दर्शन	१९५०	ग. दि. माडगूळकर	--
०२३५	अबोल झालीस आज कशाने	श्रीकृष्ण दर्शन	१९५०	ग. दि. माडगूळकर	--
०२३६	दयाघन सारथी व्हा भगवान	श्रीकृष्ण दर्शन	१९५०	ग. दि. माडगूळकर	--
०२३७	गवळणी घेरा रं, दही दूध चोरा रं	वंशाचा दिवा	१९५०	ग. दि. माडगूळकर	ललिता फडके, साथी
०२३८	काय झालं बाई तरी आज जागी झाली	वंशाचा दिवा	१९५०	ग. दि. माडगूळकर	मालती पांडे
०२३९	रंगू बाजारला जाते,जाऊ द्या	वंशाचा दिवा	१९५०	ग. दि. माडगूळकर	ललिता, वसंतराव देशपांडे
०२४०	वाट पाहून डोळं थकलं रं, माजं पाखरु कसं बाई चुकलं	वंशाचा दिवा	१९५०	ग. दि. माडगूळकर	ललिता फडके

०२४१	थंडगार सुटली हवा गं बाई मी जाते	वंशाचा दिवा	१९५०	ग. दि. माडगूळकर	ललिता फडके
०२४२	पावणं यवढं ऐका जी	वंशाचा दिवा	१९५०	ग. दि. माडगूळकर	ललिता,वसंतराव देशपांडे
०२४३	अवखळ माझा बाळ, किती आवरू बाई	वंशाच दिवा	१९५०	ग. दि. माडगूळकर	--
०२४४	लई अवकळा आली, रामलक्ष्मण भाऊ	वंशाचा दिवा	१९५०	ग. दि. माडगूळकर	सुधीर
०२४५	चल ग राणी माझ्या रानी, पेरते व्हा रे	वंशाचा दिवा	१९५०	ग. दि. माडगूळकर	सुधीर, ललिता, साथी
०२४६	निवृत्तीचे काज नाम ब्रह्मबीज...	जोहार मायबाप संत चोखामेळा	१९५०	ग. दि. माडगूळकर	सुधीर, साथी
०२४७	पंढरीचा राजा उभा भक्त काजा	जोहार मायबाप संत चोखामेळा	१९५०	नामदेव	सुधीर
०२४८	ऊस डोंगापरी रस नोहे डोंगा	जोहार मायबाप संत चोखामेळा	१९५०	संत चोखामेळा	सुधीर
०२४९	जोहार मायबाप जोहार तुमच्या महाराचा मी महार...	जोहार मायबाप संत चोखामेळा	१९५०	संत चोखामेळा	सुधीर
०२५०	माझा वाढला संसार	जोहार मायबाप संत चोखामेळा	१९५०	ग. दि. माडगूळकर	सुधीर

०२५१	राहिली वासना पायासवे चाड	जोहार मायबाप संत चोखामेळा	१९५०	ग. दि. माडगूळकर	सुधीर
०२५२	चोखट चांग चोखट चांग, एक माझा पांडुरंग	जोहार मायबाप संत चोखामेळा	१९५०	संत चोखामेळा	सुधीर
०२५३	टाळी वाजवावी, गुढी उभारावी	जोहार मायबाप संत चोखामेळा	१९५०	संत चोखामेळा	सुधीर
०२५४	गोजिरे साजिरे, श्रीमुख चांगले	जोहार मायबाप संत चोखामेळा	१९५०	ग. दि. माडगूळकर	सुधीर
०२५५	लिंबोणीच्या फांदीवर कावळा बोलतो	जोहार मायबाप संत चोखामेळा	१९५०	ग. दि. माडगूळकर	मालती पांडे
०२५६	सुख नांदे सखे बाई माझ्या माहेरी	जोहार मायबाप संत चोखामेळा	१९५०	ग. दि. माडगूळकर	मालती पांडे
०२५७	रूप पाहता लोचनी सुख जाहले हो साजणी	जोहार मायबाप संत चोखामेळा	१९५०	संत ज्ञानेश्वर	राम फाटक
०२५८	गोविंदाचे गुणी वेधले, पांडुरंगी मन रंगले	जोहार मायबाप संत चोखामेळा	१९५०	संत ज्ञानेश्वर	समूहगीत
०२५९	रानपाखरा दोन दिसांची दुनियेची दौलत	जशास तसे	१९५१	ग. दि. माडगूळकर	सुधीर, आशा, साथी

*** जोहार माय-बाप/संत चोखामेळा हा चित्रपट १९७३ साली 'पंढरीची वाट' या नावाने पुन्हा सेन्सार झाला होता.**

०२६०	पक[४] पकाकपक[२] आज काही नाही कामात उरक	जशास तसे	१९५१	ग. दि. माडगूळकर	सुधीर
०२६१	हिरव्या साडीस पिवळी किनार गं	जशास तसे	१९५१	ग. दि. माडगूळकर	आशा
०२६२	नाव जगणे मात्र याचे, आसवांनी पुसत	जशास तसे	१९५१	ग. दि. माडगूळकर	आशा
०२६३	चिंचा आल्यात पाडाला	जशास तसे	१९५१	ग. दि. माडगूळकर	आशा
०२६४	बहर उडाला आज पडली तुमची आमची गाठ	जशास तसे	१९५१	ग. दि. माडगूळकर	आशा
०२६५	मोठं मोठं डोळं तुझं, कोळ्याचं जाळं	जशास तसे	१९५१	ग. दि. माडगूळकर	ललिता फडके
०२६६	हरी तुझी कळली चतुराई	जशास तसे	१९५१	ग. दि. माडगूळकर	आशा
०२६७	हुकुमाची राणी माझी, राया मी डाव	जशास तसे	१९५१	ग. दि. माडगूळकर	आशा
०२६८	राम पांघरी वाऱ्या वाऱ्या उडवूनी नेई	जशास तसे	१९५१	ग. दि. माडगूळकर	आशा
०२६९	तू माझी माऊली मी हो तुझा तान्हा	विठ्ठल रखुमाई	१९५१	संत नामदेव	सुधीर
०२७०	माझे जीविचे आवडी (गोविंदाचे गुणी वेधले,	विठ्ठल रखुमाई	१९५१	संत ज्ञानेश्वर	सुधीर, साथी

	पांडुरंगी मन रंगले)				
०२७१	हरीनाम सदोदित गाई (सुवर्ण मणी सोनिया ये कल्लोळू)	विठ्ठल रखुमाई	१९५१	ग. दि. माडगूळकर	सुधीर, साथी
०२७२	कासावीस प्राण मन तळमळी	विठ्ठल रखुमाई	१९५१	संत नामदेव	सुधीर
०२७३	जयजयकारे टाळी पिटली सकळा घातियेली	विठ्ठल रखुमाई	१९५१	संत नामदेव	सुधीर
०२७४	कडाडली वीज निरंजनी जेव्हा	विठ्ठल रखुमाई	१९५१	संत नामदेव	सुधीर
०२७५	निवृत्तिराज बैसले सुचित्त चिन्मय ये ग	विठ्ठल रखुमाई	१९५१	संत नामदेव	सुधीर
०२७६	उठ उगवती दिशा उजळली अरुणोदय होई	विठ्ठल रखुमाई	१९५१	ग. दि. माडगूळकर	मालती पांडे
०२७७	सोनियाच्या शिंपल्यात गावला ग चिंतामणी	विठ्ठल रखुमाई	१९५१	ग. दि. माडगूळकर	मालती पांडे
०२७८	सुंदर ते ध्यान उभे विटेवरी	विठ्ठल रखुमाई	१९५१	संत तुकाराम	बालगंधर्व
०२७९	विष्णुमय जग, वैष्णवांचा धर्म	विठ्ठल रखुमाई	१९५१	संत तुकाराम	बालगंधर्व
०२८०	शरण शरण नारायणा, मज अंगिकारा	विठ्ठल रखुमाई	१९५१	संत तुकाराम	बालगंधर्व
०२८१	आम्ही जातो आमच्या गावा	विठ्ठल रखुमाई	१९५१	संत तुकाराम	बालगंधर्व
०२८२	वेद अनंत बोलिला	विठ्ठल रखुमाई	१९५१	संत तुकाराम	बालगंधर्व

०२८३	डोळ्यात वाच माझ्या तू गीत भावनांचे	लाखाची गोष्ट	१९५२	ग. दि. माडगूळकर	सुधीर, आशा
०२८४	सांग तू माझा होशील का	लाखाची गोष्ट	१९५२	ग. दि. माडगूळकर	आशा
०२८५	त्या तिथे, पलिकडे, तिकडे माझिया प्रियेचे	लाखाची गोष्ट	१९५२	ग. दि. माडगूळकर	मालती पांडे
०२८६	पहिले भांडण केले कोणी	लाखाची गोष्ट	१९५२	ग. दि. माडगूळकर	मालती पांडे
०२८७	लाज वाटे आज बाई, वाटतो आल्हाद ही	लाखाची गोष्ट	१९५२	ग. दि. माडगूळकर	मालती पांडे
०२८८	ऐकशील का रे माझे अर्थहीन गीत	लाखाची गोष्ट	१९५२	ग. दि. माडगूळकर	आशा
०२८९	मी रे तुझ्या मनात, तू ग माझ्या मनात	मायबहिणी	१९५२	पी. सावळाराम	सुधीर, ललिता
०२९०	मागता न जेथे मिळते, बोलता न सारे कळते	मायबहिणी	१९५२	पी. सावळाराम	लता
०२९१	नको रडू तू माझ्या बाळा	मायबहिणी	१९५२	पी.सावळाराम	लता
०२९२	बोललीस तू काय उद्या, नकोस बोलू आज	मायबहिणी	१९५२	पी.सावळाराम	आशा
०२९३	पाहत नाही तुला, नकोस लाजू मला	मायबहिणी	१९५२	पी.सावळाराम	आशा
०२९४	तुझी नी माझी ओळख नसता,	मायबहिणी	१९५२	पी.सावळाराम	आशा

	हसले का रे				
०२९५	अळी मिळी गुपचिळी डोळ्यांची बात	मायबहिणी	१९५२	पी.सावळाराम	ललिता फडके, साथी
०२९६	युवतीमना दारुण रण रुचिर प्रेम से	मायबहिणी	१९५२	कृ. प्र. खाडिलकर	वसंतराव देशपांडे
०२९७	मला मदन भासे हा मोही मना	मायबहिणी	१९५२	कृ. प्र. खाडिलकर	माणिक दादरकर
०२९८	धीरे जरा गाडीवाना रात निळी काजळी	नरवीर तानाजी	१९५२	ग. दि. माडगूळकर	सुधीर, साथी
०२९९	उमरठ्याचा मर्द... राजा तिथे ताना	नरवीर तानाजी	१९५२	ग. दि. माडगूळकर	अमरशेख, साथी
०३००	आम्ही रायाचं गोंधळी घालतो गोंधळ	नरवीर तानाजी	१९५२	ग. दि. माडगूळकर	अमरशेख, साथी
०३०१	माघाची रात चांदणं त्यात	नरवीर तानाजी	१९५२	ग. दि. माडगूळकर	आशा
०३०२	मी तुला ईश्वरा काय म्हणू, देव म्हणू	नरवीर तानाजी	१९५२	ग. दि. माडगूळकर	आशा
०३०३	मस्त है इष्क में... ठंडी ठंडी रात पिया	नरवीर तानाजी	१९५२	----	शमशाद बेगम

०३०४	रणहलगीवर घ्या टिपरी-हर हर	नरवीर तानाजी	१९५२	ग. दि. माडगूळकर	वसंतराव देशपांडे
०३०५	शिंगीवरती खोगीर घाला आता हो भाऊजी	प्रतापगड	१९५२	ग. दि. माडगूळकर	सुधीर, ललिता
०३०६	माझे नमन आधी श्रीगणा ऐका सज्जना	प्रतापगड	१९५२	ग. दि. माडगूळकर	शा.पिराजी सरनाईक
०३०७	सांजवात उजळली सखे मी	प्रतापगड	१९५२	ग. दि. माडगूळकर	ललिता फडके
०३०८	लबाड बैरागी झाला, अर्जुन सुभद्रा घेऊन गेला	प्रतापगड	१९५२	ग. दि. माडगूळकर	ललिता फडके,साथी
०३०९	सरली प्रीती सरली नाती, खेळच सरला	प्रतापगड	१९५२	ग. दि. माडगूळकर	ललिता फडके
०३१०	उसळली धूळ आभाळात, टापा झडतात	प्रतापगड	१९५२	ग. दि. माडगूळकर	शा.पिराजी सरनाईक
०३११	सई नवल काहीसे घडले, पावसात चांदणे	प्रतापगड	१९५२	ग. दि. माडगूळकर	ललिता फडके
०३१२	शेवया वळतांना सोजी भिजवा मऊ मऊ	प्रतापगड	१९५२	ग. दि. माडगूळकर	ललिता फडके, साथी
०३१३	मधुलहरीसह मधुमासाची आली ग चाहूल	बोलविता धनी	१९५३	ग. दि. माडगूळकर	माणिक वर्मा

०३१४	झोंबे रे झोंबे वारा सांज झाली	बोलविता धनी	१९५३	ग. दि. माडगूळकर	माणिक वर्मा
०३१५	हात हाती दिला अन् पाहिले गडे	बोलविता धनी	१९५३	ग. दि. माडगूळकर	सुधीर
०३१६	दरियात होडी चालू दे... आभाळी आला रे चांद	बोलविता धनी	१९५३	ग. दि. माडगूळकर	सुधीर, ललिता, साथी
०३१७	वज्रचुड्याचे हात जोडीता गौरीहार देवता	कोण कुणाचं	१९५३	पी. सावळाराम	सुधीर
०३१८	रुसता भोलेनाथ तुम्ही का रुसली ही वनराई	कोण कुणाचं	१९५३	पी. सावळाराम	आशा
०३१९	वेलीवरची कळी ही पहिली फुलून झाले	कोण कुणाचं	१९५३	पी. सावळाराम	आशा
०३२०	भाळी कुंकू गाली लज्जा, मुखी तुझे ते नाव	कोण कुणाचं	१९५३	पी. सावळाराम	आशा
०३२१	पिंजरी सांग तू साजणा, एकली झुरते का	कोण कुणाचं	१९५३	पी. सावळाराम	आशा
०३२२	मावळता दिन राहून राहून, पाल मनीची	कोण कुणाचं	१९५३	पी. सावळाराम	आशा
०३२३	दुःख नको करू...जगी या	कोण कुणाचं	१९५३	पी. सावळाराम	आशा
०३२४	आसुसली माती पिकवाया मोती	कुबेराचे धन	१९५३	ग. दि. माडगूळकर	सुधीर, साथी
०३२५	चाल बैला चाल रे	कुबेराचे धन	१९५३	ग. दि. माडगूळकर	सुधीर, साथी

०३२६	तांबुस गोरा हात साजिरा मुठीत मोती	कुबेराचे धन	१९५३	ग. दि. माडगूळकर	सुधीर, आशा
०३२७	कधी तरी मी आले होते, बसले होते या इथे	कुबेराचे धन	१९५३	ग. दि. माडगूळकर	आशा
०३२८	फुलापरी वेचिन प्रीतीचे रम्य आपल्या क्षण	सौभाग्य	१९५३	ग. दि. माडगूळकर	आशा
०३२९	काय करू मी कसे करू कुठे दिसेना प्रीतपाखरू	सौभाग्य	१९५३	ग. दि. माडगूळकर	आशा
०३३०	घट भरलेले माथ्यावरती सोसेना ओझे	सौभाग्य	१९५३	ग. दि. माडगूळकर	ललिता फडके
०३३१	लंगडा ग बाई लंगडा नंदाचा कान्हा लंगडा	सौभाग्य	१९५३	ग. दि. माडगूळकर	ललिता फडके, साथी
०३३२	आल्या वसंत गौरी सांगे फुलास वारा	सौभाग्य	१९५३	ग. दि. माडगूळकर	माणिक वर्मा, साथी
०३३३	ओळखिले मी तुला नाथा	सौभाग्य	१९५३	ग. दि. माडगूळकर	आशा
०३३४	तू नसतीस तर रोप चिमुकले गेले असते	वहिनींच्या बांगड्या	१९५३	ग. दि. माडगूळकर	सुधीर
०३३५	दो नयनांचे हितगुज झाले, तुला समजले	वहिनींच्या बांगड्या	१९५३	शांताराम आठवले	आशा

०३३६	गृहस्थाच्या अंगणात हवे तुळशीचे रोप	वहिनींच्या बांगड्या	१९५३	शांताराम	मोहनतारा अजिंक्य आठवले
०३३७	भाग्यवती मी भाग्यवती ग देवदयेने मला	वहिनींच्या बांगड्या	१९५३	शांताराम	मोहनतारा अजिंक्य आठवले
०३३८	प्राजक्ताच्या पायघड्या हळू हातांनी पसरा	वहिनींच्या बांगड्या	१९५३	शांताराम	मोहनतारा अजिंक्य आठवले
०३३९	देवा तुझी आठवण होते, सुख मावळते	वहिनींच्या बांगड्या	१९५३	शांताराम	मोहनतारा अजिंक्य आठवले
०३४०	रडू नको रे चिमण्याबाळा हसण्यासाठी जन्म आपुला	वहिनींच्या बांगड्या	१९५३	शांताराम आठवले	मोहनतारा अजिंक्य
०३४१	सांपडले ते सांपडले ते सांपडले	वहिनींच्या बांगड्या	१९५३	शांताराम आठवले	प्रमोदिनी देसाई
०३४२	लग्नाला जातो मी	वहिनींच्या बांगड्या	१९५३	आण्णासो किर्लोस्कर	वसंतराव देशपांडे
०३४३	पाखरांचे विश्व माझे घर ही घरटे शांतीचे	इन मीन साडेतीन	१९५४	ग. दि. माडगूळकर	माणिक वर्मा
०३४४	बहर आला बहर ग, हिरव्या वरती लाल	इन मीन साडेतीन	१९५४	ग. दि. माडगूळकर	ललिता फडके
०३४५	राधे परी मी	इन मीन	१९५४	ग. दि. माडगूळकर	ललिता फडके

	रंगणार गं मुरलीच्या गाण्यात	साडेतीन			
०३४६	स्वर्ग मेल्याविना दावी तयाला व्यसन म्हणतात	इन मीन साडेतीन	१९५४	ग. दि. माडगूळकर	सुधीर
०३४७	सहा देशीच्या सहा सुंदरी आल्या माझ्या	इन मीन साडेतीन	१९५४	ग. दि. माडगूळकर	सुधीर, ललिता
०३४८	रात अर्धी चांद अर्धा त्यात सुटला गारवा	महाराणी येसूबाई	१९५४	ग. दि. माडगूळकर	सुधीर, लता
०३४९	उदंड आली उदासीनता, यत्न तो देव जाण राणी	महाराणी येसूबाई	१९५४	ग. दि. माडगूळकर	सुधीर
०३४५०	घे प्याला हा भरला... केली मी चाफ्याची ग शय्या	महाराणी येसूबाई	१९५४	ग. दि. माडगूळकर	लता
०३५१	सरला बालपणा, अजूनी ना सरली भातुकली	महाराणी येसूबाई	१९५४	ग. दि. माडगूळकर	ललिता फडके
०३५२	रात विरहाची राजा कटता कटेना	महाराणी येसूबाई	१९५४	ग. दि. माडगूळकर	लता
०३५३	जातोस तू तरी जा पाहू नकोस मागे	महाराणी येसूबाई	१९५४	ग. दि. माडगूळकर	ललिता फडके
०३५४	गा एक एकतारी, गा गीत चालण्याचे	ऊनपाऊस	१९५४	ग. दि. माडगूळकर	सुधीर

०३५५	आठवणींच्या आधी जाते... खेड्यामधले घर कौलारू	ऊनपाऊस	१९५४	ग. दि. माडगूळकर	आशा
०३५६	या कातरवेळी पाहिजेस तू जवळी	ऊनपाऊस	१९५४	ग. दि. माडगूळकर	आशा
०३५७	आवडती भारी मला मला माझे आजोबा	ऊनपाऊस	१९५४	ग. दि. माडगूळकर	प्रमोदिनी देसाई
०३५८	असशील कोण गे तू	ओवाळणी	१९५४	ग. दि. माडगूळकर	सुधीर
०३५९	पांच प्राणांचा रे पावा	ओवाळणी	१९५४	ग. दि. माडगूळकर	सुधीर
०३६०	खेळते हिरवळीत चांदणे, माझ्या कानी	ओवाळणी	१९५४	ग. दि. माडगूळकर	आशा
०३६१	लागली आज सतार स्वरात	ओवाळणी	१९५४	ग. दि. माडगूळकर	आशा
०३६२	पांच प्राणांचा रे पावा, तुला गाईन मी	ओवाळणी	१९५४	ग. दि. माडगूळकर	लता
०३६३	वनवास मला आवडे, उन्हे निवाली	ओवाळणी	१९५४	ग. दि. माडगूळकर	आशा
०३६४	माझं गोजिरवाणं मूल गं सई प्राजक्ताचं फूल	ओवाळणी	१९५४	ग. दि. माडगूळकर	आशा
०३६५	नाही गडे कुणाशी माझे जगात नाते	पोस्टातील मुलगी	१९५४	ग. दि. माडगूळकर	सुधीर

०३६६	पानोपानी फुलाफुलांवर श्रावणरस रंगला	पोस्टातील मुलगी	१९५४	ग. दि. माडगूळकर	उषा अत्रे, साथी
०३६७	फुलपाखरू[२] माझे मन सुरेख फुलपाखरू	पोस्टातील मुलगी	१९५४	ग. दि. माडगूळकर	आशा
०३६८	ते माझे घर, जगावेगळे असेल सुंदर	पोस्टातील मुलगी	१९५४	ग. दि. माडगूळकर	आशा
०३६९	पाण्या तुझा रंग कसा, ज्याला जसा हवा तसा	पोस्टातील मुलगी	१९५४	ग. दि. माडगूळकर	आशा
०३७०	शपथ तुला प्रेमा नको त्या मंदिरात जाऊ	पोस्टातील मुलगी	१९५४	ग. दि. माडगूळकर	आशा
०३७१	वाजवी मुरली शामसुंदरा, तुझ्या मंदिरी	पोस्टातील मुलगी	१९५४	ग. दि. माडगूळकर	आशा
०३७२	थोर हा महिमा प्रीतीचा, सौंगडी कृष्ण सुदाम्याचा	रेशमाच्या गाठी	१९५४	ग. दि. माडगूळकर	सुधीर
०३७३	इष्काच्या रंगात, वीज भरे अंगात	रेशमाच्या गाठी	१९५४	ग. दि. माडगूळकर	आशा
०३७४	सुख देवासी मागावे दु:ख देवाला सांगावे	शेवग्याच्या शेंगा	१९५५	शांताराम आठवले	सुधीर, साथी
०३७५	सुख देवासी मागावे	शेवग्याच्या शेंगा	१९५५	शांताराम	सुधीर, लता,

				आठवले	साथी
०३७६	इच्छा देवाची देवाची	शेवग्याच्या शेंगा	१९५५	शांताराम आठवले	लता
०३७७	धरणी मुकली मृगाच्या पावसाला	शेवग्याच्या शेंगा	१९५५	शांताराम आठवले	लता
०३७८	सोनुल्या गुपित सांगते तुला	शेवग्याच्या शेंगा	१९५५	शांताराम आठवले	माणिक वर्मा
०३७९	बाई मी कशी गं बाई मी कशी	शेवग्याच्या शेंगा	१९५५	शांताराम	प्रमोदिनी देसाई आठवले
०३८०	बाजो रे बाजो (राग-शुद्ध कल्याण)	शेवग्याच्या शेंगा	१९५५	पारंपारिक चीज	वसंतराव देशपांडे
०३८१	स्वप्न वासवदत्ता (संगीतिका)	मी तुळस तुझ्या अंगणी	१९५५	ग. दि. माडगूळकर	सुधीर, आशा, बालकराम, इतर
०३८२	उठ उठुनी रातीची रडते, तुम्ही माझे	मी तुळस तुझ्या अंगणी	१९५५	ग. दि. माडगूळकर	आशा
०३८३	ऐकली हरीची मुरली (अन् या गवळ्याची मी राधिका)	मी तुळस तुझ्या अंगणी	१९५५	ग. दि. माडगूळकर	आशा
०३८४	एका पायावर भार ठेवूनी अश्शी उभी	मी तुळस तुझ्या अंगणी	१९५५	ग. दि. माडगूळकर	आशा
०३८५	सख्या मी तुळस तुझ्या अंगणी	मी तुळस तुझ्या	१९५५	ग. दि. माडगूळकर	आशा

	(माझ्यासाठी बोल न लाविन)	अंगणी			
०३८६	सभारंगणात यावे गणराज गणपती	मी तुळस तुझ्या अंगणी	१९५५	ग. दि. माडगूळकर	वसंतराव देशपांडे
०३८७	लालस लालस होऊ लागली कांती माझी	मी तुळस तुझ्या अंगणी	१९५५	ग. दि. माडगूळकर	उषा अत्रे
०३८८	आज मोरे मन लागो लंगरवा (राग - गुजरी तोडी)	मी तुळस तुझ्या अंगणी	१९५५	पारंपरिक चीज	पं.भीमसेन जोशी
०३८९	झन झनन बाजे पायलीया (राग-दरबारी)	मी तुळस तुझ्या अंगणी	१९५५	पारंपरिक चीज	पं.भीमसेन जोशी
०३९०	घूँघट के पट खोल (भजन)	मी तुळस तुझ्या अंगणी	१९५५	संत मीराबाई	पं.भीमसेन जोशी
०३९१	पिया तो मानत नाही (काफी ठुमरी)	मी तुळस तुझ्या अंगणी	१९५५	पारंपरिक रचना,	पं.भीमसेन जोशी
०३९२	पिया मिलन की आस (जोगिया ठुमरी)	मी तुळस तुझ्या अंगणी	१९५५	पारंपरिक रचना	पं.भीमसेन जोशी
०३९३	कळले नाही केव्हा घडले, प्रेमात तुझ्या मी पडले	गंगेत घोडं न्हालं	१९५५	ग. दि. माडगूळकर	आशा
०३९४	काल ओविलेली ओवी... एक भेट ताटातुटी	गंगेत घोडं न्हालं	१९५५	ग. दि. माडगूळकर	आशा

०३९५	जगन्नाथाहून थोर माऊलीची थोरवी	गंगेत घोडं न्हालं	१९५५	ग. दि. माडगूळकर	आशा
०३९६	हरी थेंब घे रे दुधाचा	गंगेत घोडं न्हालं	१९५५	ग. दि. माडगूळकर	आशा
०३९७	लाडक्या पुंडलिका भेटी थांबला देव वाळवंटी	गंगेत घोडं न्हालं	१९५५	ग. दि. माडगूळकर	आशा
०३९८	उगी उगी रे उगी, आभाळातून खाली येते	आंधळा मागतो एक डोळा	१९५६	ग. दि. माडगूळकर	सुधीर
०३९९	अय्या बाई, इश्श बाई, काय सांगू पुढे	आंधळा मागतो एक डोळा	१९५६	ग. दि. माडगूळकर	सुधीर
०४००	मी गुणगुणते अबोध काही बोल, डोलतो उरी हिंडोल	आंधळा मागतो एक डोळा	१९५६	ग. दि. माडगूळकर	माणिक वर्मा
०४०१	नाहीस बोलला तू... दोन्ही मनात प्रीती	आंधळा मागतो एक डोळा	१९५६	ग. दि. माडगूळकर	माणिक वर्मा
०४०२	स्वप्नात पूजिले ज्यास गडे ते रूप ठाकले	देवघर	१९५६	ग. दि. माडगूळकर	मधुबाला जव्हेरी
०४०३	गगनी अर्धा चंद्र उगवला मोहरले चांदणे	देवघर	१९५६	ग. दि. माडगूळकर	मधुबाला जव्हेरी
०४०४	भाऊजी धावा गहन वनांत संकटी पडले	देवघर	१९५६	ग. दि. माडगूळकर	सुमन कल्याणपूर

०४०५	तुम्हा वाचुनि मला न सुचते... नका सोडून जाऊ मला	देवघर	१९५६	ग. दि. माडगूळकर	सुमन कल्याणपूर
०४०६	रसिकापुढती उधळून झाला शृंगाराचा रंग	देवघर	१९५६	ग. दि. माडगूळकर	सुमन कल्याणपूर
०४०७	बदनाम नाम झाले माझे तुझ्या जगात	देवघर	१९५६	ग. दि. माडगूळकर	सुमन कल्याणपूर
०४०८	झाडावरती घडे लटकले, घड्यात होते पाणी	माझं घर माझी माणसं	१९५६	ग. दि. माडगूळकर	सुधीर, साथी
०४०९	राये हिरावून नेली मूर्त माझ्या विठ्ठलाची	माझं घर माझी माणसं	१९५६	ग. दि. माडगूळकर	सुधीर
०४१०	बघुन बघुन वाट तुझी थांबले, परत निघून	माझं घर माझी माणसं	१९५६	ग. दि. माडगूळकर	लता
०४११	आज सुगंधित झाले जीवन, वसंत फुलले	माझं घर माझी माणसं	१९५६	ग. दि. माडगूळकर	लता
०४१२	फुलव पिसारा मोरा, श्रावण येतो आहे	माझं घर माझी माणसं	१९५६	ग. दि. माडगूळकर	लता
०४१३	तुज वेड लावूनी आपुल्या वेणूनादे	माझं घर माझी माणसं	१९५६	ग. दि. माडगूळकर	ललिता फडके
०४१४	शपथ नीतीची शपथ	देवाघरचं लेणं	१९५७	ग. दि. माडगूळकर	मधुबाला जव्हेरी

	प्रीतीची, तुम्ही माझे				
०४१५	हळूहळू चाल बाई, कठीण वाट थोडी	देवाघरचं लेणं	१९५७	ग. दि. माडगूळकर	मधुबाला जव्हेरी
०४१६	मी शहर पुण्याला गेले ग बाई, एक नवरा	देवाघरचं लेणं	१९५७	ग. दि. माडगूळकर	सुमन कल्याणपूर
०४१७	मी वाट पाहते दारी	देवाघरचं लेणं	१९५७	ग. दि. माडगूळकर	सुमन कल्याणपूर
०४१८	तुम्ही माझे मी तुमची	देवाघरचं लेणं	१९५७	ग. दि. माडगूळकर	सुमन कल्याणपूर
०४१९	असा कसा देवाघरचा न्याय उफराटा	देवाघरचं लेणं	१९५७	ग. दि. माडगूळकर	सुधीर, सुमन
०४२०	बलसंवर्धन गीत आमुचे	घरचं झालं थोडं	१९५७	राजा बढे	विष्णूपंत जोग,साथी
०४२१	तुझं माझं व्हायचं लगीन, नको रे आता रूसू	घरचं झालं थोडं	१९५७	राजा बढे	सुमन,राजा गोसावी
०४२२	किती वाट पाहसी रानफुला रे	घरचं झालं थोडं	१९५७	राजा बढे	सुमन कल्याणपूर
०४२३	उगीच का मना हुरहुरसी, मनोमनी झुरसी	घरचं झालं थोडं	१९५७	राजा बढे	सुमन कल्याणपूर
०४२४	एक धागा सुखाचा, शंभर धागे दुःखाचे	जगाच्या पाठीवर	१९६०	ग. दि. माडगूळकर	सुधीर
०४२५	जग हे बंदिशाला	जगाच्या पाठीवर	१९६०	ग. दि. माडगूळकर	सुधीर
०४२६	उद्धवा, अजब तुझे सरकार	जगाच्या पाठीवर	१९६०	ग. दि. माडगूळकर	सुधीर

०४२७	बाई मी विकत घेतला शाम	जगाच्या पाठीवर	१९६०	ग. दि. माडगूळकर	सुधीर, आशा
०४२८	का हो धरिला मजवर राग	जगाच्या पाठीवर	१९६०	ग. दि. माडगूळकर	आशा
०४२९	धका लागला गं मघाशी कुणाचा	जगाच्या पाठीवर	१९६०	ग. दि. माडगूळकर	आशा
०४३०	तुला पाहते रे तुला पाहते जरी आंधळी मी	जगाच्या पाठीवर	१९६०	ग. दि. माडगूळकर	आशा
०४३१	नाच नाचुनी अती मी दमले थकले रे नंदलाला	जगाच्या पाठीवर	१९६०	ग. दि. माडगूळकर	आशा
०४३२	नाच नाचुनी अती मी दमले थकले रे नंदलाला	जगाच्या पाठीवर	१९६०	ग. दि. माडगूळकर	सुधीर व आशा
०४३३	नसून आहे असून नाही मला भूतली, कुणी अदृश्य	लग्नाला जातो मी	१९६०	म. कालेलकर	सुधीर
०४३४	रात चांदणी गंध चंदनी आज लोचनी	लग्नाला जातो मी	१९६०	म. कालेलकर	सुधीर, आशा
०४३५	रात आज धुंदली प्रीत आज रंगली	लग्नाला जातो मी	१९६०	म. कालेलकर	सुधीर
०४३६	डोळे माझे त्यात तुझे रूप कसे?	लग्नाला जातो मी	१९६०	म. कालेलकर	सुधीर, सुमन
०४३७	नकोस छेडू आज प्रिया	लग्नाला जातो मी	१९६०	म. कालेलकर	आशा
०४३८	येऊ कशी सांग ना सांग ना	लग्नाला जातो मी	१९६०	म. कालेलकर	आशा
०४३९	नवीन आज चंद्रमा,नवीन	उमज पडेल तर	१९६०	ग. दि. माडगूळकर	सुधीर, उषा अत्रे

	आज यामिनी				
०४४०	नसे राऊळी वा नसे मंदिरी	उमज पडेल तर	१९६०	ग. दि. माडगूळकर	सुधीर, साथी
०४४१	वळती वाट चढता घाट... बाई जरा जपुन	उमज पडेल तर	१९६०	ग. दि. माडगूळकर	आशा, साथी
०४४२	घननीळा लडिवाळा झुलवू नको हिंदोळा	उमज पडेल तर	१९६०	ग. दि. माडगूळकर	माणिक वर्मा
०४४३	ऐन वयात आलेली मी रे नाजूक छबेली	उमज पडेल तर	१९६०	ग. दि. माडगूळकर	आशा, साथी
०४४४	मिटून घेतले नेत्र तरी ते चित्र मनाला दिसे	उमज पडेल तर	१९६०	ग. दि. माडगूळकर	ललिता फडके
०४४५	कसे चालले असेल जग हे, आधी कळस मग पाया	आधी कळस मग पाया	१९६१	ग. दि. माडगूळकर	सुधीर
०४४६	अजून तरणी आहे रात	आधी कळस मग पाया	१९६१	ग. दि. माडगूळकर	सुधीर, आशा
०४४७	सायंकाळी खिडकीखाली वाजवितो मी पावा	आधी कळस मग पाया	१९६१	ग. दि. माडगूळकर	सुधीर, आशा
०४४८	चमेलीस आली फुले, आला मिलनाचा ऋतू	आधी कळस मग पाया	१९६१	ग. दि. माडगूळकर	आशा
०४४९	आवरून आसवे राजसा	आधी कळस	१९६१	ग. दि. माडगूळकर	आशा

	तुझ्यासवे आज	मग पाया			
०४५०	आठवणींचा फुलला मंडप झरती सुमने	आधी कळस मग पाया	१९६१	ग.दि.माडगूळकर	आशा
०४५१	भरदिवसा काळोख दाटला होई अयोध्या आज हा राम ---	कलंकशोभा	१९६१	मधुसूदन कालेलकर	सुधीर
०४५२	आज चांदणे उन्हात हसले तुझ्यामुळे	कलंकशोभा	१९६१	शांता शेळके	सुधीर, आशा
०४५३	जाणार तू होतीस तर आलीस का, मी तुझा	कलंकशोभा	१९६१	मधुसूदन कोलकर	सुधीर
०४५४	तुला न कळले मला न कळले, कसे प्रीतीचे धागे जुळले	कलंकशोभा	१९६१	शांता शेळके	सुधीर, आशा
०४५५	छंद लागे तुझा मोहना तुझ्यावाचून मला	कलंकशोभा	१९६१	शांता शेळके	आशा, साथी
०४५६	आठवते ती रात्र अजूनी	कलंकशोभा	१९६१	शांता शेळके	आशा
०४५७	प्रिया ये स्वप्नांच्या नगरीत	कलंकशोभा	१९६१	शांता शेळके	आशा, साथी
०४५८	आसवे डोळ्यांत माझ्या... हो सुखी तू	कलंकशोभा	१९६१	शांता शेळके	आशा
०४५९	गड्या रे प्रपंच हा लटका	माझी आई	१९६१	राजा बढे	सुधीर, साथी
०४६०	पाटीवरती गिरवा अक्षर	माझी आई	१९६१	जयंत मराठे	सुधीर, सुमन

०४६१	आज उन्हाला ऊब वेगळी	माझी आई	१९६१	शांता शेळक	आशा, साथी
०४६२	विठाई माऊली	माझी आई	१९६१	शांता शेळके	आशा
०४६३	माथ्यावरूनी ढळला चंद्र	माझी आई	१९६१	शांता शेळके	आशा
०४६४	आज हुंदका काळजातला जन्मापासून	माझी आई	१९६१	शांता शेळके	सुमन कल्याणपूर
०४६५	हो गड्या हुश्यार	माझी आई	१९६१	जयंत मराठे	ललिता फडके, साथी
०४६६	बकुळीचं झाड बहरलं ग, फुलांनी अंगण	निरूपमा आणि परीराणी	१९६१	ग. दि. माडगूळकर	समूहगीत
०४६७	आनंदी संसार माझा, सर्व सुखाच्या सीमा	निरूपमा आणि परीराणी	१९६१	ग. दि. माडगूळकर	सुमन कल्याणपूर
०४६८	नीज माझ्या पाडसा	निरूपमा आणि परीराणी	१९६१	ग. दि. माडगूळकर	सुमन कल्याणपूर
०४६९	पोटापुरता पसा पाहिजे... देणाऱ्याचे हात हजारो	प्रपंच	१९६१	ग. दि. माडगूळकर	सुधीर
०४७०	इवल्या इवल्या वाळूचे हे तर घरकुल	प्रपंच	१९६१	ग. दि. माडगूळकर	सुधीर
०४७१	फिरत्या चाकावरती देशी... विठ्ठला तू वेडा कुंभार	प्रपंच	१९६१	ग. दि. माडगूळकर	सुधीर
०४७२	आला वसंत देही मज	प्रपंच	१९६१	ग. दि. माडगूळकर	आशा

	ठाऊकेच नाही				
०४७३	बैल तुझे हरीणावाणी	प्रपंच	१९६१	ग.दि.माडगूळकर	आशा
	गाडीवान दादा				
०४७४	मी भीक मागणारी	प्रपंच	१९६१	ग.दि.माडगूळकर	आशा
	दातार तू उदार				
०४७५	सासुऱ्यास चालली	सुवासिनी	१९६१	ग.दि.माडगूळकर	सुधीर
	लाडकी शकुंतला				
०४७६	दिवसामागून दिवस...	सुवासिनी	१९६१	गग.दि.माडगूळकर	आशा
	जिवलगा कधी रे येशील तू				
०४७७	ओठात हाक येते...	सुवासिनी	१९६१	ग.दि.माडगूळकर	आशा
	येणार नाथ आता				
०४७८	काल मी रघुनंदन पाहिले	सुवासिनी	१९६१	ग.दि.माडगूळकर	आशा
०४८९	राजहंस सांगतो...	सुवासिनी	१९६१	ग.दि.माडगूळकर	आशा
	हृदयी प्रीत जागते				
०४८०	मी तर प्रेमदिवाणी	सुवासिनी	१९६१	ग.दि.माडगूळकर	आशा
०४८१	सामर्थ्याहून समर्थ...	सुवासिनी	१९६१	ग.दि.माडगूळकर	आशा
	कधी मी पाहीन ती पाऊले				
०४८२	मी तर प्रेमदिवाणी	सुवासिनी	१९६१	ग.दि.माडगूळकर	ललिता फडके
०४८३	आज मोरे मन लागो लंगरवा	सुवासिनी	१९६१	पारंपरिक चीज	पं.भीमसेन जोशी,

	(राग : गुजरी तोडी)				ललिता
०४८४	मुकेपणाने करीसी सेवा यशवंत हो जयवंत हो	भिंतीला कान असतात	१९६२	ग.दि.माडगूळकर	सुधीर
०४८५	सुटले वादळ झाड थरथरे पाखरू फडफडते एकटे	भिंतीला कान असतात	१९६२	ग.दि.माडगूळकर	सुधीर
०४८६	डोळ्यापुढे दिसे मज चित्र ते सजीव	भिंतीला कान असतात	१९६२	ग.दि.माडगूळकर	सुधीर, आशा
०४८७	अंधार चमज हवा काजवा उगा दावितो	भिंतीला कान असतात	१९६२	ग.दि.माडगूळकर	आशा
०४८८	चंद्र सूर्य दोन्ही डोळे आसरा अनाथा	भिंतीला कान असतात	१९६२	ग.दि.माडगूळकर	आशा
०४८९	उडाला राजहंस गगनात, सांगितलेल्या कथा	भिंतीला कान असतात	१९६२	ग.दि.माडगूळकर	आशा, कुमुद मोघे
०४९०	तुझी शेतवाडी विठूचा देव्हारा	चार दिवस सासूचे चार दिवस सुनेचे	१९६२	ग.दि.माडगूळकर	सुधीर, साथी
०४९१	दूर राहिले माझे खेडे नांगरलेली काळी माती	चार दिवस सासूचे चार दिवस सुनेचे	१९६२	ग.दि.माडगूळकर	सुधीर
०४९२	आवडेल कां तुजसी राणी खेड्यामधली	चार दिवस सासूचे	१९६२	ग.दि.माडगूळकर	सुधीर, सुमन

०४९३	जीवन झाले गीत, तुझ्या नि माझ्या	चार दिवस सासूचे चार दिवस सुनेचे	१९६२	ग.दि.माडगूळकर	सुधीर, आशा
०४९४	पान पिकले पिकले आला... येई विठ्ठला सख्या तू	चार दिवस सासूचे चार दिवस सुनेचे	१९६२	ग.दि.माडगूळकर	सुधीर, साथी
०४९५	लक्ष्मीआई आली, आली अंधार करूनी	चार दिवस सासूचे चार दिवस सुनेचे	१९६२	ग.दि.माडगूळकर	आशा
०४९६	नाही घातली मी साद नाही थांबले पथांत	चार दिवस सासूचे चार दिवस सुनेचे	१९६२	ग.दि.माडगूळकर	आशा
*** चिमण्यांची शाळा हा चित्रपट १९६४ साली 'उठ मराठ्या उठ' या नावाने पुन्हा सेन्सार झाला होता.**					
०४९७	लाकडाच्या वखारीत माकडाचा दवाखाना	चिमण्यांची शाळा	१९६२	ग.दि.माडगूळकर	सुधीर, साथी
०४९८	बसा मुलांनो बसा, सांगतो कसा उपजला ससा	चिमण्यांची शाळा	१९६२	ग.दि.माडगूळकर	सुधीर
०४९९	बिन भिंतीची उघडी शाळा... झाडे वेली फुले	चिमण्यांची शाळा	१९६२	ग.दि.माडगूळकर	सुधीर, साथी
०५००	कां ग अशा थांबला, हात जरा चालवा	चिमण्यांची शाळा	१९६२	ग.दि.माडगूळकर	सुधीर, ललिता
०५०१	सवाल जवाब	चिमण्यांची शाळा	१९६२	ग.दि.माडगूळकर	सुधीर, आशा

०५०२	दुबळी चिमणी	चिमण्यांची शाळा	१९६२	ग.दि.माडगूळकर	सुधीर
०५०३	शशांक मंजिरी वग	चिमण्यांची शाळा	१९६२	ग.दि.माडगूळकर	सुधीर, आशा
०५०४	हिंदूराव, चिनदू मामा	चिमण्यांची शाळा	१९६२	ग.दि.माडगूळकर	सुधीर, आशा, साथी
०५०५	युद्ध करा रे युद्ध करा	चिमण्यांची शाळा	१९६२	ग.दि.माडगूळकर	सुधीर, साथी
०५०६	ऊठ मराठ्या ऊठ	चिमण्यांची शाळा	१९६२	ग.दि.माडगूळकर	सुधीर, साथी
०५०७	आईबापांचा माझ्या,जावई	चिमण्यांची शाळा	१९६२	ग.दि.माडगूळकर	ललिता फडके
०५०८	तिन्हीसांजा येते तुझी आठवण	चिमण्यांची शाळा	१९६२	ग.दि.माडगूळकर	ललिता फडके
०५०९	प्रिया रे जन्मच हा तुजसाठी	गरीबाघरची लेक	१९६२	ग.दि.माडगूळकर	आशा
०५१०	ही रात चांदण्याची आनंद भोगण्याची	गरीबाघरची लेक	१९६२	ग.दि.माडगूळकर	आशा
०५११	एक सुगंधी धुके दाटले, प्रीतीच्या मंदिरी	गरीबाघरची लेक	१९६२	ग.दि.माडगूळकर	आशा
०५१२	डोळ्यांनी मज शोधित शोधित, अचानक दारी येशील का?	गरीबाघरची लेक	१९६२	ग.दि.माडगूळकर	आशा
०५१३	कधी तरी तुम्ही यावे इथे या घरात	गरीबाघरची लेक	१९६२	ग.दि.माडगूळकर	आशा
०५१४	सांभाळा गं सांभाळा दुरूनी साजिऱ्या परी	गरीबाघरची लेक	१९६२	ग.दि.माडगूळकर	आशा, साथी
०५१५	सुटला घरट्याचा आसरा,	सोनियाची पाऊले	१९६२	शांता शेळके	सुधीर

	पंखावरती दु:ख				
०५१६	एकदाच चाहूल ती कानावर येते	सोनियाची पाऊले	१९६२	शांता शेळके	आशा
०५१७	आज गुंजते मनी नवी वसंत रागिणी	सोनियाची पाऊले	१९६२	शांता शेळके	आशा
०५१८	किती दिवस मी याच घडीची	सोनियाची पाऊले	१९६२	शांता शेळके	आशा
०५१९	मनी तेच ये आज ओठावरी सुखाला उणे	सोनियाची पाऊले	१९६२	शांता शेळके	आशा
०५२०	कुरवाळू कां, सखे मी हे केस रेशमाचे	बायको माहेरी जाते	१९६३	ग.दि.माडगूळकर	सुधीर, उषा वाघ
०५२१	अर्ध्या रात्री झोप मोडीसी, खराच कधी तू	बायको माहेरी जाते	१९६३	ग.दि.माडगूळकर	आशा
०५२२	फुलाफुला रे फुलाफुला, मी लपले तू शोध	बायको माहेरी जाते	१९६३	ग.दि.माडगूळकर	आशा
०५२३	प्रीत करू लपून छपून, जपून जगाला	बायको माहेरी जाते	१९६३	मधुसूदन कालेलकर	सुमन
०५२४	हा माझा मार्ग एकला	हा माझा मार्ग एकला	१९६३	शांता शेळके	सुधीर
०५२५	संपली कहाणी माझी	हा माझा मार्ग एकला	१९६३	शांता शेळके	सुधीर

०५२६	जो जो गाई कर अंगाई, जोजविते तुजला	हा माझा मार्ग एकला	१९६३	शांता शेळके	आशा
०५२७	उठा राष्ट्रवीर हो, सज्ज व्हा उठा चला	हा माझा मार्ग एकला	१९६३	रवींद्र भट	मीना खटखटे, अलंकार, हुजूरबाजार, साथी
०५२८	मानवतेचे मंदिर... श्रमिक हो घ्या इथे विश्रांती	ते माझे घर	१९६३	रवींद्र भट	सुधीर, साथी
०५२९	उठी श्रीरामा पहाट झाली, पूर्व दिशा उजळली	ते माझे घर	१९६३	रविंद्र भट	आशा
०५३०	तबकामध्ये इथे तेवती निरांजनाच्या वाती	ते माझे घर	१९६३	रवींद्र भट	आशा
०५३१	आंब्यावरती गाते कोकिळ... राजसा जवळ	ते माझे घर	१९६३	रवींद्र भट	आशा
०५३२	घरट्यात एकटी मी, तू पिंजऱ्यात राया	ते माझे घर	१९६३	रवींद्र भट	आशा
०५३३	तुझ्या स्वागता उभी समोरी पाहूनी	ते माझे घर	१९६३	रवींद्र भट	सुमन कल्याणपूर
०५३४	कोळ्याच्या पोरी आज एकांत घावला दर्यात	दैवाचा खेळ	१९६४	ग. दि. माडगूळकर	सुधीर, उषा वाघ

०५३५	दारूबाजाची बाईल झाले गेले सासर माहेर	दैवाचा खेळ	१९६४	ग. दि. माडगूळकर	सुधीर, सुलोचना चव्हाण
०५३६	काय पाहिले काय ऐकले... जिण्याची झाली शोककथा	दैवाचा खेळ	१९६४	ग. दि. माडगूळकर	सुधीर
०५३७	उजळीत दीपरागा आली गडे दिवाळी	दैवाचा खेळ	१९६४	ग. दि. माडगूळकर	आशा
०५३८	नको उद्याची चिंता राजा... विसरुनी जा	दैवाचा खेळ	१९६४	ग. दि. माडगूळकर	आशा
०५३९	जगन्नायका तुला... बुडाली सोन्याची द्वारका	दैवाचा खेळ	१९६४	ग. दि. माडगूळकर	आशा
०५४०	अजब गुणाची वनस्पती... तंबाखूची रसाळ पोथी	गुरुकिल्ली	१९६६	ग. दि. माडगूळकर	सुधीर
०५४१	गुरूविण कोण दाखविल वाट	गुरुकिल्ली	१९६६	ग. दि. माडगूळकर	सुधीर, साथी
०५४२	काल झाली भेट येथे, आजही होईल का?	गुरुकिल्ली	१९६६	ग. दि. माडगूळकर	आशा
०५४३	मी रे झाले तुझ्यावर फिदा, भेट एकदा मला	गुरुकिल्ली	१९६६	ग. दि. माडगूळकर	आशा
०५४४	चुकवित लाख डोळे, चोरूनिया निघाले	गुरुकिल्ली	१९६६	ग. दि. माडगूळकर	आशा

०५४५	लाल शालजोडी जरतारी	गुरुकिल्ली	१९६६	अण्णासाहेब किर्लोस्कर	आशा
०५४६	प्राशिलासी अग्नि बाळपणी देवा	संत गोरा कुंभार	१९६७	संत गोरा कुंभार	सुधीर
०५४७	तुझे रूप चित्ती राहो, मुखी तुझे नाम	संत गोरा कुंभार	१९६७	संत गोरा कुंभार	सुधीर
०५४८	कर्म करीता ते निष्काम, मुखी राहो विठ्ठल	संत गोरा कुंभार	१९६७	ग. दि. माडगूळकर	सुधीर
०५४९	समचरण सुंदर कासे ल्याला पितांबर	संत गोरा कुंभार	१९६७	संत गोरा कुंभार	सुधीर
०५५०	मुक्तिया साखर चाखाया दिधली	संत गोरा कुंभार	१९६७	संत गोरा कुंभार	सुधीर
०५५१	उठ पंढरीच्या राजा, वाढवेळ झाला	संत गोरा कुंभार	१९६७-	ग. दि. माडगूळकर	प्रसाद सावकार, साथी
०५५२	पतितपावन नाम ऐकूनी आलो मी द्वारा	संत गोरा कुंभार	१९६७	संत नामदेव	प्रसाद सावकार
०५५३	माय यशोदा हलवी पाळणा गोड गीत गाई	संत गोरा कुंभार	१९६७	ग. दि. माडगूळकर	जयवंत कुलकर्णी सुमती टिकेकर
०५५४	आले शारंगपाणी पिंगा	संत गोरा कुंभार	१९६७	ग. दि. माडगूळकर	प्रमिला दातार

		घाल ग गवळणी			ललिता जोशी सुमती टिकेकर, पद्मा वाघ, शैलजा मंडपे
०५५५	नाथ हो येऊ कशी मी आंत, शेवंतीने नटली	संत गोरा कुंभार	१९६७	ग. दि. माडगूळकर	कृष्णा कल्ले
०५५६	देव वेगळा वेगळा	संत गोरा कुंभार	१९६७	गोरा कुंभार	सुधीर
०५५७	आकल्प आयुष्य व्हावे	संत गोरा कुंभार	१९६७	गोरा कुंभार	प्रसाद सावकार
०५५८	माझे मनोरथ पूर्ण करी देवा	संत गोरा कुंभार	१९६७	गोरा कुंभार	प्रसाद सावकार
०५५९	पंढरीच्या राऊळात	संत गोरा कुंभार	१९६७	ग. दि. माडगूळकर	कृष्णा कल्ले
०५६०	सूर्यवंशी राजा असे तो श्रीयाळ (बाळ चिलया कथा)	संत गोरा कुंभार	१९६७	ग. दि. माडगूळकर	प्रसाद सावकार
०५६१	नाही तरी येते पाप माझ्या माथा	संत गोरा कुंभार	१९६७	ग. दि. माडगूळकर	सुधीर
०५६२	संत सद्‌गुरू करीती कुंभाराचा व्यवसाव	संत गोरा कुंभार	१९६७	गोरा कुंभार	सुधीर
०५६३	विठाई वाचून कोण माझी माय	संत गोरा कुंभार	१९६७	गोरा कुंभार	सुधीर
०५६४	तो अतिथी बोले तेव्हा चांगुणेशी	संत गोरा कुंभार	१९६७	ग. दि. माडगूळकर	सुधीर
०५६५	धैर्याचे उखळ वैराग्य मुसळ	संत गोरा कुंभार	१९६७	गोरा कुंभार	प्रसाद सावकार
०५६६	ऐकूनिया ऐसे अतिथी तो भ्याला	संत गोरा कुंभार	१९६७	ग. दि. माडगूळकर	प्रसाद सावकार

०५६७	ऐसे म्हणे माझे शरीर हे रोगी	संत गोरा कुंभार	१९६७	गोरा कुंभार	प्रसाद सावकार
०५६८	देहाची तिजोरी भक्तिचाच ठेवा १ व २	आम्ही जातो अमुच्या गावा	१९६८	जगदीश खेबुडकर	सुधीर, साथी
०५६९	स्वप्नात रंगले मी चित्रात दंगले मी	आम्ही जातो अमुच्या गावा	१९६८	जगदीश खेबुडकर	सुधीर, साथी
०५७०	मी आज फूल झाले, जणू कालच्या कळीला	आम्ही जातो अमुच्या गावा	१९६८	जगदीश खेबुडकर	आशा
०५७१	उजळू स्मृती कशाला अश्रूत दाटलेली, सांगू	आम्ही जातो अमुच्या गावा	१९६८	वंदना विटणकर	आशा
०५७२	हवास मज तू हवास तू, प्रिया नाचते आनंदाने	आम्ही जातो अमुच्या गावा	१९६८	जगदीश खेबुडकर	आशा
०५७३	ब्रह्मा विष्णू आणि महेश्वर सामोरी... मला हे दत्तगुरू दिसले	आम्ही जातो अमुच्या गावा	१९६८	जगदीश खेबुडकर	आशा
०५७४	वरसाचा सण आला त्याला दिवाळी म्हणती	आम्ही जातो अमुच्या गावा	१९६८	जगदीश खेबुडकर	उषा खाडीलकर
०५७५	आईलाही विसरून जाती... चल सोडून हा	एकटी	१९६८	ग. दि. माडगूळकर	सुधीर
०५७६	एक फुलले फूल आणि	एकटी	१९६८	ग. दि. माडगूळकर	आशा

	फुलून नुसते राहिले				
०५७७	नाविका चल तेथे, दरवळते जेथे चांदणे	एकटी	१९६८	ग. दि. माडगूळकर	आशा
०५७८	लिंबलोण उतरू कशी असशी दूर लांब तू	एकटी	१९६८	ग. दि. माडगूळकर	सुमन कल्याणपूर
०५७९	माझ्या रे प्रीतीफुला, ठेवू मी कुठे तुला	आधार	१९६९	ग. दि. माडगूळकर	सुधीर, आशा
०५८०	वारा सुटे सुखाचा आनंद मेघ आले	आधार	१९६९	ग. दि. माडगूळकर	सुधीर, आशा
०५८१	पाप ठरवूनी पुण्याईला देसी देवा सजा, खेळ	आधार	१९६९	ग. दि. माडगूळकर	आशा
०५८२	काहीतरी तू बोल, तुझे बोलणे झिरपत जाईल	आधार	१९६९	ग. दि. माडगूळकर	वसंतराव देशपांडे
०५८३	जयजयकारा करा, गुर्ज द्या साऱ्यांच्या वाचा	देवमाणूस	१९७०	ग. दि. माडगूळकर	सुधीर, साथी
०५८४	त्याची माझी प्रीत अलौकिक	देवमाणूस	१९७०	ग. दि. माडगूळकर	आशा
०५८५	आंधळेपणा फिटे जिवंत होतसे दिठी	देवमाणूस	१९७०	ग. दि. माडगूळकर	आशा
०५८६	मी तर जातंय जत्रेला...	देवमाणूस	१९७०	ग. दि. माडगूळकर	आशा

०५८७	कुणीतरी बोलवा दाजीबाला लाल दिसे तो...	देवमाणूस	१०७०	ग. दि. माडगूळकर	आशा,जयवंत कुलकर्णी
०५८८	तुम्ही आम्हाला घर जावई पावसात नाहती लता, लता कळ्या फुले सुगंध	देवमाणूस	१९७०	ग. दि. माडगूळकर	सुधीर, आशा
०५८९	धुंदी कळ्यांना धुंदी फुलांना	धाकटी बहीण	१९७०	जगदीश खेबुडकर	सुधीर, आशा
०५९०	साजण आला असा दूर का जवळ ये जरा	धाकटी बहीण	१९७०	जगदीश खेबुडकर	आशा
०५९१	राग सोडा, सोडा हो रूसवा... हातामधी	धाकटी बहीण	१९७०	जगदीश खेबुडकर	आशा
०५९२	धागा जुळला जीव फुलला, वेड्या बहिणीला	धाकटी बहीण	१९७०	जगदीश खेबुडकर	सुमन कल्याणपूर
०५९३	तालात नाचत गालात हांसत चंदेरी दौलत	धाकटी बहीण	१९७०	जगदीश खेबुडकर	आशा, मन्नाडे, साथी
०५९४	सांजसकाळी माझ्याजवळी अशी खरेदी	धाकटी बहीण	१९७०	जगदीश खेबुडकर	जयवंत कुलकर्णी, खेबुडकर, अभ्यंकर
०५९५	आज कुणीतरी यावे ओळखीचे व्हावे	मुंबईचा जावई	१९७०	ग. दि. माडगूळकर	आशा
०५९६	का रे दुरावा का रे अबोा	मुंबईचा जावई	१९७०	ग. दि. माडगूळकर	आशा

०५९७	प्रथम तुज पाहता जीव वेडावला	मुंबईचा जावई	१९७०	ग. दि. माडगूळकर	रामदास कामत
०५९८	कशी करू स्वागता, एकांताचा आरंभ कैसा	मुंबईचा जावई	१९७०	ग. दि. माडगूळकर	सुमन कल्याणपूर
०५९९	माघ मास पडली थंडी -मुक्कामाला ऱ्हावा	झाला महार पंढरीनाथ	१९७०	ग. दि. माडगूळकर	आशा
०६००	दयासिंधू म्हणती तुजसी विठ्ठला दयाळा	झाला महार पंढरीनाथ	१९७०	ग. दि. माडगूळकर	आशा
०६०१	विठ्ठलाच्या अंगणी (ओव्या)	झाला महार पंढरीनाथ	१९७०	ग. दि. माडगूळकर	मधुबाला चावला, सुषमा पैंगणकर
०६०२	येणे वाग्यज्ञे तोषावे	झाला महार पंढरीनाथ	१९७०	संत ज्ञानेश्वर	शाहू मोडक
०६०३	देव देव्हाऱ्यात नाही, देव नाही देवालयी	झाला महार पंढरीनाथ	१९७०	ग. दि. माडगूळकर	सुधीर
०६०४	उच्च नीच सारा वावुगा विवाद, नाही	झाला महार पंढरीनाथ	१९७०	ग. दि. माडगूळकर	सुधीर
०६०५	निजरूप दाखवा हो हरी दर्शनास द्या हो	झाला महार पंढरीनाथ	१९७०	ग. दि. माडगूळकर	सुधीर
०६०६	कानडा राजा पंढरीचा	झाला महार	१९७०	ग. दि. माडगूळकर	सुधीर, साथी,

		पंढरीनाथ			वसंतराव देशपांडे
०६०७	उठ ऊठ पंढरीनाथा, उठ बा मुकुंदा	झाला महार पंढरीनाथ	१९७०	ग. दि. माडगूळकर	सुधीर, साथी
०६०८	नाचत नाचत गावे, ब्रह्मानंदी तल्लीन व्हावे	बाजीरावचा बेटा	१९७१	जगदीश खेबुडकर	सुधीर
०६०९	एकतारी संगे एकरूप झालो	बाजीरावचा बेटा	१९७१	जगदीश खेबुडकर	सुधीर, साथी
०६१०	हे असेच स्वप्न राहू दे लोचने भरून पाहू दे	बाजीरावचा बेटा	१९७१	जगदीश खेबुडकर	आशा
०६११	टिपूर टिपूर किरणांच्या... भलरी दादा	बाजीरावचा बेटा	१९७१	जगदीश खेबुडकर	आशा, साथी
०६१२	धन मालाचा लोभ कशाला, आंधळ्याला पैसा दे दाता	झेप	१९७१	ग. दि. माडगूळकर	सुधीर, साथी
०६१३	उदासीन का वाहतो आज वारा	झेप	१९७१	ग. दि. माडगूळकर	सुधीर
०६१४	मधुराणी तुला सांगू का, तुला पाहून चाफा	झेप	१९७१	ग. दि. माडगूळकर	सुधीर, आशा
०६१५	चिंधी बांधते द्रौपदी हरीच्या बोटाला	झेप	१९७१	ग. दि. माडगूळकर	आशा, साथी
०६१६	ऐका फेकिते सवाल	लाखात	१९७१	ग. दि. माडगूळकर	आशा, पुष्पा

	पहिला (सवाल जवाब)	अशा देखणी			पागधरे, साथी
०६१७	अजून साजणा मी धाकटी, नका येऊ असे	लाखात अशा देखणी	१९७१	ग. दि. माडगूळकर	आशा
०६१८	सवत नांदते मनात तुमच्या... पडते पाया	लाखात अशा देखणी	१९७१	ग. दि. माडगूळकर	आशा, साथी
०६१९	चढाओढीनं चढवीत होते गं बाई, मी पतंग उडवीत होते	लाखात अशा देखणी	१९७१	ग. दि. माडगूळकर	आशा, साथी
०६२०	सारखं वाटत होतं तुम्ही भेटाल असं	लाखात अशी देखणी	१९७१	ग. दि. माडगूळकर	आशा, साथी
०६२१	येणे जाणे कां हो सोडले, तोडले नाते	लाखात अशी देखणी	१९७१	ग. दि. माडगूळकर	आशा, साथी
०६२२	जयजयकारे दुमदुमले हे... मराठी पाऊल पडते पुढे	मीही माणूसच आहे	१९७१	शांता शेळके	सुधीर, साथी
०६२३	द्या इतुके वरदान देवा, सौभाग्याचा सूर्य	मीही माणूसच आहे	१९७१	शांता शेळके	आशा
०६२४	शोभले कां हे तुम्हाला दूर	मीही माणूसच आहे	१९७१	शांता शेळके	आशा
०६२५	उतरला देव कसा पायरी, गाभाऱ्यातून	मीही माणूसच आहे	१९७१	शांता शेळके	आशा

०६२६	साजणी दूर प्रियाचा देश प्रियतम भेटीसाठी	मीही माणूसच आहे	१९७१	शांता शेळके	सुमन कल्याणपूर
०६२७	धुंद एकांत हा प्रीत आकारली	अनोळखी	१९७३	जगदीश खेबुडकर	सुधीर, आशा
०६२८	जा शोध जा किनारा	अनोळखी	१९७३	जगदीश खेबुडकर	सुधीर
०६२९	जीवन गगन मी पांखरू, स्वच्छंद लागे संचरू	अनोळखी	१९७३	जगदीश खेबुडकर	जयवंत कुलकर्णी
०६३०	रुसूबाई रुसू कोपऱ्यात बसू, आमचा राजू का रुसला	अनोळखी	१९७३	जगदीश खेबुडकर	जयवंत कुलकर्णी
०६३१	या मीलनी रात्र हा रंगली, तू दर्पणी पाकळी	जावई विकत घेणे आहे	१९७३	जगदीश खेबुडकर	सुधीर, आशा
०६३२	हाती नाही येणे, हाती नाही जाणे	जावई विकत घेणे आहे	१९७३	जगदीश खेबुडकर	सुधीर
०६३३	होम स्विट होम[२] हॅपी जॉली	जावई विकत घेणे आहे	१९७३	जगदीश खेबुडकर	आशा, मन्ना डे, जयवंत कुलकर्णी
०६३४	आय टेल यू बेबी लिसन टू माय साँग	जावई विकत घेणे आहे	१९७३	जगदीश खेबुडकर	आशा, मन्ना डे, जयवंत कुलकर्णी
०६३५	ऐका नटरंगी नार करी सोळा शिणगार	जावई विकत घेणे आहे	१९७३	जगदीश खेबुडकर	आशा, लीना, साथी
०६३६	हो तमन्ना और क्या है,	जावई विकत	१९७३	---	शोभा गुर्टू

		घेणे आहे			
०६३८	अगा इट्ठला आता तरी होई जागा	कार्तिकी	१९७४	जगदीश खेबुडकर	सुधीर
०६३९	कुठं जाशील सीतामाई तुज शून्य दिशा या	कार्तिकी	१९७४	जगदीश खेबुडकर	सुधीर
०६३९	कशी आज बाई जादुगिरी घडली	कार्तिकी	१९७४	जगदीश खेबुडकर	आशा
०६४०	अशी नटून थटून साजरी, आता गं माझी वहिनी	कार्तिकी	१९७४	जगदीश	चारूशीला बेलसरे, साथी
०६४१	रंग महाली झगमगाट हा...	कार्तिकी	१९७४	जगदीश खेबुडकर	आशा
०६४२	एकली उभी मी... जिवलगा सख्या	कार्तिकी	१९७४	जगदीश खेबुडकर	आशा
०६४३	दान दिल्याने ज्ञान वाढते... सत्य शिवाहून सुंदर हे	ज्योतिबाचा नवस	१९७५	जगदीश खेबुडकर	सुधीर, साथी
०६४४	लई उतावळा सभाव ह्याचा बाई या	ज्योतिबाचा नवस	१९७५	जगदीश खेबुडकर	सुधीर, साथी
०६४५	ही दुनिया हाय एक जत्रा	ज्योतिबाचा	१९७५	जगदीश खेबुडकर	जयवंत कुलकर्णी, साथी
०६४६	कल्पनेचा कुंचला, स्वप्नरंगी रंगला, चित्र मी	ज्योतिबाचा नवस	१९७५	जगदीश खेबुडकर	उषा मंगेशकर

०६४७	माझा वाडा नवा, गार सुटली हवा	ज्योतिबाचा नवस	१९७५	जगदीश खेबुडकर	उषा मंगेशकर
०६४८	लई चौखुर सुटलाय बगा, राया जरा	ज्योतिबाचा नवस	१९७५	जगदीश खेबुडकर	उषा मंगेशकर
०६४९	नवतीची प्रीतीची काया शिणगार ल्याली	ज्योतिबाचा नवस	१९७५	जगदीश खेबुडकर	उषा, कृष्णा कल्ले
०६५०	तुजहून लाजरे हे बोलावयास लाजे... फुलांची शपथ	या सुखांनो या	१९७५	ग. दि. माडगूळकर	सुधीर, आशा
०६५१	झाड वडाचे डेरेदार, त्यावर बसले पोपट	या सुखांनो या	१९७५	ग. दि. माडगूळकर	अनुराधा पौडवाल
०६५२	या सुखांनो या, एकटी पथ चालते	या सुखांनो या	१९७५	ग. दि. माडगूळकर	आशा
०६५३	आकाशी झेप घेरे पाखरा सोडी सोन्याचा १,२	आराम हराम आहे	१९७६	जगदीश खेबुडकर	सुधीर
०६५४	असेल कोठे रुतला कांटा माझ्या तळपायांत	आराम हराम आहे	१९७६	ग. दि. माडगूळकर	आशा
०६५५	प्रेमवेडी राधा साद घाली मुकुंदा	आराम हराम आहे	१९७६	ग. दि. माडगूळकर	आशा
०६५६	गंध हा श्वास हा स्पर्श	आराम हराम	१९७६	ग. दि. माडगूळकर	आशा

	हा सांगतो, तूच तो	आहे			
०६५७	जाशील मुली कुठे तू, नेशील जेथे मुला तू	आराम हराम आहे	१९७६	ग. दि. माडगूळकर	आशा, रविंद्र साठे
०६५८	पान जागे फुल जागे भाव नयनी...चंद्र आहे साक्षीला	चंद्र होता साक्षीला	१९७८	जगदीश खेबुडकर	सुधीर, आशा
०६५९	तू मी रे साजणा, कुणी कुणा हरविले	चंद्र होता साक्षीला	१९७८	जगदीश खेबुडकर	आशा
०६६०	प्याला नशीला,मौसम रसीला, अशी ही	चंद्र होता साक्षीला	१९७८	जगदीश खेबुडकर	आशा
०६६१	सूर गेले दूर आता... चंद्र होता साक्षीला	चंद्र होता साक्षीला	१९७८	जगदीश खेबुडकर	सुधीर
०६६२	जे जे सुंदर ते माझे घर, मी तर आहे मस्त कलंदर	दोस्त असावा तर असा	१९७८	ग. दि. माडगूळकर	जयवंत कुलकर्णी
०६६३	काल बोलला तरुण कुणीसा भलते सलते	दोस्त असावा तर असा	१९७८	ग. दि. माडगूळकर	आशा, जयवंत कुलकर्णी
०६६४	होणार तुझं लगीन, होणार दोनाचं चार	दोस्त असावा तर असा	१९७८	ग. दि. माडगूळकर	जयवंत, रविंद्र, उषा रेगे, मीना पत्की
०६६५	या या या यारे गाऊ, हातात हात सारे	आपलेच दात आपलेच ओठ	१९८२	जगदीश खेबुडकर	सुधीर

०६६६	धुन्याचा दगुड, दगडाची पाटी, पाटीवर	आपलेच दात आपलेच ओठ	१९८२	जगदीश खेबुडकर	आशा, सुरेश वाडकर यशवंत दत्त
०६६७	टकमक टकमक बघू नका हो, बोला गोडीने	आपलेच दात आपलेच ओठ	१९८२	जगदीश खेबुडकर	आशा, जयवंत कुलकर्णी
०६६८	कावरा बावरा होतोया मला बगून हसतोया	आलपेच दात आपलेच ओठ	१९८२	जगदीश खेबुडकर	आशा
०६६९	डोळे असून बगंना, त्येला काई कळंना	शापित	१९८२	सुधीर मोघे	आशा
०६७०	मन माजं भुललं बाई, बाई माज्यावर	शापित	१९८२	सुधीर मोघे	आशा
०६७१	तुज्या माज्या संसाराला... दिस जातील दिस येतील,	शापित	१९८२	सुधीर मोघे	आशा, सुरेश वाडकर
०६७६	शंभो शंकरा करुणाकरा जग जागवा	थोरली जाऊ	१९८३	सुधीर मोघे	अनुराधा पौडवाल, साथा
०६७३	फुलला साजिरा फुलला संसार माझा	थोरली जाऊ	१९८३	सुधीर मोघे	आशा
०६७४	एका फुलाच्या चार पाकळ्या पूजिती मंगळागौर	थोरली जाऊ	१९८३	सुधीर मोघे	उत्तरा, अपर्णा, शोभा, रंजना
०६७५	आदीमाया अंबाबाई साऱ्या	थोरली जाऊ	१९८३	सुधीर मोघे	आशा, साथी

	दुनियेची आई				
०६७६	उरली एकाकी पक्षिणी	थोरली जाऊ	१९८३	सुधीर मोघे	सुधीर
०६७७	ओघ मायेचा हा कधी थांबू नये	माहेरची माणसं	१९८४	सुधीर मोघे	अनुराधा पौडवाल
०६७८	ही रात्र मिलनाची संपेल ना कधीही	माहेरची माणसं	१९८४	सुधीर मोघे	अनुराधा पौडवाल
०६७९	आई अंबाबाईच्या नावाने उदो, गोंधळ मांडीते ग आई	माहेरची माणसं	१९८४	सुधीर मोघे	अनुराधा, पुष्पा, मल्लेश, वाघमारे
०६८०	बारा पुण्यक्षेत्री बारा लिंगे बारा ज्योति	माहेरची माणसं	१९८४	सुधीर मोघे	अनुराधा,अपर्णा, शोभा, देवकी,श्रीकांत, अरुण
०६८१	हो नाव गाव अन् ठावठिकाना	चोराच्या मनांत चांदणं	१९८४	सुधीर मोघे	पुष्पा पागधरे, साथी
०६८२	घर दोघांचे घरकुल पांखरांचे	चोराच्या मनांत चांदणं	१९८४	सुधीर मोघे	अनुराधा पौडवाल
०६८३	अगग मैने कसा... चौराच्या मनात चांदणं	चोराच्या मनात चांदणं	१९८४	एन.रेळेकर	जयवंत कुलकर्णी, उत्तरा केळकर
०६८४	भाग्य उजळले जन्माचे... राजसा जीव तुला	चोराच्या मनात चांदणं	१९८४	वंदना विटणकर	अनुराधा पौडवाल
०६८५	थकले प्रिया कधीची मी वाट पाहूनी	चोराच्या मनात चांदणं	१९८४	वंदना विटणकर	आशा

०६८६	फार दिसांनी या भेटीचा घाट असा जुळला	चोराच्या मनात चांदणं	१९८४	वंदना विटणकर	उत्तरा केळकर
०६८७	थकले प्रिया कधीची मी वाट पाहुनी	चोराच्या मनांत चांदणं	१९८४	वंदना विटणकर	अनुराधा पौडवाल
०६८८	संशय का धरीला, फूल प्रीतीचे फुलले	चोराच्या मनांत	१९८४	वंदना विटणकर	आशा
०६८९	मंदिरात अंतरात तोच नांदत आहे	धाकटी सून	१९८६	सुधीर मोघे	सुधीर, उत्तरा केळकर साथी
०६९०	मंदिरात अंतरात तोच नांदत आहे	धाकटी सून	१९८६	सुधीर मोघे	सुधीर, साथी
०६९१	सांग तू माझाच ना राहू कशी तुझीया विना	धाकटी सून	१९८६	सुधीर मोघे	आशा
०६९२	फसलीस सांगं पोरी तू गं कशी... तुझ्या पतंगाची दोरी	धाकटी सून	१९८६	सुधीर मोघे	उत्तरा केळकर, जयवंत कुलकर्णी
०६९३	एकटी तुझ्यावीण राहू कशी	धाकटी सून	१९८६	सुधीर मोघे	आशा
०६९४	जो तो आपापला, येथ कुणी ना आधार	पुढचं पाऊल	१९८६	सुधीर मोघे	सुधीर, साथी
०६९५	बाई लेक ही लाडाची... कां ग साजणी	पुढचं पाऊल	१९८६	सुधीर मोघे	आशा, साथी
०६९६	एकाच या जन्मा जणू फिरूनी	पुढचं पाऊल	१९८६	सुधीर मोघे	आशा

	नवी जन्मेन				
०६९७	आ ओहो, वाऱ्याचा पिंगा आलाय रंगा	रेशीमगाठी	१९८८	शांता शेळके	आशा, सुरेश वाडकर
०६९८	तुझियाविना[४] झुरते झुरते मनी हुरहुरते	रेशीमगाठी	१९८८	शांता शेळके	आशा
०६९९	तू कुठे मी कुठे, कोण छेडीत कुणा, राग कां गं	रेशीमगाठी	१९८८	शांता शेळके	सुरेश वाडकर
०७००	हळूवार नखलिले, फूल... ते फूल अफूचे होते	रेशीमगाठी	१९८८	ग. दि. माडगूळकर	आशा
०७०१	माझ्या लाडक्या रे कधी येशील दिठीत	रेशीमगाठी	१९८८	शांता शेळके	आशा, सुरेश वाडकर
०७०२	मुक्या या कळीला तुझा स्पर्श झाला	रेशीमगाठी	१९८८	शांता शेळके	आशा, सुरेश वाडकर
०७०३	पिया मिलन की आस (राग-जोगिया)	रेशीमगाठी	१९८८	चीज	पं.भीमसेन जोशी
०७०४	मंदरवा बाजे रि मंदरवा (राग-शुद्ध कल्याण)	रेशीमगाठी	१९८८	चीज	पं.भीमसेन जोशी
०७०५	ने मजसी ने परत मातृभूमीला सागरा प्राण तळमळला	वीर सावरकर	२००२	स्वा.सावरकर	सुधीर फडके

०७०६	रात्र भयाण काळोखीं ज्योत पणतीची	अप्रकाशित चित्रपट	--	सुधीर मोघे	सुधीर
०७०७	हळूहळू उमलत कोणते हे नाते	अप्रकाशित	--	सुधीर मोघे	अनुराधा पौडवाल
०७०८	जोगवा मागते जोगवा मागते	अप्रकाशित	--	सुधीर मोघे	उत्तरा केळकर
०७०९	गुरू एक जगी त्राता (भाग१)	अप्रकाशित	--	सुधीर मोघे	जितेंद्र अभिषेकी
०७१०	गुरू एक जगी त्राता (भाग२)	अप्रकाशित	--	सुधीर मोघे	सुरेश वाडकर
०७११	जादू घडे सांज रंगाची	अप्रकाशित	--	सुधीर मोघे	सुरेश वाडकर, अनुराधा
०७१२	रूही, प्रितीच्या खुणा तू सांग ना माझ्या	अबोली (अप्रकाशित)	--	सुधीर मोघे	आशा, सुरेश वाडकर
०७१३	म्हाळसा पुसे खंडोबाला, बाणाईचा तुला	अबोली (अप्रकाशित)	--	सुधीर मोघे	आशा, साथी
०७१४	माझा साजणा लाखांत एक	अबोली (अप्रकाशित)	--	सुधीर मोघे	उत्तरा केळक
		---			

१२. बाबूजी - चित्रपट संगीत-अन्य संगीतकारांकडे गायन गीतसूची - मराठी

गीत क्र.	गीत	चित्रपट	वर्ष	संगीतकार	गीतकार	गायक गायिका
०७१५	रूप पाहू या लोचनी	संत रामदास	१९४९	मा.कृष्णराव	द. का. काणे	सुधीर
०७१६	राम गावा राम ध्यावा	संत रामदास	१९४९	मा.कृष्णराव	संत रामदास	सुधीर
०७१७	राम म्हणे वाटचाली	संत रामदास	१९४९	मा.कृष्णराव	द. का. काणे	सुधीर
०७१८	नाशवंत काया जाईल वाया आलास जगी	पठ्ठे बापूराव	१९५०	वसंत पवार		
०७१९	गोड गाईली गाणी... आता दाटली निशा	पठ्ठे बापूराव	१९५०	वसंत पवार	द. का. काणे	सुधीर
०७२०	स्त्री जन्मा ही तुझी कहाणी	बाळा जो जो रे	१९५१	वसंत पवार	ग. दि. माडगूळकर	सुधीर
०७२१	जमले ढग काळे भंवती	अखेर जमलं	१९५२	शंकर कुलकर्णी	मधुसूदन कालेलकर	सुधीर
०७२२	जगाला नाही रे मंजूर	अखेर जमलं	१९५२	शंकर कुलकर्णी	मधुसूदन कालेलकर	सुधीर, लता
०७२३	उफाळली रात राया हळू घाली साद	अखेर जमलं	१९५२	शंकर कुलकर्णी	मधुसुदन कालेलकर	लता व सुधीर
०७२४	स्त्री जन्मा ही तुझी कहाणी	स्त्री जन्मा ही	१९५२	वसंत पवार	ग. दि. माडगूळकर	सुधीर

०७२५	याचसाठी केला होता अट्टाहास	महात्मा	१९५३	वसंत पवार	संत तुकाराम	सुधीर
०७२६	दाटो कंठ लागे	महात्मा	१९५३	वसंत पवार	संत तुकाराम	सुधीर
०७२७	अशीच दुनिया जगेल कधी ऊन तर कधी सावली	औक्षवंत हो बाळ	१९५३	दादा चांदेकर	ग. दि. माडगूळकर	सुधीर
०७२८	सारी दैवाची ही लीला	संसार करायचाय मला.	१९५४	राम कदम	शाताराम आठवले	सुधीर
०७२९	उदास जीवन झाले सारे	तीन मुलं	१९५४	वसंत प्रभू	बाबूराव गोखले	सुधीर
०७३०	मुशाफिरा रे जा आल्या पाऊली	तीन मुलं	१९५४	वसंत प्रभू	बाबूराव गोखले	सुधीर
०७३१	शिकविता प्रेमे गुरू माऊली	पायदळी पडलेली फुले	१९६५	वसंत पवार	ग. दि. माडगूळकर	सुधीर
०७३२	गेला मथुरेस कान्हा	पायदळी पडलेली फुले	१९५६	वसंत पवार	ग. दि. माडगूळकर	सुधीर
०७३३	फुले ही पडली पायदळी	पायदळी पडलेली फुले	१९५६	वसंत पवार	ग. दि. माडगूळकर	सुधीर
०७३४	सोनेरी बाशिंग तुऱ्याचा थाट	रानपाखरं	१९५६	कमलेश/शैलेश	शांता शेळके	सुधीर
०७३५	तुटली सारी नातीगोती	रानपाखरं	१९५६	कमलेश/शैलेश	शांता शेळके	सुधीर, आशा
०७३६	ती भेटली तिनं पाहिलं	आलिया भोगासी	१९५७	शंकर कुलकर्णी	मधुसूदन कालेलकर	सुधीर

०७३७	राणी आली घरी राजा गुलाम झाला	आलिया भोगासी	१९५७	शंकरराव कुलकर्णी	मधुसूदन कालेलकर	सुधीर, आशा
०७३८	नाचते काहीतरी गे अंतरी	आई मला क्षमा कर	१९५७	रामकदम	शांताराम आठवले	सुधीर, मधुबाला चावला
०७३९	आई आई ए आई	आई मला क्षमा कर	१९५७	राम कदम	शांताराम आठवले	सुधीर
०७४०	चंद्रा थांबू नको गगनात	आई मला क्षमा कर	१९५७	राम कदम	शांताराम आठवले	सुधीर, मधुबाला
०७४१	काय ही दैवाची करणी	नवरा म्हणू नये आपला	१९५७	वसंत प्रभू	सूर्यकांत खांडेकर	सुधीर
०७४२	तुझा माझी प्रीत जगावेगळी क्षणात वेगळी...	पहिलं प्रेम	१९५७	शंकरराव कुलकर्णी	मधुसूदन कालेलकर	सुधीर, आशा
०७४३	अशी न राहील रात	पहिलं प्रेम	१९५७	शंकरराव	मधुसूदन कालेलकर	सुधीर
०७४४	स्मर मन राधा माधव प्रीत	उतावळा नारद	१९५७	यशवंत देव	ग. दि. माडगूळकर	सुधीर
०७४५	नांदते सौख्य घरीदारी	उतावळा नारद	१९५७	यशवंत देव	ग. दि. माडगूळकर	सुधीर
०७४६	एकच बरवी संगत आता एकतारीची तार	उतावळा नारद	१९५७	यशवंत देव	ग. दि. माडगूळकर	सुधीर
०७४७	घे घे घे हा घे सोटा	झालं गेलं विसरून जा	१९५७	यशवंत देव	यशवंत देव	सुधीर

०७४८	रुसूबाई रुसू कोपऱ्यात बसू	झालं गेल विसरून जा	१९५७	यशवंत देव	यशवंत देव	सुधीर
०७४९	तू नजरेने हो म्हटले	झालं गेलं विसरून जा	१९५७	यशवंत देव	यशवंत देव	सुधीर,आशा
०७५०	देऊनी माझे मला,	झालं गेलं विसरून जा	१९५७	यशवंत देव	यशवंत देव	सुधीर,आशा
०७५१	कथा आज ऐका ध्रुव बाळाची	झालं गेल विसरून जा	१९५७	यशवंत देव	यशवंत देव	सुधीर,सुमन
०७५२	चंद्राविना ठरावी जशी पौर्णिमा	चोरावर मोर	१९५८	यशवंत देव प्र. के. अत्रे	प्र. के. अत्रे	सुधीर, पुष्पा मराठे
०७५३	दुनिया दोन दिसांचा खेळ	चोरावर मोर	१९५८	यशवंत देव	प्र.के.अत्रे	सुधीर,पुष्पा मराठे
०७५४	बोलत नाही वीणा	पडदा	१९५८	राम कदम	शांताराम आठवले	सुधीर
०७५५	पडदा दूर करा पडदा	पडदा	१९५८	राम कदम	शांताराम आठवले	सुधीर
०७५६	अगं अगं अगं तुझं ध्यान कुणीकडे	पुनर्जन्म	१९५८	वसंत पवार	द.का.काणे	सुधीर
०७५७	सोडूनी राज्य वनवासी चालला राम	पुनर्जन्म	१९५८	वसंत पवार	द.का.काणे	सुधीर
०७५८	ठाव दे ठाव दे पायाशी विठ्ठले	संत चांगदेव	१९५८	दत्ता डावजेकर	संत नामदेव	सुधीर

०७५९	धावा धावा नारायणा	संत चांगदेव	१९५८	दत्ता डावजेकर	संत नामदेव	सुधीर
०७६०	अर्जुना, एक तुला सांगतो	सुखाचे सोबती	१९५८	वसंत पवार	ग. दि. माडगूळकर	सुधीर, मधुबाला
०७६१	असा नेसून शालू हिरवा	कीचकवध	१९५९	मा.कृष्णराव	ग. दि. माडगूळकर	सुधीर, लता
०७६२	तूच जीवनाधार देवा	जान्हवी	१९५९	शंकरराव कुलकर्णी	वि. वा. शिरवाडकर	सुधीर
०७६३	जे वेड मजला लागले	अवघाचि संसार	१९६०	वसंत पवार	वसंत अवसरे	सुधीर, आशा
०७६४	रुपास भाळलो मी	अवघाची संसार	१९६०	वसंत पवार	वसंत अवसरे	सुधीर, आशा
०७६५	जीवन आहे जगण्यासाठी	पैशाचा पाऊस	१९६०	वसंत पवार	मधुसूदन कालेलकर	सुधीर, साथी
०७६६	किरण कळ्यांचा मुकुट मनोहर	संगत जडली तुझी माझी	१९६०	वसंत पवार	वसंत नलावडे	सुधीर
०७६७	चंद्र दोन उगवले	भाग्यलक्ष्मी	१९६२	राम कदम	शांता शेळके	सुधीर
०७६८	बाळ गुणी तो करी अंगाई	भाग्यलक्ष्मी	१९६२	राम कदम	शांता शेळके	सुधीर, सुमन
०७६९	तळमळतो मी इथे तुझ्याविण, शून्य जाहले	भाग्यलक्ष्मी	१९६२	राम कदम	शांता शेळके	सुधीर, सुमन
०७७०	सुकुनी गेला बाग	भाग्यलक्ष्मी	१९६२	राम कदम	शांता शेळके	सुधीर
०७७१	मीच माझ्या धामी रामा बंदिमान	जावई माझा भला	१९६२	प्रभाकर जोग	ग. दि. माडगूळकर	सुधीर
०७७२	गोकुल सोडुनी गेला माधव	जावई माझा भला	१९६२	प्रभाकर जोग	ग. दि. माडगूळकर	सुधीर

०७७३	निळा समिंदर निळीच नौका	जावई माझा भला	१९६२	प्रभाकर जोग	ग. दि. माडगूळकर	सुधीर, आशा
०७७४	पतंग देतो प्राण ज्योतीवर	प्रीती विवाह	१९६२	वसंत पवार/ राम कदम	शांता शेळके	सुधीर, सुमन
०७७५	हा स्नेह म्हणू की प्रीती म्हणू	प्रीती विवाह	१९६२	वसंत पवार/ राम कदम	शांता शेळके	सुधीर, सुमन
०७७६	डोळ्यात भावगीते रोमांच गोड देही	प्रिती विवाह	१९६२	वसंत पवार/ राम कदम	शांता शेळके	सुधीर, सुमन
०७७७	तोडूनी तुटेना...साता जन्मासाठी	प्रीती विवाह	१९६२	वसंत पवार/ राम कदम	शांता शेळके	सुधीर, सुमन
०७७८	एक वार पंखावरूनी	वरदक्षिणा	१९६२	वसंत पवार / ल. बेरळेकर	ग. दि. माडगूळकर	सुधीर
०७७९	शोध शोधिता तुला... प्रिये मी हरवून बसलो मला	वरदक्षिणा	१९६२	वसंत पवार / ल. बेरळेकर	ग. दि. माडगूळकर	सुधीर
०७८०	पाठ शिवा हो पाठ शिवा	वरदक्षिणा	१९६२	वसंत पवार / ल.बेरळेकर	ग. दि. माडगूळकर	सुधीर, आशा
०७८१	उमलली एक नवी भावना	सुभद्राहरण	१९६३	वसंत पवार	शांताराम आठवले	सुधीर, सुमन
०७८२	बघत राहू दे तुझ्याकडे	सुभद्राहरण	१९६३	वसंत पवार	शांताराम आठवले	सुधीर, सुमन
०७८३	कामापुरता मामा	कामापुरता मामा	१९६५	यशवंत देव	यशवंत देव	सुधीर,

						कृष्णा कल्ले
०७८४	तू अन् मी अन् मी अन् तू	सुधारलेल्या बायका	१९६५	मनोहर कदम बाळ पळसुले	जगदीश खेबुडकर	सुधीर, आशा
०७८५	हातचं सोडून पळत्या पाठी	सुधारलेल्या बायका	१९६५	बाळ पळसुले मनोहर कदम	संजीव	सुधीर, साथी
०७८६	चंद्रातूनी तुझ्या या बरसात	सुधारलेल्या बायका	१९६५	मनोहर कदम बाळ पळसुले	जगदीश खेबुडकर	सुधीर, आशा
०७८७	श्रावणबाळा पाणी आण	वावटळ	१९६५	राम कदम	आनंद यादव	सुधीर
०७८८	पतिव्रतेच्या पुण्याईवर	दैव जाणिले कुणी	१९६७	कुमारसेन गुप्ते	जगदीश खेबुडकर	सुधीर
०७८९	संथ वाहते कृष्णामाई	संथ वाहते कृष्णामाई	१९६७	द. डावजेकर	ग. दि. माडगूळकर	सुधीर
०७९०	सारी भगवंताची करणी	सुखी संसार	१९६७	यशवंत देव	पी. सावळाराम	सुधीर
०७९१	लळा जिव्हाळा शब्दचि खोटे	जिव्हाळा	१९६८	श्रीनिवास खळे	ग. दि. माडगूळकर	सुधीर
०७९२	बसेना अजूनी कैसा मेळ, चालला	येथे शहाणे राहतात	१९६८	विश्वनाथ मोरे	जगदीश खेबुडकर	सुधीर
०७९३	नीज माझ्या सोनुल्या	नंदिनी	१९६९	विश्वनाथ मोरे	ग. दि. माडगूळकर	सुधीर, उषा वाघ
०७९४	नटा नटावीण बघा नाटिका हवी कशाला ऐट	नंदिनी	१९६९	विश्वनाथ मोरे	ग. दि. माडगूळकर	सुधीर

०७९५	ऊसात वारं शिवार सारं	रंगू बाजारला जाते	१९६९	बाळ पळसुळे	देशपांडे देवकाते	सुधीर, साथी
०७९६	संसाराच्या तुरुंगामंदी कैद तुला झाली रं	टिळा लाविते रक्ताचा	१९६९	राम कदम	जगदीश खेबुडकर	सुधीर, जयवंत कुलकर्णी, साथी
०७९७	शेतकरी मी मी बळीराजा (दौलत माझी मोठी)	कोर्टाची पायरी	१९७०	राम कदम	ग. दि. माडगूळकर	सुधीर, साथी
०७९९	आवडला मज मनापासूनी... कराडचा का कोलापूरचा	धरतीची लेकरं	१९७०	दत्ता डावजेकर	ग. दि. माडगूळकर	सुधीर, रेखा डावजेकर
०८००	कृष्ण तुझा बोले कैसा ऐक गे यशोदे	धरतीची लेकरं	१९७०	दत्ता डावजेकर	ग. दि. माडगूळकर	सुधीर, आशा
०८०१	असो काळी वा तांबडी... धरतीच्या लेकरा रे	धरतीची लेकरं	१९७०	दत्ता डावजेकर	ग. दि. माडगूळकर	सुधीर
०८०२	रान पाखरां रे	काळी बायको	१९७०	बाळ पळसुले वसंत प्रभू, वसंत पवार	जगदीश खेबुडकर	सुधीर,सुमन
०८०३	उमल उमल प्रीतीफुला	काळी बायको	१९७०	बाळ पळसुले वसंत प्रभू वसंत पवार	जगदीश खेबुडकर	सुधीर कृष्णा कल्ले
०८०४	जगांत सारे चोर चोर	मीच तुझी प्रिया	१९७०	प्रभाकर जोग	जगदीश खेबुडकर	सुधीर,मीना पत्की

०८०५	माझी अगाध प्रीती	पोरकी	१९७०	श्री. खळे	वसंत निनावे	सुधीर
०८०६	दाम करी काम वेड्या	दाम करी काम	१९७१	प्रभाकर जोग	जगदीश खेबुडकर	सुधीर
०८०७	उठ पांडुरंगा आता	दाम करी काम	१९७१	प्रभाकर जोग	जगदीश खेबुडकर	सुधीर
०८०८	आज प्रीताला पंख हे लाभले रे	कुंकवाचा करंडा	१९७१	प्रभाकर जोग	जगदीश खेबुडकर	सुधीर,आशा
०८०९	खरा ब्राह्मण नाथची झाला	मायमाऊली	१९७१	विश्वनाथ मोरे	सावळाराम	सुधीर
०८१०	रामाच्या गं पारामंदी... देवाजीचं नाव घ्यावं	कुंकू माझं भाग्याचं	१९७२	राम कदम	जगदीश खेबुडकर	सुधीर, बकुळ पंडित
०८११	कशी नशीबानं थट्टा आज मांडली	पिंजरा	१९७२	राम कदम	जगदीश खेबुडकर	सुधीर
०८१२	उपकारासाठी दिल त्याला दान म्हणू नये	पिंजरा	१९७२	राम कदम	जगदीश खेबुडकर	सुधीर, मंगेशकर व साथी
०८१३	जगी पैशाला भाव... या पैशाची भूक	पुढारी	१९७२	राम कदम आदिनारायणराव	जगदीश खेबुडकर	सुधीर
०८१४	अगा गुणसुंदरा	महाभक्त तुकाराम	१९७४	आदि. राव	ग. दि. माडगूळकर	सुधीर
०८१५	देवा आदि तत्त्व तू	महाभक्त तुकाराम	१९७४	आदि. राव	ग. दि. माडगूळकर	सुधीर
०८१६	हे अभिनव सौंदर्य	महाभक्त तुकाराम	१९७४	आदि. राव	ग. दि. माडगूळकर	सुधीर
०८१७	नंदनवन सम	महाभक्त तुकाराम	१९७४	आदि. राव	ग. दि. माडगूळकर	सुधीर
०८१८	पांडुरंग नाम परम	महाभक्त तुकाराम	१९७४	आदि. राव	ग. दि. माडगूळकर	सुधीर

०८१९	विठ्ठला पांडुरंगा	महाभक्त तुकाराम	१९७४	आदि. राव	ग. दि. माडगूळकर	सुधीर
०८२०	कृष्णा पांडुरंगा	महाभक्त तुकाराम	१९७४	आदिनारायण राव	ग. दि. माडगूळकर	सुधीर
०८२१	श्याम सुंदरा परम मंगला	महाभक्त तुकाराम	१९७४	आदिनारायण राव	ग. दि. माडगूळकर	सुधीर
०८२२	नकोच जगणे प्रभो दया कर मरण देऊनी	भक्त पुंडलीक	१९७५	भा.चंदावरकर	ज.खेबुडकर	सुधीर
०८२३	विठ्ठला न्याय तुझा कुठला?	करावं तसं भरावं	१९७५	दत्ता डावजेकर बाळ पळसुळे	ज.खेबुडकर	सुधीर
०८२४	बाजार फुलांचा भरला	ओवाळिते भाऊराया	१९७५	प्रभाकर जोग	ज.खेबुडकर	सुधीर
०८२५	दैव हासले तुला... देऊ नको हुंदका	ओवाळिते	१९७५	प्रभाकर जोग	दत्ता केशव	सुधीर
०८२६	झुंजार माणसा झुंज दे	झुंज	१९७५	राम कदम	ज.खेबुडकर	सुधीर
०८२७	कन्यादानातून उपजली... लाडके झालीस तू पाहुणी	पाहुणी	१९७६	राम कदम	ज.खेबुडकर	सुधीर
०८२८	पडदा लाजंचा डोईवर... लाडीक लाडीक चाळा	पाहुणी	१९७६	राम कदम	ज.खेबुडकर	सुधीर, उषा मंगेशकर
०८२९	छिन्नी हातोड्याचा घाव... त्याचं मानुस हे नाव	देवकीनंदन गोपाळा	१९७७	राम कदम	ग. दि. माडगूळकर	सुधीर
०८३०	ऐका ध्रुवबाळाची कथा	ईर्षा	१९७८	राम कदम	ज.खेबुडकर	सुधीर, साथी

०८३१	पर्ण पांचू सावळा	भालू	१९८०	विश्वनाथ मोरे	पी.सावळाराम	सुधीर
०८३२	रंजल्या जीवाचा मनी धरी खंत	हीच खरी दौलत	१९८०	राम लक्ष्मण	ज.खेबुडकर	सुधीर, साथी उत्तरा केळकर
०८३३	स्वप्न सुखाचे सरे अचानक	सतीची पुण्याई	१९८०	प्रभाकर जोग	ज.खेबुडकर शांता शेळके	सुधीर
०८३४	विठू माऊली तू माऊली जगाची	अरे संसार संसार	१९८१	अनिल अरुण	ज.खेबुडकर	सुधीर, सुरेश जयंवत
०८३५	गौरीहरा दिनानाथा	बाईने केला सरपंच खुळा	१९८१	राम कदम	म. उ. पेठकर	सुधीर
०८३६	आभाळाच्या देवघरी रवि आला हो	देवघर	१९८१	प्रभाकर जोग	ज.खेबुडकर	सुधीर
०८३७	चंदनाच्या देव्हाऱ्यात... मुकेपणी आळवी अभंग	देवघर	१९८१	प्रभाकर जोग	ज.खेबुडकर	सुधीर
०८३८	उदो बोला उदो, जय दुर्गे जय अंबे	मोसंबी नारींगी	१९८१	विश्वनाथ मोरे	ज.खेबुडकर उगवकर	सुधीर, शामा चित्तार
०८३९	सूर्य रथावर बसून आला	पाटलीण	१९८१	बाळ पळसुले	ज. खेबुडकर	सुधीर
०८४०	सुटला वादळ वारा...	पाटलीण	१९८१	बाळ पळसुले	ज.खेबुडकर	सुधीर
०८४१	देवा तुला दया येईना कशी?	पाटलीण	१९८१	बाळ पळसुले	ज.खेबुडकर	सुधीर

०८४२	फिटे अंधाराचे जाळे	लक्ष्मीची पाऊले	१९८२	श्रीधर फडके	सुधीर मोघे	सुधीर, आशा
०८४३	माझ्या पुण्याईचे बळ ठरे अंती खोटे	लक्ष्मीची पाऊले	१९८२	श्रीधर फडके	सुधीर मोघे	सुधीर
०८४४	जय देवी रेणुका	जय रेणुकादेवी यल्लमा	१९८५	मनोहर कदम	देवकाते	सुधीर
०८४५	दुभंगली धरणी... कधी संपणार नारी तुझा	माहेरची साडी	१९९१	अनिल-अरुण	ज. खेबुडकर	सुधीर
०८४६	नेसली माहेरची साडी कधी संपणार नारी	माहेरची साडी	१९९१	अनिल-अरुण	ज.खेबुडकर	सुधीर
०८४७	हा हात प्राणनाथा	लावणी झाली रागिणी	अप्रकाशित	यशवंत देव	ग. दि. माडगूळकर	सुधीर, आशा
०८४८	दोष नाही माझा	बोले तैसा चाले	अप्रकाशित	शंकरराव कुलकर्णी	मधुसदन कालेककर	सुधीर, मधुबाला, जव्हेरी

१३. बाबूजी- चित्रपटसंगीत अन्यसंगीतकाराकडे गायन- हिंदी गीतसूची

गीत क्र.	गीत	चित्रपट	वर्ष	संगीतकार	गीतकार	गायक / गायिका
०८४९	ओ रुपनगरी की रानी	जयभीम	१९४९	वसंत पवार	अमर वर्मा	सुधीर, ललिता फडके
०८५०	चले न जईयो मोहे छोडके	जयभीम	१९४९	वसंत पवार	अमर वर्मा	सुधीर, ललिता फडके
०८५१	लगाके हरीचरण से प्रीत	विश्वमित्र	१९५२	लक्ष्मण बेरळेकर	---	सुधीर
०८५२	तू हरदम मुसीबत का सामना भगवान के बंदे	आँचल	१९६०	सी. रामचंद्र	प्रदीप	सुधीर

१४. बाबूजी– भावसंगीत, संगीतिका-संगीत दिग्दर्शन व गायन गीतसूची-मराठी

गीत क्र.	गीत	संगीतकार	गीतकार	गायक/गायिका
०८५३	तोच चंद्रमा नभांत	सुधीर फडके	शांता शेळके	सुधीर फडके
०८५४	जगन्नाथाचा रथ	सुधीर फडके	वि.दा.सावरकर	सुधीर फडके, साथी
०८५५	नकळत होते तुझी आठवण	सुधीर फडके	शांताराम आठवले	सुधीर, साथी
०८५६	ते स्वप्न भाव वेडे	सुधीर फडके	वंदना विटणकर	सुधीर, उषा वाघ
०८५७	धुंद येथ मी स्वैर झोकितो मद्याचे प्याले	सुधीर फडके	ग. दि. माडगूळकर	सुधीर
०८५८	आर्त धुंद गीतातील सूर सूर संपले	सुधीर फडके	वंदना विटणकर	सुधीर, उषा अत्रे
०८५९	जेथे जातो तेथे तू माझा सांगाती	सुधीर फडके	संत तुकाराम	सुधीर फडके
०८६०	बलसागर भारत होवो	सुधीर फडके	साने गुरुजी	सुधीर
०८६१	अनादी मी अवध्य मी	सुधीर फडके	वि.दा.सावरकर	सुधीर
०८६२	प्रिये पहा रात्रीचा समय सरूनी (नाटक-सौभद्र)	सुधीर फडके	किर्लोस्कर	सुधीर
०८६३	पावना वामना (नाटक-सौभद्र)	सुधीर फडके	किर्लोस्कर	सुधीर

०८६४	तापल्या आहेत तारा	सुधीर फडके	बा.भ.बोरकर	सुधीर
०८६५	गिरीजे ऐक सांगतो तुला (तुलसीरामायण)	सुधीर फडके	ग. दि. माडगूळकर	सुधीर
०८६६	लाकडाची नाव माझी (तुलसीरामायण)	सुधीर फडके	ग. दि. माडगूळकर	सुधीर
०८६७	दर्यावरी नाच करी होडी चाले कशी भिरी भिरी	सुधीर फडके	ग. दि. माडगूळकर	सुधीर
०८६८	दूर रे किनारा, सागरी पिसाटला वारा	सुधीर फडके	ग. दि. माडगूळकर	सुधीर
०८६९	आम्ही गात असो श्री बाजीचा पोवाडा*	सुधीर फडके	वि.दा.सावरकर	सुधीर
०८७०	जे का रंजले गांजले	सुधीर	संत तुकाराम	सुधीर
०८७१	दुपार टळण्याअता तटाचे बुजवा रे खिंडार	सुधीर	बा. भ. बोरकर	सुधीर, साथी
०८७२	पाहू द्या रे मज विठाबाचे मुख	सुधीर फडके	संत नामदेव	सुधीर
०८७३	अशा पावसांत ग	सुधीर फडके	एन.बी.उपाध्ये	सुधीर
०८७४	तुझ्या नाकात पितळेची नथणी	सुधीर फडके	एन.बी.उपाध्ये	सुधीर
०८७५	आभाळ जाहले भारी*	सुधीर फडके	वि.दा.सावरकर	सुधीर
०८७६	मला देवाचे दर्शन घेऊ द्या	सुधीर फडके	---	सुधीर
०८७७	हे हिंदू जातीच्या देवा*	सुधीर फडके	---	सुधीर

०८७८	मर्द आम्ही मराठे*	सुधीर फडके	---	सुधीर
०८७९	दारू प्यालास पेलाभर (महाराष्ट्र शासन प्रचारगीत)	सुधीर फडके	ग. दि. माडगूळकर	सुधीर
०८८०	समाज पुरुषा होई जागृत (संघ प्रचार गीत)	सुधीर फडके	ग. दि. माडगूळकर	सुधीर
०८८१	विसरू नका हौतात्म्य ते विसर नका (हुतात्मा स्मारक मुंबई उद्घाटन प्रसंगी)	सुधीर फडके	सुधीर मोघे	सुधीर
०८८२	भावनाच्या मुकुलभार... वाहिली पुष्पांजली	सुधीर फडके	गो.नी.दांडेकर	सुधीर
०८८३	आमुचे जग जाईल जय गान	सुधीर फडके	नाना पालकर	सुधीर
०८८४	योगिया दुर्लम तो म्या देखिला	सुधीर फडके	संत ज्ञानेश्वर	सुधीर
०८८५	विजयश्री ये घेऊन जा पुढे	सुधीर फडके	गदिम	सुधीर
०८८६	चला निघू या सरसाऊनी देशाच्या उद्धरणी	सुधीर	नाना पालकर	सुधीर, साथी
०८८७	विनवीत शबरी रघुराया रे	सुधीर फडके	राजा बढे	हिराबाई बडोदेकर
०८८८	नंदलाला नाच रे	सुधीर फडके	झेंडा(ग.के.दातार)	हिराबाई बडोदेकर
०८८९	घनश्याम नयनी आला	सुधीर फडके	ग. दि. माडगूळकर	सरस्वती राणे
०८९०	जा घेऊन संदेश पाखरा	सुधीर फडके	ग. दि. माडगूळकर	सरस्वती राणे

०८९१	हलकेच कळ्यांनो उमला	सुधीर फडके	ग. दि. माडगूळकर	शांता हुबळीकर
०८९२	सूर्य गेला मावळून	सुधीर फडके	श्रीनिवास पाटणकर	वासंती
०८९३	पाहील ना कुणी पाहील ना	सुधीर फडके	ग. दि. माडगूळकर	शांता हुबळीकर
०८९४	झिमझिम झिमझिम पाऊस पडतो	सुधीर फडके	संजीव	वासंती
०८९५	चल ऊठ ऊठ आता सजणा पहाट झाली	सुधीर फडके	संजीव	वासंती
०८९६	चांदाची किरणे विरली	सुधीर फडके	ग. दि. माडगूळकर	पद्मा पाटणकर
०८९७	छुमछुम छुमछुम नाच मोरा	सुधीर फडके	ग. दि. माडगूळकर	पद्मा पाटणकर
०८९८	तुज काय सांगू	सुधीर फडके	राजा बढे	प्रमिला जाधव
०८९९	फुलला ग बाई फुलोर	सुधीर फडके	राजा बढे	प्रमिला जाधव (जयमाला शिलेदार)
०९००	डुले चंद्रमा पुनवेचा	सुधीर	गदिमा	सुमती श्रीखंडे
०९०१	मनाची अविरत छेड सनार	सुधीर	ग. दि. माडगूळकर	सुमती श्रीखंडे
०९०२	छुम छुम नाच मोरा	सुधीर फडके	ग. दि. माडगूळकर	सुमती श्रीखंडे
०९०३	गोजिरी गोजिरी मुले बाई देवाघरची फुले	सुधीर फडके	ग. दि. माडगूळकर	श्यामाबाई
०९०४	आली रे आली, आली रसाळ आंबेवाली	सुधीर फडके	ग. दि. माडगूळकर	गोविंद कुरवाळीकर

०९०५	महावीर श्रीतीर्थंकर तू	सुधीर फडके	पी.व्ही.पाटील	उषा मंगेशकर
०९०६	मैफल सुनी सुनी	सुधीर फडके	वंदना विटणकर	सुधीर फडके
०९०७	सांगू कशी कहाणी	सुधीर फडके	वंदना विटणकर	आशा भोसले
०९०८	हसतील मजला कबीर मीरा... हरी तुझा लागे छंद	सुधीर फडके	संजीवनी मराठे	सुमन हेमाडी
०९०९	या गडे हांसू या	सुधीर फडके	संजीवनी मराठे	सुमन हेमाडी
०९१०	गोकुळचा राजा माझा	सुधीर फडके	ग. दि. माडगूळकर	माणिक वर्मा
०९११	तुझी रे उलटी सारी तऱ्हा	सुधीर फडके	ग. दि. माडगूळकर	माणिक वर्मा
०९१२	वाजवी पावा गोविंद	सुधीर फडके	ग. दि. माडगूळकर	माणिक वर्मा
०९१३	सावळाच रंग तुझा	सुधीर फडके	ग. दि. माडगूळकर	माणिक वर्मा
०९१४	पाहते तुझीच वाट	सुधीर फडके	आशा गाडगीळ	माणिक वर्मा
०९१५	गळ्याची शपथ तुला जिवलगा	सुधीर फडके	ग.ल.ठोकळ	माणिक वर्मा
०९१६	अंतरीच्या अपुऱ्या आशा	सुधीर फडके	माधव पातकर	भानुमती कंस
०९१७	वयाचा वसंत फुलला गं	सुधीर फडके	राजा बढे	वासंती
०९१८	चल सखये जाऊ या तो त्रिभुवनी सुंदर	सुधीर फडके	स.अ. शुक्ल	शांता आपटे
०९१९	सोड हरी सोड रे देईन गोरस गोड	सुधीर फडके	प्रभाकर गुप्ते	शांता आपटे
०९२०	नदी किनारी माझा गाव	सुधीर फडके	राजा बढे	भानुमती कंस

०९२१	मृगाचा हा पहिला शिरवा	सुधीर फडके	राजा बढे	वासंती
०९२२	आला गडे तुझा ब्रिलाला	सुधीर फडके	राजा बढे	वासंती
०९२३	चालली गं कुठं ग चंद्रावळी	सुधीर फडके	ग. दि. माडगूळकर	गोविंद कुरवाळीकर
०९२४	तू लिहावी प्रेमगीते	सुधीर फडके	ग. दि. माडगूळकर	जे.एल.रानडे
०९२५	मावळतीला दिस गेला	सुधीर फडके	ग. दि. माडगूळकर	जे.एल.रानडे
०९२६	घेई घेई माझे वाचे	सुधीर संजीवनी मराठे	सुमन कल्याणपूर	
०९२७	भारताच्या ध्वजा मृगा जाग रे बेगीने (कोंकणी गीत)	सुधीर	बा.भ. बोरकर	जितंद्र अभिषेकी, श्रीकांत, मोघे, चद्रकांत गोखले
०९२८	तरुण गड्यानो भारतियांनो	सुधीर	कुंजबिहारी	सत्यरंजवा साठे
०९२९	हिमालयावर झडली नौबत	सुधीर	कुंजबिहारी	व साथी कोरस
०९३०	वद यमुने कुठे असे	सुधी फडके	गदिमाडगूळकर	पद्मा पाटणकर
०९३१	माझा मुकंद अंगणी आला घनश्याम माझा	सुधीर फडके	गदिमाडगूळकर	फ्द्मा पाटणकर
०९३२	चालला खेळ बाहुल्यांचा	सुधीर फडके	गदिमाडगूळकर	सुधीर
०९३३	विझलेली वात (नाटक) यातील गीते उपलब्ध नाहीत)	सुधीर फडके	गजानन वाघ	सुधीर
	व्याध (आकाशवाणी पुणे संगितिका)			
०९३४	ऐका व्याध सांगतो आपुली कथा	सुधीर फडके	ग. दि. माडगूळकर	सुधीर

०९३५	निज तेजाने नभी चमकता तुम्ही सर्व तारे	सुधीर फडके	ग. दि. माडगूळकर	सुधीर
०९३६	अधीर ऐकण्या कथा आपुली पृथ्वी तारा ग्रह	सुधीर फडके	ग. दि. माडगूळकर	सुधीर व कोरस
०९३७	भूमीवरचे जन मज म्हणती व्याधाचा तारा	सुधीर फडके	ग. दि. माडगूळकर	सुधीर
०९३८	व्याध मी विंध्याचल वासी	सुधीर फडके	ग. दि. माडगूळकर	सुधीर
०९३९	उरला सुरला प्रकाश विरला	सुधीर फडके	ग. दि. माडगूळकर	सुधीर
०९४०	एक यामसखी रजनी	सुधीर फडके	ग. दि. माडगूळकर	सुधीर
०९४१	भूत दयेने हुकली पारध तोडीत मी त्रिदले	सुधीर फडके	ग. दि. माडगूळकर	सुधीर
०९४२	परतुनी गेली सर्व सावजे	सुधीर फडके	ग. दि. माडगूळकर	सुधीर
०९४३	वृक्षावरूनी खाली आलो पाहुनी सूर्योदया	सुधीर फडके	ग. दि. माडगूळकर	सुधीर
०९४४	थक्कचि झालो पाहूनी मी तो जिवंत प्रेमलळा	सुधीर फडके	ग. दि. माडगूळकर	सुधीर
०९४५	शंकरा उद्धरला पापी	सुधीर फडके	ग. दि. माडगूळकर	सुधीर
०९४६	सांगू नये ते सांगितले मी प्रश्न तुम्ही केला	सुधीर फडके	ग. दि. माडगूळकर	सुधीर

	पारिजातक (आकाशवाणी,पुणे) संगीतिका			
०९४७	चंद्रावरती बसून चालले हरिण (पारिजातक संगीतिका)	सुधीर फडके	ग. दि. माडगूळकर	सुधीर
०९४८	ये निद्राराणी (पारिजातक सांगीतिका)	सुधीर फडके	ग. दि. माडगूळकर	---
०९४९	तात हवेत मला (पारिजातक संगीतिका)	सुधीर फडके	ग. दि. माडगूळकर	---
०९५०	बालहट्ट हा कठीण मुलींनो (पारिजातक संगीतिका)	सुधीर फडके	ग. दि. माडगूळकर	--- ---
०९५१	बापुडी लवंगिका... मंद मंद चालली (पारिजातक संगीतिका)	सुधीर फडके	ग. दि. माडगूळकर	---
०९५२	काय माझ्याहून देवा वैजयंती लाडकी (पारिजातक संगीतिका)	सुधीर फडके	ग. दि. माडगूळकर	माणिक वर्मा,
०९५३	आई ग आले माझे तात (पारिजातक संगीतिका)	सुधीर फडके	ग. दि. माडगूळकर	सुधीर
०९५४	निजले पाडस निजे माऊली (पारिजातक संगीतिका)	सुधीर फडके	ग. दि. माडगूळकर	सुधीर
०९५५	पहाट झाली उद्यानातून मंदिरी ये	सुधीर फडके	ग. दि. माडगूळकर	माणिक वर्मा

	गारवा जळते मी हा जळे दिवा (पारिजातक संगीतिका)			
०९५६	चिडून भामिनी फेकू लागली	सुधीर फडके	ग. दि. माडगूळकर	
०९५७	नका वाजवू कोणी पैंजण (पारिजातक संगीतिका)	सुधीर फडके	ग. दि. माडगूळकर	सुधीर
०९५८	या देवर्षे घ्यावे आसन	सुधीर फडके	ग. दि. माडगूळकर	सुधीर
०९५९	ही स्वर्गातील फुले माळ तू (पारिजातक संगीतिका)	सुधीर फडके	ग. दि. माडगूळकर	सुधीर
०९६०	तप्त जाहला सूर्यकरांनी (पारिजातक संगीतिका)	सुधीर फडके	ग. दि. माडगूळकर	माणिक वर्मा
०९६१	हलके हलके काजळ ल्याला (पारिजातक संगीतिका)	सुधीर फडके	ग. दि. माडगूळकर	माणिक वर्मा सुधीर
०९६२	कंस जिंकिला त्यास जिंकिता नाही आले --- (पारिजातक संगीतिका)	सुधीर फडके	ग. दि. माडगूळकर	सुधीर, माणिक वर्मा
०९६३	करा करा इतके देवा पारिजात दारी	सुधीर फडके	ग. दि. माडगूळकर	माणिक वर्मा, सुधीर
०९६४	निघाले गरुडयान हे कुठे?	सुधीर फडके	ग. दि. माडगूळकर	
०९६५	युगा एवढा झाला पळपळ	सुधीर फडके	म.दि.माडगूळकर	रुक्मिणी, प्रद्युम्न, नारद नगरजन, लवंगिका
०९६६	मुनिवर घ्यावी करात अपुल्या	सुधीर फडके	माणिक वर्मा	माणिक वर्मा

	सोन्याची झारी (पारिजातक संगीतिका)			
०९६७	वृक्ष वाढला बहरा आला (पारिजातक संगीतिका)	सुधीर फडके	ग. दि. माडगूळकर	
०९६८	बहरला पारिजात दारी (पारिजातक संगीतिका)	सुधीर फडके	ग. दि. माडगूळकर	माणिक
०९६९	उपवासाने थके भामिनी (पारिजातक संगीतिका)	सुधीर फडके	ग. दि. माडगूळकर	माणिक वर्मा
०९७०	काय तू कृष्णदान करणार (पारिजातक संगीतिका)	सुधीर फडके	ग. दि. माडगूळकर	माणिक वर्मा
०९७१	घेऊन जाईन श्रीकृष्णाला (पारिजातक संगीतिका)	सुधीर फडके	ग. दि. माडगूळकर	माणिक वर्मा
०९७२	सरला सारा कोप (पारिजातक संगीतिका)	सुधीर फडके	ग. दि. माडगूळकर	माणिक वर्मा
०९७३	सती तीच गं मनी विचारून तूच पहा थोडी (पारिजातक संगीतिका)	सुधीर फडके	ग. दि. माडगूळकर	माणिक वर्मा
०९७४	शुभमंगल वरदा सौख्य सदा (नाटक-अंगाई)	सुधीर	बाळ कोल्हटकर	सुधीर फडके
०९७५	अनंत जन्मापासून जमली तुझी न माझी जोडी (नाटक-अंगाई)	सुधीर	बाळ कोल्हटकर	सुधीर ---

०९७६	तुझ्यासवे जन्मा ते अंग अंग (नाटक-अंगाई)	सुधीर	बाळ कोल्हटकर	सुधीर ---
०९७७	एकदा येऊन जा तू साद ही घेऊन जा (नाटक-अंगाई)	सुधीर	बाळ कोल्हटकर	ललिता फडके
०९७८	नाही तुजला आई म्हणून रडसी धाई धाई (नाटक-अंगाई)	सुधीर	बा.कोल्हटकर	ललिता फडके
०९७९	किती यशोदा आल्या गेल्या (नाटक-अंगाई)	सुधीर	बा.कोल्हटकर	ललिता फडके
०९८०	ऐकवू अंगाई मी कुणा? (नाटक-अंगाई)	सुधीर	बा.कोल्हटकर	ललिता फडके
०९८१	तो असता या घरात तर नसती भीती वाटली त्यांना (नाटक-अंगाई)	सुधीर	बाळ कोल्हटकर	लतिला फडके
०९८२	चैत्राच्या ग कानी केली वसंताने कुजबुज (नाटक-अंगाई)	सुधीर	बाळ कोल्हटकर	ललिता फडके
०९८३	भारतसेना विजयी असो (आकाशवाणीवर)	सुधीर फडके	ग.दि.माडगूळकर	सुधीर, साथी

***

१५. बाबूजी- भावसंगीत-संगित दिग्दर्शन व गायन गीतसूची - हिंदी

गीत क्र.	गीत	संगीतकार	गीतकार	गायक
०९८४	खुश रहो सलामत रहो	सुधीर फडके	---	सुधीर
०९८५	माई मैने गोविंद लिनो मोल	सुधीर फडके	मीराबाई	सुधीर
०९८६	अब मै नाचू बहोत गोपाल	सुधीर फडके	सूरदास	सुधीर
०९८७	सुप्रभात स्तोत्रम	सुधीर फडके	पारंपरीक	सुधीर
०९८८	लो श्रद्धांजली	सुधीर फडके	ब. व्यास	सुधीर
०९८९	चाहिये आशिष माधव	सुधीर फडके	प. गोस्वामी	सुधीर
०९९०	मुक्ति का मंत्र दो	सुधीर फडके	भरत व्यास	सुधीर
०९९१	शत नमन माधव चरण में	सुधीर फडके	---	सुधीर
०९९२	जय स्वदेश जय संस्कृती माता	सुधीर फडके	---	सुधीर
०९९३	हम करे राष्ट्र आराधना	सुधीर फडके	यो.बिस्नोसकर	सुधीर
०९९४	जय जय भारत देश	सुधीर फडके	---	सुधीर
०९९५	मधु मांग न मेरे मधुर मीत	सुधीर फडके	नरेंद्र शर्मा	सुधीर

***

१६. बाबूजी-भावसंगीत-संगितिका अन्य संगितकाराकडे गायलेली गीतसूची - मराठी

गीत क्र.	गीत		संगीतकार	गीतकार	गायक
०९९६	तुझे गीत गाण्यासाठी	---	यशवंत देव	मं.पाडगांवकर	सुधीर
०९९७	असेच होते म्हणायचे तर	---	दत्ता डावजेकर	विं.दा. करंदीकर	सुधीर
०९९८	डाव मांडून भांडून मोडू नका	---	राम फाटक	ना. घ. देशपांडे	सुधीर
०९९९	कधी बहर कधी शिशिर... डोळ्यामधले आसू	---	यशवंत देव	मं. पाडगांवकर	सुधीर
१०००	सखी मंद झाल्या तारका	---	राम फाटक	सुधीर मोघे	सुधीर
१००१	दिसलीस तू फुलले ऋतू	---	राम फाटक	सुधीर मोघे	सुधीर
१००२	स्वर आले दुरूनी	---	प्रभाकर जोग	यशवंत देव	सुधीर
१००३	आज राणी पूर्वीची ती प्रीत तू मागू नको	---	यशवंत देव	वा.रा.कांत	सुधीर
१००४	कुठे शोधिसी रामेश्वर	---	यशवंत देव	मं.पाडगांवकर	सुधीर
१००५	प्रिया आज माझी नसे साथ द्याया	---	प्रभाकर जोग	यशवंत देव	सुधीर
१००६	तुझ्या गळा माझ्या गळा	---	वसंत प्रभू	भा.रा.तांबे	सुधीर,आशा

१००७	अशी पांखरे येती	---	यशवंत देव	मं.पाडगांवकर	सुधीर
१००८	विसर प्रीत विसर गीत विसर भेट आपुली	---	यशवंत देव	शां.नांदगांवकर	सुधीर
१००९	अंतरीच्या गूढगर्भी	---	राम फाटक	ना.घ.देशपांडे	सुधीर
१०१०	अरे देवा तुझी मुले अशी कां रे भांडतात	---	यशवंत देव	यशवंत देव	सुधीर
१०११	त्या तरूतळी विसरले गीत	---	यशवंत देव	वा.रा.कांत	सुधीर
१०१२	दास रामाचा हनुमंत नाचे	---	नि. अभ्यंकर	अण्णा जोशी	सुधीर
१०१३	नारदा मुनीवरा	---	नि. अभ्यंकर	अण्णा जोशा	सुधीर
१०१४	भंगलेल्या त्या स्मृतींना	---	वि. मोरे	वं.विटणकर	सुधीर
१०१५	थोराहूनही थोर श्रीहरी	---	नि. अभ्यंकर	वि. गोखले	सुधीर
१०१६	माना मानव वा परमेश्वर	---	म. कवीश्वर	म. कवीश्वी	सुधीर
१०१७	विमोह त्यागून...	---	म.कविश्वर	म. कवीश्वर	सुधीर, साथी
१०१८	समाधि साधन संजीवन नाम	---	म.गोळवलकर	संत ज्ञानेश्वर	सुधीर
१०१९	तुज सगुण म्हणो की निर्गुण रे	---	म.गोळवलकर	संत ज्ञानेश्वर	सुधीर
१०२०	खुशाल सांगा सजा हवी नी	---	विश्वनाथ ओक	सुधीर मोघे	सुधीर
१०२१	घडी भराची वस्ती इथली	---	श्रीनिवास खळे	मंगेश पाडगावकर	सुधीर फडके
१०२२	आला राजा महीचा (राजा शिव छत्रपती-दूरदर्शन)	---	श्रीधर फडके	संत रामदास	सुधीर, आशा

१०२३	तुझा तू वाढवी राजा (राजा शिव छत्रपती-दूरदर्शन)	---	श्रीधर फडके	संत रामदास	सुधीर, साथी
१०२४	चोराचिया संगे क्रमिता पै (राजा शिव छत्रपती-दूरदर्शन)	---	श्रीधर फडके	संत ज्ञानेश्वर	सुधीर
१०२५	दिप घेऊनिया धुंडिती (राजा शिव छत्रपत्री-दूरदर्शन)	---	श्रीधर फडके	संत तुकाराम	सुधीर
१०२६	सांगतो परिसा शिवलीला (शिवपार्वती)	---	यशवंत देव	ग. दि. माडगूळकर	सुधीर
१०२७	मजवरी रूसली मानिनी राधा (अष्टनायिका-दूरदर्शन)	---	सु.मुळगांवकर	राजा बढे	सुधीर
१०२८	मी एक भ्रमर छंदी (अष्टनायिका-दूरदर्शन)	---	सु.मुळगांवकर	अ.परांजपे	सुधीर
१०२९	प्रार्थना देवा तुला ही	---	यशवंत देव	म.जोशी	सुधीर,उषा वाघ
१०३०	अशाच होत्या संध्याछाया	---	विठ्ठल शिंदे	राम उगांवकर	सुधीर
१०३१	अशा राऊळात देवा तुझा रहिवास	---	विठ्ठल शिंदे	राम उगांवकर	सुधीर
१०३२	गेलीस सोडून दाक्षायणी (शिवपार्वती)	---	यशवंत देव	ग. दि. माडगूळकर	सुधीर
१०३३	रामचंद्र स्वामी माझा	---	यशवंत देव	ग. दि. माडगूळकर	सुधीर

	(कथा ही राम जानकीची)				
१०३४	छेडीली आसावरी (नाटक-आसावरी)	---	द. डावजेकर	ग. दि. माडगूळकर	सुधीर
१०३५	प्रेमगीते आळविता भंगतो आलाप का?	---	यशवंत देव	यशवंत देव	सुधीर
१०३६	किती चाललो पायाखाली वाट संपली नाही	---	म.गोळवलकर	स. इनामदार	सुधीर
१०३७	नमो तथागता नमोस्तु गौतमा बुद्धं स्मरणं	---	म.पाठक	वसंत बापट	सुधीर
१०३८	पाहिली काय वेलींनो... शालीन (कथा रामजानकीची)	---	यशवंत देव	ग. दि. माडगूळकर	सुधीर
१०३९	सगुण चरित्र परम पवित्र	---	म.गोळवलकर	---	सुधीर
१०४०	काय वानु आता न पुरे ही वाणी	---	प्रभाकर जोग	संत तुकाराम	सुधीर
१०४१	रे मानवा, वृथा कशाला (नाटक-निर्माल्य वाहिले चरणी)	---	प्रभाकर पंडित	र. राजाध्यक्ष	सुधीर
१०४२	दैव दुजाला जाळी (नाटक- -उंबरठ्यावर माप ठेविले)	---	प्रभाकर पंडित	र. राजाध्यक्ष	सुधीर
१०४३	बाळ जा, मज बोलवेना (नाटक-आसावरी)	---	द.डावजेकर	वं. विटणकर	सुधीर

१०४४	कसा गं विसरू तो सोहळा	---	वि. मोरे	वं. विटणकर	सुधीर
१०४५	दूर दूर चौघड्यात सनई साद घाली	---	श्री खळे	गुरूनाथ शेणाई	सुधीर,उषा अत्रे
१०४६	हिंदू सारा एक मंत्र हा	---	राम कदम	डॉ.अ. लेले	सुधीर
१०४७	या इथे संपली वाट पुढे चौपाटी	---	गो.मराठे	श्री.माटे	सुधीर
१०४८	दिशात जाळ पेटला शिरी आभाळ पेटले	---	श्रीधर फडके	शा.शेळके	सुधीर
१०४९	रक्षणार्थ ठाकले उभे चहुकडे (आकाशवाणी समर गीत)	---	---	सतीश लोंढे	सुधीर
१०५०	अवघाचि संसार सुखाचा करीन (बालगंधर्व पुणे, उदघाटनावेळी)	---	---	संत तुकाराम	सुधीर,भीमसेन, वसंतराव देशपांडे
१०५१	सत्य वदे वचनाला नाथा (नाटक-एकच प्याला)	---	सुंदराबाई जाधव	रा.ग.गडकरी	सुधीर
१०५२	अरे वेड्या मना तळमसी (नाटक - शाकुंतल) ब्रह्मकुमारी अहल्या- संगितिका-आकाशवाणी	---	किर्लोस्कर	---	सुधीर
१०५३	थांबवा झंकार सारे	---	प्रभाकर जोग	आ.गाडगीळ	सुधीर

१०५४	काय हवे महाराज सांगा	---	प्रभाकर जोग	आ.गाडगीळ	सुधीर
१०५५	येइ गे सौधावरूनी	---	प्रभाकर जोग	आ.गाडगीळ	सुधीर, सुमन माटे
१०५६	कुणी ही साद दिली मजला	---	प्रभाकर जोग	आ.गाडगीळ	सुधीर, सुमन माटे
१०५७	काय जाहले देवेंद्रा	---	प्रभाकर जोग	आ.गाडगीळ	सुधीर, राम फाटक
१०५८	वचन मोडूनी तुम्हीच केला मजवर हा अन्याय	---	प्रभाकर जोग	आ. गाडगीळ	सुधीर, राम फाटक
१०५९	जाऊ का असा पुढे ओळखील ती मला	---	प्रभाकर जोग	आ.गाडगीळ	सुधीर
१०६०	जाते आता पुढे जावया, योग्य समय आला	---	प्रभाकर जोग	आ.गाडगीळ	सुधीर, सुमन
१०६१	हिमाचलाचे वसंत वैभव लुटूनी आणिले इथे	---	प्रभाकर जोग	आ.गाडगीळ	सुधीर, सुमन
१०६२	स्त्री लंपट तू खचित गौतमा	---	प्रभाकर जोग	आ.गाडगीळ	सुधीर
	सरली न कुजिते (आकाशवाणी पुणे संगीतिका)				
१०६३	कां उदास होसी ऐक सांगतो तू ते	(सरली न कुजिते-संगितिका)		डॉ.व.पटवर्धन	आनंद मोडक सुधीर
१०६४	विषय कशाला सौमित्री	(सरली न कुजिते-संगितिका)		डॉ.व.पटवर्धन सुधीर, उत्तरा केळकर	आनंद मोडक

१०६५	किती त्या सुखदा आठवणी	(सरली न कुजिते-संगितिका)	डॉ.व.पटवर्धन	आनंद मोडक सुधीर
१०६६	अवश्य येईन सखये सीते, नको मला सांगणे	(सरली न कुजिते-संगितिका)	डॉ.व.पटवर्धन	आनंद मोडक सुधीर
१०६७	या क्षणी परि मज निद्रा येत श्रमाने	(सरली न कुजिते-संगितिका)	डॉ.व.पटवर्धन सुधीर, उत्तरा केळकर	आनंद मोडक
१०६८	जरी शयनासाठी इथे न जागा आता	(सरली न कुजिते-संगितिका)	डॉ.व.पटवर्धन	आनंद मोडक सुधीर
१०६९	झोपली जानकी अमृत नेत्राना ही	(सरली न कुजिते-संगितिका)	डॉ.व.पटवर्धन	आनंद मोडक सुधीर
१०७०	परि नीरव शांतता मोडाया धजतो कोण?	(सरली न कुजिते-संगितिका)	डॉ.व.पटवर्धन	आनंद मोडक सुधीर, जितेंद्र कांदळगावकर
१०७१	समजलो तियेचे मौन असे मैथिली	(सरली न कुजिते-संगितिका)	डॉ.व.पटवर्धन	आनंद मोडक सुधीर
१०७२	परि हे कथावे तुजला कशाला	(सरली न कुजिते-संगितिका)	डॉ.वं.पटवर्धन	आनंद मोडक सुधीर
१०७३	नकोस बोलू असे, सांग रे दृष्ट प्रजानन कसे?	(सरली न कुजिते-संगितिका)	डॉ.वं.पटवर्धन	आनंद मोडक सुधीर
१०७४	निघू या प्रतिहारी येथूनी सोडूनी सीतेला	(सरली न कुजिते-संगितिका)	डॉ.वं.पटवर्धन	आनंद मोडक सुधीर

१७. कवि ग. दि. माडगूळकर रचित गीतरामायण

श्री रामचंद्राची भक्ति माझ्या घराण्यात परंपरेने चालत आलेली आहे. माझे एक मामा रामदासी होते. श्रीरामाच्या प्राप्तीसाठी त्यांनी घरदार सोडले होते. कदाचित मातुलकुलाचाच तो वारसा माझ्याकडे आला असेल. गीतरामायण झाले आहे. ते कुणी केलेले नाही. गीतांच्या रूपाने का होईना, श्रीरामकथा नव्या पिढीच्या मुखी राहावी हाच या रचनेमागचा हेतू.

–ग. दि. माडगूळकर

शुद्ध शास्त्रीय संगीताच्या माध्यमातूनच रामकथा साकार व्हावी या इच्छेने गीतरामायण संगीतबद्ध करीत असताना प्रत्येक गीताच्या प्रसंगाला अनुरूप असा राग, ते गीत वाचता-वाचताच मनामध्ये उभा राहावा असा चमत्कार पहिल्यापासून शेवटपर्यंत घडला आहे. हे सर्व आपोआप झाले आहे. श्रीरामचंद्रासारख्या सर्वश्रेष्ठ महापुरुषाच्या चरित्रापासून स्फूर्ती घेऊन आपला भारत देश पुन्हा जगद्वंद्य व्हावा या हेतूनेच परमेश्वराने हे सर्व घडविले असावे अशी माझी श्रद्धा आहे.

– सुधीर फडके

बाबूजी- गीतरामायण संगीत दिग्दर्शन व गायन गीतसूची - मराठी

गीत क्र.	गीत	या शास्त्रीय रागावर आधारित	आकाशवाणी प्रसारणाचा दिनांक	आकाशवाणी पुणे ने सादर केलेल्या गीतरामायणाचे गायक/गायिका	ए.एम्.व्ही.च्या एल.पी, कॅसेट व गायक/गायिका
१०७५	स्वये श्री रामप्रभू ऐकती कुशलव रामायण गाती	धूप मिश्र देवकर	१-४-१९५५	सुधीर फडके	सुधीर फडके
१०७६	सरयू तीरावरी अयोध्या मनुनिर्मित नगरी	मिश्र काफी	८-४-१९५५	मंदाकिनी पांडे,	सुधीर फडके प्रमोदिनी देसाई
१०७७	उगा का काळीज माझे उले, पाहूनी वेलीवरची फुले	देस	१५-४-१९५५	ललिता फडके	सुधीर फडके
१०७८	उदास कां तू, आवर वेडे नयनातील पाणी, लाडके	भीम पलास	२२-४-१९५५	बबनराव नावडीकर	सुधीर फडके
१०७९	दशरथा, घे हे पायसदान		२९-४-१९५५	सुधीर फडके	सुधीर फडके

१०८०	चैत्रमास त्यात शुद्ध नवमी ही तिथी...राम जन्मला...	मिश्र मांड	६-५-१९५५	सुमन माटे, उषा अत्रे,	सुधीर, साथी कालिंदी केसकर जानकी अय्यर
१०८१	सावळा ग रामचंद्र माझ्या मांडीवर न्हातो	मिश्र पिलू	१३-५-१९५५	ललिता फडके, सुधीर	
१०८२	ज्येष्ठ तुझा पुत्र मला देई दशरथा	पुदिया धनाश्री	२०-५-१९५५	राम फाटक	सुधीर
१०८३	जोड झणी कार्मुका, सोड रे	शंकरा	२७-५-१९५५	राम फाटक	सुधीर
१०८४	चला राघवा चला, पहाया जनकाची मिथिला	बिभास	०३-६-१९५५	चंद्रकांत गोखले	सुधीर
१०८५	रामा चरण तुझे लागले, आज मी शापमुक्त झाले	---	१०-०६-१९५५	मालती पांडे	सुधीर
१०८६	आकाशाशी जडले नाते धरणीमातेचे, स्वयंवर झाले	मिश्र मांड	१७-०६-१९५५	सुधीर, साथी	सुधीर फडके, साथी
१०८७	आनंद सांगू किती सखे ग	मिश्र काफी	२४-०६-१९५५	मालती, सुमन माट	सुधीर कालिंदी केसकर सुमन माटे,

					जानकी अय्यर,
					योगिना जोगळेकर,
					सौ. जोग
१०८८	मोडू नका वचनास नाथा	बिहाग	१-०७-१९५५	कुमुदिनी पेडणेकर	सुधीर
१०८९	उंबरठ्यासह ओलांडुनिया मातेची	मिश्र भैरव	८-०७-१९५५	ललिता फडके	सुधीर
१०९०	रामाविण राज्यपदी कोण बैसतो	मिश्र बहार	१५-०७-१९५५	सुरेश हळदणकर	सुधीर
१०९१	निरोप कसला माझा घेता	मधुवंती	२२-०७-१९५५	माणिक वर्मा	सुधीर
	जेथे राघव तेथे सीता				
१०९२	राम चालले तो तर सत्पथ,	तोडी	२९-०७-१९५५	मालती पांडे,	सुधीर,साथी
	थांब सुमंता थांबवी रे			वाटवे	साथी
१०९३	नकोस नौके परत फिरू ग,	लसेकयंगीत	५-०८-१९५५	सुधीर फडके, साथी	सुधीर,साथी
१०९४	या इथे लक्ष्मणा	मिश्र खमाज	१२-०८-१९५५	सुधीर फडके	सुधीर फडके
	बांध कुटी				
१०९५	शेवटी करीता नम्र प्रणाम	जोगकंस	१९-०८-१९५५	गजानन वाटवे	सुधीर फडके
	बोलले इतुके मज श्रीराम				
१०९६	दाटला चोहिकडे अंधार	जोगिया	२६-०८-१९५५	सुधीर फडके	सुधीर फडके
१०९७	माता न तू वैरिणी	अडाणा	०२-०९-१९५५	वसंतराव देशपांडे	सुधीर फडके
१०९८	आश्रया गुहेकडे	केडार	०९-०९-१९५५	सुरेश हळदणकर	सुधीर फडके

	जानकीस पाठवा				
१०९९	दैवजात दु:खे भरता- परधीन आहे जगती	यमन कल्याण	१६-०९-१९५५	सुधीर फडके	सुधीर फडके
११००	तात गेले माय गेली भरत आता पोरका	पुरीया धनाश्री	२३-०९-१९५५	वसंतराव देशपांडे	सुधीर फडके
११०१	कोण तू कुठलना राजकुमार	मिश्र काफी	३०-०९-१९५५	मालती पांडे	सुधीर फडके
११०२	विरुप झाली शूर्पणखा सूड घे त्याचा	मिश्र हिंडोल	०७-१०-१९५५	योगिनी जोगळेकर	सुधीर फडके
११०३	तोडिता फुले मी... मज आणून द्या तो हरीण	मिश्र काफी	१४-१०-१९५५	माणिक वर्मा	सुधीर फडके
११०४	याचका थांबू नको दारात	---	२१-१०-१९५५	माणिक वर्मा	सुधीर फडके
११०५	उजाड आश्रम उरे काननी	जोगिया	२८-१०-१९५५	सुधीर फडके	सुधीर फडके
११०६	तिच्या वेणीतील फुले	भैरवी	०४-११-१९५५	सुधीर फडके	सुधीर फडके
११०७	मरणोन्मुख त्याला... अडविता खलासी	मारु बिहाग	११-११-१९५५	राम फाटक	सुधीर फडके
११०८	धन्य मी शबर श्रीरामा	शुद्ध सारंग	१८-११-१९५५	मालती पांडे	सुधीर फडके
११०९	साक्षीस व्योम पृथ्वी...सन्मित्र	वृंदावनी सारंग	२५-११-१९५५	वि.ल. इनामदार	सुधीर फडके

११११०	मी धर्माचे केले पालन, वालीवध ना खलनिर्दालन	केदार	१-१२-१९५५	सुधीर फडके	सुधीर फडके
११११	तरून जो जाईल सिंधू महान, असा तो एकच	भुलतानी	८-१२-१९५५	वसंतराव देशपांडे	सुधीर फडके
१११२	हीच ती रामाची स्वामिनी	तिलंग	१५-१२-१९५५	वि.ल. इनामदार	सुधीर फडके
१११३	नको करूस वल्गना रावणा निशाचरा	मिश्र२	२-१२-१९५५	माणिक वर्मा शंकरराव कुलकर्णी	सुधीर फडके
१११४	मुद्रिका अचूक मी ओळखिली ही त्यांची	भीममलास	१९-१२-१९५५	माणिक वर्मा	सुधीर फडके
१११५	लीलया उडूनी गगनात, पेटवीलंका हनुमंत	मालकंस	५-१-१९५६	मंदिकिनी पांडे,	सुधीर फडके प्रमोदिनी देसाई/जोशी
१११६	सेतू बांधा रे सागरी	लोकगीत	१२-१-१९५६	सुधीर फडके,साथी	सुधीर फडके, साथी
१११७	काय ऐकते, काय पाहते, काय अवस्था ही... रघुवरा	मिश्र जोगिया	१९-१-१९५६	माणिक वर्मा	सुधीर फडके,
१११८	सुग्रीवा हे साहस असले, भूपतीस तुज मुळी न	पंचम मालकंस	२६-१-१९५६	सुधीर फडके	सुधीर फडके
१११९	जा झणी जा रावणास	सारंग	२- २-१९५६	सुधीर फडके	सुधीर फडके

	सांग अंगदा				
११२०	नभा भेदूनी नाद चालले शंख दुंदुभीचे, अनुपमेय हो	भैरवी	९-२-१९५६	मंदाकिनी पांडे, प्रमोदिनी देसाई-जोशी	सुधीर फडके
११२१	योग्य समयी जागविले बांधवा	हिंडोल	१६-२-१९५६	वि.ल. इनामदार	सुधीर फडके
११२२	आज का निष्फळ होती बाण	मित्र आसावरी	२३-२-१९५६	सुधीर फडके	सुधीर फडके
११२३	देव हो बघा रामलीला, भूवरी रावण वध झाला	मिश्र मारु बिहाग	१-३-१९५६	सुधीर फडके, मालती पांडे व साथी	सुधीर फडके, साथी
११२४	किती यत्न मी पुन्हा पाहिली	यमनी	८-०३-१९५६	सुधीर फडके	सुधीर फडके
११२५	लोकसाक्ष शुद्धी झाली सती जानकीची	शुद्ध कल्याण	१५-३-१९५६	सुधीर फडके	सुधीर फडके,
११२६	त्रिवार जयजयकार रामा त्रिवार जयजयकार	आनंद भैरवी	२२-३-१९५६	सुधीर फडके मालती पांडे, साथी	सुधीर फडके साथी
११२७	प्रभो मज एकच वर द्यावा	मिश्र पहाडी	२९-३-१९५६	राम फाटक	सुधीर फडके

११२८ ओठात थांबूनी सशब्द आशो लाजे डोहाडे पुरवा	मिश्र पिलू	५-४-१९५६	माणिक वर्मा	सुधीर फडके
११२९ मज सांग लक्ष्मणा जाऊ कुठे?	जोगिया	१२-४-१९५६	लता मंगेशकर	सुधीर फडके
११३० रघुराजाच्या नगरी जाऊन गा बाळांनो श्री रामायण	भैरवी	१९-४-१९५६	सुधीर फडके	सुधीर फडके

१८. बाबूजी - संगीत दिग्दर्शन केलेल्या चित्रपटाची सूची - हिंदी, मराठी

क्र.	चित्रपटाचे नाव	वर्ष	निर्मिती संस्था	निर्माता	दिग्दर्शक	कलाकार
००१	गोकुल	१९४६	प्रभात फिल्म कं. पुणे	---	वसंत पेंटर	अनंत मराठे, कमला कोटणीस सप्रू, चंद्रकांत, मधू आपटे
००२	रूक्मिणी स्वयंवर	१९४६	प्रदीप पिक्चर्स, मुंबई	कमळाबाई मंगळूरकर	बाबूराव पेंटर	रत्नमाला, चंद्रकांत, दुर्गा खोटे साळवी, बाबूराव पेंढारकर
००३	आगे बढो	१९४७	प्रभात फिल्म कं., पुणे	---	यशवंत पेठकर	खुर्शिद, देव आनंद, वसंत ठेंगडी, कुसुम देशपांडे, मधू आपटे
००४	सीता स्वयंवर	१९४८	विजय पिक्चर्स, मुंबई	---	ए. आर. शेख	दुर्गा खोटे, वसंत ठेंगडी, अनंत मराठे, बालकराम, बेबी शंकुतला, निंबाळकर, केळकर
००५	अपराधी	१९४९	प्रभात फिल्म कं. पुणे	---	यशवंत पेठकर	मधुबाला, रामसिंह, प्राण, लीला पांडे, गौरी, राजकिशोर
००६	माया बाजार	१९४९	माणिक स्टुडिओज	बाळासाहेब	दत्ता	दुर्गा खोटे, शाहू मोडक, बेबी

			पुणे	पाठक	धर्माधिकारी	शंकुतला, बालकराम, कुसुम देशपांडे
००७	संत जनाबाई	१०४९	प्रभात फिल्म कं. पुणे	साहेबमामा फत्तेलाल	गोविंद घाणेकर	हंसा वाडकर शकुंतला, गणेश अभ्यंकर, गौरी, बालकराम
००८	रामप्रतिज्ञा / सीताहरण	१९४९	नवझंकार प्रॉडक्शन मुंबई	---	अमर वर्मा	प्रेमकांत व्यास, वसंत ठेंगडी, राजकिशोर, रत्नमाला, कुसुम देशपांडे
००९	श्रीकृष्ण दर्शन	१९५०	नवयुग विजय चित्र, मुंबई	---	ए.आर.शेख	दुर्गा खोटे, अनंत मराठे, उषा किरण, विश्वास कुंटे, बेबी शकुंतला
०१०	मालती माधव	१९५१	प्रसन्ना पिक्चर्स मुंबई	---	एम.निलकंठ	दुर्गा खोटे, अनंत मराठे, बेबी शकुंतला, गौरी बालकराम
०११	मुरलीवाला	१९५१	मधुवाणी चित्र, मुंबई	---	वसंत पेंटर	विजयलक्ष्मी, शशीकपूर, गुलाब, दुर्गा खोटे महिपाल, परशुराम
०१२	पहली तारीख	१९५४	कमल चित्र, मुंबई	---	राजा नेने	राजा नेने, निरूपा रॉय, आगा, यशोधरा काटजू, सुधा, रमेश
०१३	रत्नघर	१९५५	नवभारत चित्र मुंबई	सुधीर फडके	यशवंत पेठकर	शकुंतला, राजा परांजपे, ललिता पवार, सूर्यकांत,
०१४	सजनी	१९५६	गोल्डन पिक्चर्स, मुंबई	---	वसंत पेंटर	सुलोचना, अनुपकुमार, ललिता पवार, सप्रू, गोप
०१५	गजगौरी	१९५८	प्रभात	---	राजा ठाकूर	सुलोचना,रत्नमाला,शाहू मोडक,

			चित्र, पुणे			विश्वास कुंटे, नाना पळशीकर
०१६	गोकुल का चोर	१९५९	रूपवाणी फिल्मस, मुंबई	---	वसंत पेंटर	कुमकुम, रोमी, हिरालाल, मनोरमा, मोहन चोटी, रत्नमाला, वसंतराव पहलवान
०१७	भाभी की चुडियाँ	१९६१	सदाशिव चित्र, मुंबई	सदायिव जे. राविकवि	सदाशिव जे. रावकवि	मीनाकुमारी, बलराज सहानी, सीमा, रत्नमाला, सुलोचना, दुर्गा खोटे
०१८	प्यार की जीत	१९६२	रूपवाणी फिल्मस,मुंबई	---	वसंत पेंटर	कल्पना, महिपाल, इंदिरा, मोहन चोटी, हिरालाल, रत्नमाला
०१९	दरार	१९७२	गीता मुव्हीज प्रा.लि. मुंबई	---	वेद राही	बलदेव खोसला, रोहिणी, बिरबल, लता अरोरा, मीनल मेहता
०२०	शेर शिवाजी	१९८७	महाराष्ट्र राज्य शासन प्रॉ. मुंबई	---	राम गबाले	परीक्षित सहानी, स्मिता पाटील, डॉ. श्रीराम लागू, जयश्री गडकर
०२१	वीर सावरकर	२००२	सावरकरदर्शन प्रतिष्ठान	सावरकर दर्शन प्रतिष्ठान	वेद राही	शैलेद्र गौड, टॉम आल्टार, सुनील शेंडे रोहितांश गौड, सुरेंद राजन, अरुण बक्षी
०२२	रुक्मिणी स्वयंवर	१९४६	प्रदीप पिक्चर्स, मुंबई	कमळाबाई मंगळूरकर	बाबूराव पेंटर	रत्नमाला, चंद्रकांत, दुर्गा खोटे, दादा साळवी, बाबूराव पेंढारकार, मा. विठ्ठल
०२३	जिवाचा सखा	१९४८	मंगल चित्र,	वामनराव	राजा	जयराम शिलेदार, सुलोचना, साळवी,

			पुणे	कुलकर्णी विष्णूपंत चव्हाण	परांजपे	सरोज बोरकर, जोग, राजा परांजपे, चंद्रकांत गोखले
०२४	सीता स्वयंवर	१९४८	श्री विजय पिक्चर्स पुणे	---	ए.आर. शेख	दुर्गा खोटे, अनंत मराठे, बेबी शकुंतला, वसंत ठेंगडी, बालकराम, सुलोचना, निंबाळकर, उषा किरण, टाकळकर
०२५	वंदे मातरम	१९४८	नवझंकार चित्र	--- मुंबई		राम गबाले पु.ल.देशपांडे, सुनिता देशपांडे, धुमाळ, गणपत पाटील
०२६	माया बाजार/ वत्सलाहरण	१९४९	माणिक स्टुडिओज, पुणे	बाळासाहेब पाठक	दत्ता धर्माधिकारी	बेबी शंकुतला, बालकराम, दुर्गा खोटे, शाहू मोडक, गणपतराव तांबट, वसंत ठेंगडी, मा.छोटू, कुसुम, देशपांडे, उषा किरण, टाकळकर, यशवंत
०२७	संत जनाबाई	१९४९	प्रभात चित्र पुणे	एस. फत्तेलाल	गोविंद घाणेकर	हंसा वाडकर, विवेक, शकुंतला, कु.अशोक, कु.नवीन, बालकराम, यशवंत, जावडेकर, गौरी, कु.ललिता, कु. उमाकांत, दत्ता भट, ग्रामोपाध्ये
०२८	जोहार मायबाप/	१९५०	मंगल चित्र	वामनराव	राम गबाले	पु.ल. देशपांडे, सुलोचना, इंदू कुलकर्णी,

	संत चोखा मेळा		पुणे	कुलकर्णी विष्णूपंत चव्हाण		विवेक, उपासनी, कर्णिक, गोपीनाथ सावकार, ग्रामोपाध्ये, लीला लोंढे, केशव तोरो, परशुराम भोसले.
०२९	पुढचं पाऊल	१९५०	माणिक स्टुडिओज, पुणे	पी. के. पाठक	राजा परांजपे	हंसा वाडकर, पु.ल. देशपांडे, ग. दि. माडगूळकर, कुसुम देशपांडे,विवेक, अंबपकर, राजा परांजपे, बेबी नीला
०३०	श्रीकृष्ण दर्शन	१९५०	नवयुग विजय चित्र	---	ए. आर. शेख	शकुंतला जाधव, सुमन, रविंद्र, दुर्गा खोटे, अनंत मराठे, बेबी शकुंतला, गणपतराव, उषा किरण, विश्वास कुंटे,ग्रामोपाध्ये, विवेक, वसंत शिंदे, टाकळकर, प्र. मुजुमदार
०३१	वंशाचा दिवा	१९५०	नवभारत चित्रपट लि. पुणे	सुधीर फडके य.ह. जोशी	गोविंद घाणेकर	हंसा वाडकर, चंद्रकांत, दत्तोपंत आंग्रे, विश्वास कुंटे, शकुंतला जाधव, ग्रामोपाध्ये, वसंत पवार
०३२	जशास तसे	१९५१	मंगल चित्र, पुणे	वामनराव कुलकर्णी विष्णूपंत चव्हाण	राम गबाले	बाबूराव पेंढारकर, उषा किरण, दुर्गा खोटे, प्रभाकर मुजुमदार, राजा परांजपे

०३३	विठ्ठल रखुमाई	१९५१	नवभारत चित्रपट लि. पुणे	सुधीरफडके य.ह.जोशी	यशवंत पेठकर	शाहू मोडक, विश्वास कुंटे, जोग, यशवंत पेठकर, वसंत सावकार, गोपीनाथ सावकार, वैशंपायन, राम फाटक, कमलाकर तोरणे, उषा किरण, बालगंधर्व
०३४	लाखाची गोष्ट	१९५२	गजराज चित्र पुणे	राजा परांजपे	राजा परांजपे	चित्रा, रेखा, राजा गोसावी, इंदिरा चिटणीस, शरद तळवलकर, ग.दि.माडगूळकर, राजा परांजपे, मदन मोहन, रविंद्र, कराडकर
०३५	माय बहिणी	१९५२	श्री गौरी पिक्चर्स कोल्हापूर	भालजी पेंढारकर	दिनकर द. पाटील	बेबी शकुंतला, विवेक, वंदना, राजन अंजनी, बाळकोबा गोखले, टाकळकर, जोग, बाबूराव पेंढारकर, रमेश देव, गणपत पाटील
०३६	नरवीर तानाजी	१९५२	कोहिनूर प्रॉडक्शन्स् मुंबई	----	राम गबाले	बाबूराव पहलवान, वसंतराव पहलवान, दुर्गाखोटे, केशवराव धायबर, मा.विठ्ठल, मदन मोहन, विवेक, प्रभाकर मुजुमदार, गणपतराव,

						गोविंदस्वामी आफळे
०३७	प्रतापगड	१९५२	नवयुग चित्रपट पुणे	नवयुग अमृत चित्र	बाळकृष्ण	सुलोचना, सुमति गुप्ते, शकुंतला जाधव, बालकराम, शांता जाधव,मदन मोहन, वसंतराव पहलवान, धुमाळ, ग्रामोपाध्ये, आंग्रे, मुजुमदार, टाकळकर.
०३८	बोलविता धनी	१९५३	नवचित्र, पुणे	प्रभाकर कुलकर्णी चिंतामणी	राजा ठाकूर	राजा परांजपे, ग. दि.माडगूळकर, रेखा, राजा गोसावी, इंदिरा चिटणीस, के. नारायण काळे
०३९	कोण कुणाचं!	१९५३	एम.शेठ ,धुळे	शेठ मगनलाल मोतीलाल	यशवंत पेठकर	रेखा, चित्तरंजन कोल्हटकर, मदन मोहन, प्रभाकर मुजुमदार, इंदिरा चिटणीस, चित्रा
०४०	कुबेराचं धन	१९५३	अमृत चित्र, पुणे	स. सि. कुलकर्णी	बाळकृष्ण	रेखा, चित्रा, इंदिरा चिटणीस, ग्रामोपाध्ये, चंद्रकांत गोखले, उषा, प्रभाकर मुजुमदार, मदन मोहन, राजा पंडित
०४१	सौभाग्य	१९५३	सहकार चित्र पुणे	---	दत्ता धर्माधिकारी	ग.दि.माडगूळकर, बेबी शंकुतला, चित्तरंजन कोल्हटकर, राजा गोसावी, चित्रा, इंदिरा चिटणीस, पु. भा. भावे, सुलोचना
०४२	वहिनींच्या बांगड्या	१९५३	चित्र सहकार मुंबई	सदाशिव जे. रावकवि	शांताराम आठवले	सुलोचना, विवेक, माधव वझे, शांताराम आठवले, चित्रा

						इंदिरा चिटणीस, धुमाळ
०४३	इन मीन साडेतीन	१९५४	अमृत चित्र, पुणे	स. सि. कुलकर्णी	बाळकृष्ण	राजा परांजपे, कुसुम देशपांडे, राजा गोसावी, बिंबा
०४४	महाराणी येसूबाई	१९५४	प्रभाकर चित्र, कोल्हापूर	भालजी पेंढारकर	भालजी पेंढारकर	सुलोचना, रमेश देव, नलिनी बोरकर, विश्वास कुंटे, शंकरराव कुलकर्णी सूर्यकांत, प्र. मुजुमदार, चंद्रकांत गोखले, वसंत शिंदे, कृष्णराव चोणकर
०४५	ऊन पाऊस	१९५४	नवचित्र, पुणे	---	राजा परांजपे	राजा परांजपे, सुमति गुप्ते, रंजना, शांता मोडक, वसंत ठेंगडी, राजन, गजानन जहागिरदार, धुमाळ
०४६	ओवाळणी	१९५४	अजंठा चित्र, पुणे	विनायक देऊळगांवकर	अनंत माने	सुलोचना, राजा परांजपे, चित्रा, विवेक, इंदिरा चिटणीस, धुमाळ, बाळकोबा गोखले
०४७	पोस्टातील मुलगी	१९५४	प्रतिमा चित्र, मुंबई	दा. शं. चुंबळे	राम गबाले	उषा किरण, विवेक, राज कमल, धुमाळ, चित्तरंजन कोल्हटकर, मदन मोहन
०४८	रेशमाच्या गाठी	१९५४	सहकार चित्र पुणे	---	राजा ठाकूर	हंसा वाडकर, सुमती गुप्ते, चित्रा, रेखा, लीला गांधी, चित्तरंजन कोल्हटकर,

						इंदिरा चिटणीस, शरद तळवलकर, चिंतामणराव कोल्हटकर
०४९	गंगेत घोडं न्हालं	१९५५	सिन्को चित्र	बा. हि. मराठे	राजा परांजपे	रेखा, राजा गोसावी, इंदिरा चिटणीस, गौरी, चंद्रकांत गोखले
०५०	मी तुळस तुझ्या अंगणी	१९५५	नवचित्र, पुणे	प्रभाकर साळवी	राजा ठाकूर	हंसा वाडकर,शाहू मोडक, सुलोचना, राजा गोसावी, शरद तळवलकर, प्रभाकर मुजुमदार
०५१	शेवग्याच्या शेंगा	१९५५	सदाशिव चित्र,मुंबई	सदाशिव जे. रावकवि	शांताराम आठवले	मा.छोटू, बेबी नंदा, शंकुतला, चित्तरंजन कोल्हटकर, चंद्रकांत गोखले, बालकराम, मधू आपटे
०५२	आंधळा मागतो एक डोळा	१९५६	अभय चित्र	आल्फ्रेड जे. लुईस, सोराब रुस्तुम इराणी	राजा परांजपे	स्मिता, राजा गोसावी, कुसुम देशपांडे, इंदिरा चिटणीस, सुशांता, रमेश देव, चंद्रकांत गोखले, कु.विक्रम, आप्पा इनामदार
०५३	देवघर	१९५६	अभिजात चित्र	गोविंद रानडे बाळ चितळे आप्पा भंडारी	राजा परांजपे	बाबूराव पेंढारकर, विवेक, रमेश देव, वसंत ठेंगडी, राजा गोसावी, नंदा, स्मिता, बाळकोबा गोखले
०५४	माझं घर माझी माणसं	१९५६	नवचित्र पुणे	---	राजा ठाकूर	सुलोचना, विवेक, चंद्रकात गोखले, रमेश देव
०५५	देवाघरचं लेणं	१९५७	सहकार चित्र	---	द. स.	ललिता पवार, स्मिता, जयश्री गडकर,

			कोल्हापूर	---	अंबपकर	रमेश देव, नीलम, बाबूराव पेढारकर, प्रभाकर मुजुमदार
०५६	घरचं झालं थोडं	१९५७	नवचित्र, पुणे	---	राजा ठाकूर	दामुअण्णा मालवणकर, धुमाळ, राजा गोसावी, चंद्रकांत गोखले, इंदिरा चिटणीस, जोग
०५७	जगाच्या पाठीवर	१९६०	श्रीपाद चित्र पुणे	राजा परांजपे	राजा परांजपे	राजा परांजपे,सीमा,ग.दि.मा,धुमाळ, राजा गोसावी, रमेश देव, शरद तळवलकर, वसंत ठेंगडी, सुधीर फडके, रेखा
०५८	लग्नाला जातो मी	१९६०	सागर चित्र	दत्ता कुलकर्णी	दत्ता धर्माधिकारी	जयश्री गडकर, सूर्यकांत, नीलम, दामुअण्णा मालवणकर, शरद तळवळकर, राजा गोसावी
०५९	उमज पडेल तर	१९६०	चित्र साधना, मुंबई	बाबा कामत	दिनकर द.पाटील	चित्रा, रमेश देव, दादा साळवी, शांता जोग, आत्माराम भेंडे, शरद तळवलकर, दुर्गा खोटे, शुभा खोटे
०६०	आधी कळस मग कळस	१०६१	रंगराज चित्र, मुंबई	राजा पटवर्धन	राजा परांजपे	सीमा, राजा गोसावी, रमेश देव, लीला चिटणीस, शरद तळवलकर, इंदिरा चिटणीस, राजा परांजपे, ललिता देसाई, मधू आपटे
०६१	कलंकशोभा	१९६१	चित्र गुंजन	---	दत्ता धर्माधिकारी	सूर्यकांत,विवेक, चित्तरंजन कोल्हटकर

०६२	माझी आई	१९६१	स्नेहल चित्र	वसंत पुरोहित	दिनकर द. पाटील	सीमा, रमेश देव, दादा साळवी, आंग्रे, जयशंकर दानवे, रत्नमाला, मधुमती, नीलम
०६३	निरूपमा आणि परीराणी	१९६१	विनय प्रॉडक्शन	विनय काळे	विनय काळे	सुलोचना, सीमा, विवेक, विश्वास कुंटे, यशवंत व बालकलाकार
०६४	प्रपंच	१९६१	इंडियन नॅशनल पिक्चर्स लि. मुंबई	गोविंद घाणेकर	मधुकर पाठक	सुलोचना, सीमा, कुसुम देशपांडे, अमर शेख, जयंत धर्माधिकारी, शंकर घाणेकर, प्रभाकर मुजुमदार, श्रीकांत मोघे, आशा भेंडे
०६५	सुवासिनी	१९६१	मनिषा चित्र प्रा.लि., पुणे	---	राजा परांजपे	सीमा, रमेश देव, विवेक, चंद्रकांत गोखले, इंदिरा चिटणीस, मधुमती, राजा परांजपे, मधुकर कुलकर्णी, राजदत्त
०६६	भिंतीला कान असतात	१९६२	गौरव फिल्मस मुंबई	---	कमलाकर तोरणे	सुलोचना, सूर्यकांत, अनंत मराठे,नीलम चित्तरंजन कोल्हटकर, इंदिरा चिटणीस, कांताबाई बेडेकर, धुमाळ, रत्नमाला, श्रीधर फडके
०६७	चार दिवस सासूचे चार दिवस सुनेचे		१९६२	चंद्रहास चित्र सदानंद	राम डवरी, तोरणे	कमलाकर सीमा, रमेश देव, इंदिरा चिटणीस, मधू आपटे, शरद तळवलकर, दामुअण्णा

				वर्दम		मालवणकर, धुमाळ, प्रभाकर पणशीकर, राजा पटवर्धन, वैशंपायन
०६८	चिमण्यांची शाळा	१९६२	यशोधरा चित्र	केशव काळे	अनंत माने	राजा गोसावी, वसंत शिंदे, चित्तरंजन कोल्हटकर, जीवनकला, शरद तळवलकर, बर्ची बहाद्दर,
०६९	गरीबाघरची लेक	१९६२	छाया चित्र, मुंबई	शिवाजी काटकर	कमलाकर तोरणे	उषा किरण, सूर्यकांत, चिंत्तरंजन कोल्हटकर, इंदिरा चिटणीस, दामुअण्णा मालवणकर, रत्नमाला, बाळकोबा गोखले, भारती, नंदू भेंडे
०७०	सोनियाची पाऊले	१९६२	चित्र गुंजन	राजेंद्र राय, विठ्ठलभाई पटेल	राजा परांजपे	रमेश देव, राजा गोसावी, शरद तळवलकर, दामुअण्णा मालवणकर, चंद्रकांत गोखले, आंग्रे, सीमा, इंदिरा चिटणीस, रत्नमाला
०७१	बायको माहेरी जाते	१९६३	सुहास चित्र,	मधुसूदन कालेलकर	राजा परांजपे	शरद तळवलकर, रेखा, रत्ना, बाबूराव पेंढारकर, कुसुम देशपांडे, वसंत ठेंगडी, मधू आपटे, राजा परांजपे, सचिन
०७२	हा माझा मार्ग एकला	१९६३	श्रीराम चित्र, पुणे	सुधीर फडके	राजा परांजपे	राजा परांजपे, सीमा, जीवनकला, शरद तळवलकर, राजा पटवर्धन, सचिन

०७३	ते माझे घर	१९६३	चित्र शारदा, मुंबई	रवींद्र भट	गणेश भट	सीमा, राजा परांजपे, रमेश देव, बाबूराव पेंढारकर, शरद तळवलकर, नीलम, उमा, मधू आपटे, प्रभाकर मुजुमदार, मोहन चोटी
०७४	दैवाचा खेळ	१९६४	रामराज फिल्मस्,	डी.खेमचंद	सी.मोहन	अरुण सरनाईक, भारती मालवणकर, जीवनकला, रमेश देव, परशुराम
०७५	गुरुकिल्ली	१९६६	श्रीपाद चित्र, पुणे	राजा परांजपे	राजा परांजपे	राजा गोसावी, राजा परांजपे, रमेश देव, विनय काळे, बाळ गोसावी, राजदत्त
०७६	संत गोरा कुंभार	१९६७	भागीरथी चित्र, मुंबई	विनायक सरस्वते बाळ चव्हाण	राजा ठाकूर	सुलोचना, उमा, लीला गांधी, कुमार दिघे, प्रसाद सावकार, वसंत शिंदे, मधू आपटे, विनय काळे
०७७	आम्ही जातो आमुच्या गावा	१९६८	प्रेमचित्र, मुंबई	कमलाकर तोरणे	कमलाकर तोरणे	सूर्यकांत, उमा, श्रीकांत मोघे, गणेश सोळंकी, प्रभाकर मुजुमदार, दत्ता भट, मधु आपटे, शांता तांबे, विजू खोटे, धुमाळ, रामचंद्र वर्दे
०७८	एकटी	१९६८	कारसाज चित्र, मुंबई	जी. चौगुले	राजा ठाकूर	सुलोचना, काशीनाथ घाणेकर, इंदुमती पैंगणकर, शरद तळवळकर, कुसुम देशपांडे, राजा बापट, सुरेखा

०७९	आधार	१९६९	कारसाज चित्र मुंबई	जी. चौगुले	राजा परांजपे	राजा परांजपे, अनुपमा, विवेक, ललिता देसाई, नीलम, राजदत्त, बाळ कोल्हटकर, गुलाब कोरगावकर
०८०	देवमाणूस	१९७०	ए.के.एस.	ए.कृष्णमूर्ती, ए.व्ही.एस. मणी	राजदत्त	काशीनाथ घाणेकर, अनुपमा, रमेश देव, दुर्गा खोटे, गजानन जहागीरदार, नाना पळशीकर, धुमाळ रत्नमाला, जयश्री टी, विनय काळे.
०८१	धाकटी बहीण	१९७०	कारसाज चित्र, मुंबई	जी.चौगुले	राजदत्त	अरुण सरनाईक, सुरेखा, अनुपमा, हेलन, शशिकांत निकते, गुलाब कोरगावकर, रामचंद्र वर्दे, राजा मयेकर, छोटू सावंत
०८२	मुंबईचा जावई	१९७०	पारिजात चित्र, मुंबई	तुषार प्रधान	राजा ठाकूर	सुरेखा, अरुण सरनाईक, शरद तळवलकर, रत्नमाला, रंजिता, राजा दाणी, रामचंद्र वर्दे, जयंत भट
०८३	झाला महार पंढरीनाथ	१९७०	कॉसमॉस फिल्मस्	बिपीनचंद्र शहा सी.एम.पारेख मुलाज कापडिया	कमलाकर तोरणे	शाहू मोडक, पद्मा चव्हाण, राज शेखर, नर्गिस बानो, जयशंकर दानवे, गुलाब मोकाशी
०८४	बाजीरावचा बेटा	१९७१	पारिजात चित्र, मुंबई	तुषार प्रधार विनायक	राजा ठाकूर	सुरेखा, अमोल पालेकर, शरद तळवलकर, गणेश सोळंकी, कुसुम देशपांडे, वसंत

				वर्तक		ठेंगडी, मा.सचिन
०८५	झेप	१९७१	सुचिंद्र आर्टस	वैजयंतीमाला बाली	राजदत्त	काशीनाथ घाणेकर, शरद तळवलकर, रमेश देव, मधू आपटे, विनय काळे, प्रभाकर पणशीकर
०८६	लाखात अशी देखणी	१९७१	श्रीभरत चित्र, मुंबई	कमलाकर तोरणे	कमलाकर तोरणे	जयश्री गडकर, सूर्यकांत, लीला गांधी, राज शेखर, निळू फुले, गणपत पाटील, जयशंकर दानवे, रामचंद्र वर्दे, विनय काळे, पद्मा चव्हाण
०८७	मीही माणूसच आहे	१९७१	समर्थ चित्र	--- ---	दिनकर द.पाटील	रमेश देव, चित्रा, शरद तळवलकर,दामु अण्णा मालवणकर, बबन प्रभू, राजा नेने
०८८	अनोळखी	१९७३	अविनाश चित्र, मुंबई	---	कमलाकर तोरणे	पद्मा चव्हाण, श्रीकांत मोघे, विक्रम गोखले, शरद तळवलकर, मा.अलंकार, नयनतारा, शांता तांबे
०८९	जावई विकत घेणे आहे	१९७३	बालाजी फिल्मस्	व्ही. प्रभाकर	राजा ठाकूर	शरद तळवलकर, गणेश सोळंकी, सुमन धर्माधिकारी, राजा बापट, रुही, रविराज, मधुकर तोरडमल, अरुण सरनाईक, सुरेखा
०९०	कार्तिकी	१९७४	धनेश चित्र,	सूर्यकांत हांजे	दत्ता	इंदुमति पैंगणकर, विक्रम गोखले, चंद्रकांत

			मुंबई	धनेश फडणीस	माने	गोखले, लीला गांधी, राजा नेने, शांता तांबे, राजशेखर, धुमाळ
०९१	ज्योतिबाचा नवस	१९७५	अमर प्रॉडक्शन मुंबई	एम.एस. साळवी	कमलाकर तोरणे	सूर्यकांत,मधुकर तोरडमल, पद्मा चव्हाण, विक्रम गोखले, रामचंद्र वर्दे, धुमाळ, पी. जयराज, आशा काळे
०९२	या सुखांनो या	१९७५	दत्तात्रय चित्र मुंबई	सीमा देव	राजदत्त	रमेश देव, सीमा देव, राजा गोसावी, बबन प्रभू, धुमाळ, श्रीकांत मोघे, शांता जोग, शरद तळवळकर, राजा परांजपे, पद्मा चव्हाण, नयनतारा
०९३	आराम हराम आहे	१९७६	प्रेम चित्र, मुंबई	कमलाकर तोरणे	कमलाकर तोरणे	रवींद्र महाजनी, रूही, शरद तळवळकर, गणेश सोळंकी, पद्मा चव्हाण, रामचंद्र वर्दे, शांता जोग, माई भिडे, दत्ता भट, धुमाळ, मच्छिंद्र कांबळी
०९४	चंद्र होता साक्षीला	१९७८	शिवसागर चित्र, मुंबई	रूपकादर, बी.एल.राजा	राजदत्त	काशीनाथ घाणेकर, कानन कौशल, यशवंत दत्त, श्रीराम लागू, बाळ कर्वे, राजा मयेकर
०९५	दोस्त असावा तर असा	१९७८	गोल्डन ज्युबिली कि मुंबई	सीमा देव	देवेंद्र गोयल	रमेश देव, पद्मा चव्हाण, श्रीकांत मोघे, रूही, गजानन जहागीरदार, रविराज, देवेन वर्मा, सुमती गुप्ते, रा. वर्दे, रत्नमाला

०९६	आपलेच दात आपलेच ओठ	१९८२	शिवसागर चित्र, मुंबई	रूपकादर	राजदत्त	जयश्री टी, यशवंत दत्त, अशोक सराफ, शलाका, राम नगरकर, राजा मयेकर, निळू फुले
०९७	शापित	१९८२	ट्रायका फिल्मस कंबाईन, मुंबई	मधुकर रुपजी, सुधा चितळे, विनय नेवाळकर	राजदत्त, अरविंद देशपांडे	यशवंत दत्त, मधु कांबीकर, कुलदीप पवार, निळू फुले
०९८	थोरली जाऊ	१९८३	प्रेम चित्र, मुंबई	कमलाकर तोरणे	कमलाकर तोरणे	आशा काळे, रवींद्र महाजनी, शरद तळवलकर, महेश कोठारे, कविता किरण, मोहन गोखले, प्रिया तेंडुलकर, जयश्री गडकर
०९९	माहेरची माणसं	१९८४	आविष्कार चित्र मुंबई	कमलाकर तोरणे	कलाकर तोरणे	आशा काळे, अरुण सरनाईक, प्रिया तेंडुलकर, आत्माराम भेंडे, मनोरमा वागळे, प्रकाश इनामदार, रमेश भाटकर, मोहन गोखले, राजशेखर
१००	चोराच्या मनात चांदणं	१९८४	सोमनाथ चित्र	के.द. महाजनी	कमलाकर तोरणे	आशा काळे, रवींद्र महाजनी, गणपत पाटील, शरद तळवलकर, लक्ष्मीछाया,
१०१	धाकटी सून	१९८६	शरद चित्र	अमर	एन.एस.	सविता प्रभुणे, लक्ष्मीकांत बेर्डे, वसंत

		पुणे	तुलसानी, शरद वर्तक	वैद्य	शिंदे, लीला गांधी, रेखा, शरद तळवलकर, स्मिता तळवलकर, शेखर नवरे, उदय टिकेकर, रूही
१०२	पुढचं पाऊल	१९८६ ट्रायका फिल्म्स् कंबाईन, मुंबई	मधुकर रूपजी, सुधा चितळे, विनय नेवाळकर	राजदत्त	यशवंत दत्त, आशालता, निळू फुले मानसी मागीकर, प्रशांत दामले, सागर राजेश्वरी, मीना घोटीकर
१०३	रेशीमगाठी	१९८८ रविंद्र पिक्चर्स, पुणे	रवींद्र जोशी	रवि नेमाडे	श्रीराम लागू, वर्षा उसगांवकर, अशोक शिंदे, सुहास जोशी, लक्ष्मण देशपांडे, प्रशांत दामले, राम नगरकर, रवि पटवर्धन
१०४	वीर सावरकर	२००२ सावरकर दर्शन प्रतिष्ठान, मुंबई.	सावरकर दर्शन प्रतिष्ठान	वेद राही	शैलेंद्र गौड, टॉम अल्टर, सुनील शेंडे, रोहितांश गौड, सुरेंद्र राजन, अरुण बक्षी

***

१९. बाबूजी- अन्य संगीतकारांकडे गायलेल्या चित्रपटांची सूची - मराठी, हिंदी

क्र.	चित्रपटाचे नाव	वर्ष	निर्मिती संस्था	निर्माता	दिगदर्शक	संगीतकार	कलाकार
०१	संत रामदास	१९४९	राजा नेने प्रॉडक्शन्स (चंद्रमा पिक्चर्स)	राजा नेने	राजा नेने	मा.कृष्णराव	रंजना, राजा नेने, चंद्रकांत गोखले, वसंत शिंदे, गोविंद स्वामी आफळे, कुसुम देशपांडे
०२	पठ्ठे बापूराव	१९५०	राजा नेने प्रॉडक्शन	आर.जी. जोबनपुत्रा	राजा नेने	वसंत पवार	रंजना, राजा नेने, वसंत शिंदे, गोविंदस्वामी आफळे
०३	बाळा जो जो रे	१९५१	आल्हाद पिक्चर्स, पुणे	दत्ता धर्माधिकारी	दत्ता धर्माधिकारी	वसंत पवार	उषाकिरण, सुलोचना,सूर्यकांत, इंदिरा चिटणीस, वसंत शिंदे, राजा नेने
०४	अखेर जमलं	१९५२	श्री गुरुनाथ चित्र	--- ---	दत्ता धर्माधिकारी	शंकरराव कुलकर्णी	बेबी शंकुतला, कुसुम देशपांडे, सूर्यकांत, वसंत शिंदे, राजा गोसावी, धुमाळ, शरद तळवलकर, वसंत ठेंगडी, राजा परांजपे
०५	स्त्री जन्मा ही तुझी कहाणी	१९५२	आल्हाद चित्र पुणे	दत्ता धर्माधिकारी	दत्ता धर्माधिकारी	वसंत पवार	उषाकिरण,सूर्यकांत, सुलोचना, इंदिरा चिटणीस, शंकर

							कुलकर्णी, राजा परांजपे
०६	महात्मा	१९५३	आल्हाद चित्र पुणे	दत्ता धर्माधिकारी	दत्ता धर्माधिकारी	वसंत पवार	गजानन जहागीरदार, डेव्हीड रेखा, राजा नेने, राजा गोसावी राम वढावकर
०७	बेबी	१९५४	एम.शेठ चित्र धुळे	शेठ मगनलाल मोतीलाल	र. शं. जुन्नरकर	वसंत पवार	शकुंतला, विवेक, अनंत मराठे, इंदिरा चिटणीस, राजा गोसावी, शंकर पवार,धुमाळ, राजा पंडीत
०८	संसार करायचा मला	१९५४	चित्रगंगा	---	शांताराम आठवले	राम कदम	शकुंतला, धुमाळ, विवेक मधू आपटे, इंदिरा चिटणीस
०९	तीन मुलं	१९५४	एम.शेठ प्रॉडक्शन्स	---	बाबूराव गोखले	वसंत प्रभू	रंजना, विवेक, प्रभाकर मुजुमदार, इंदिरा चिटणीस, शंकर कुलकर्णी
१०	पायदळी पडलेली फुले	१९५६	चेतना चित्र	अनंत माने निवास मोरे	अनंत माने	वसंत पवार	सुलोचना, चंद्रकांत, ललिता पवार बाबूराव पेंढारकर
११	रान पाखरं	१९५६	जयलक्ष्मी चित्र	भालचंद्र भोपी	भाई भगत	कमलेश शैलेश	शुभा खोटे, वसंत पहिलवान, सूर्यकांत, चित्तरंजन कोल्हटकर
१२	आलिया	१९५७	फिल्मिस्तान भोगासी	---	दत्ता प्रा.लि.	शंकरराव	राजा गोसावी, जयश्री गडकर, रमेश देव, साळवी सीमा, सुधा आपटे
१३	आई मला	१९५७	फिल्मिस्तान	---	वसंत	राम	जयश्री गडकर, रमेश देव,

	क्षमा कर		प्रा. लि.		चितळकर	कदम	शांताराम आठवले, नीलम विवेक, बाळ कोल्हटकर
१४	नवरा म्हणू नये आपला	१९५७	एम. जी. प्रॉडक्शन्स	निवास मोरे माधव घोरपडे	दिनकर द. पाटील	वसंत प्रभू	राजा गोसावी, रंजना स्मिता, नीलम, राजा पंडित, जोग, सुधा आपटे
१५	पहिलं प्रेम	१९५७	फिल्मीस्तान प्रा.लि. मुंबई	---	राजा नेने	शंकरराव कुलकर्णी	जयश्री गडकर, स्मिता, सूर्यकांत राजन,दादा साळवी, सुधा आपटे सीमा
१६	उतावळा नारद	१९५७	सिन्को चित्र	---	राजा ठाकूर	देव	यशवंतजयश्री गडकर, राजा गोसावी, शाहू मोडक, भगवान
१७	झालं गेलं विसरून जा	१९५७	आझाद चित्र	प्रकाश बेहराम	यशवंत पेठकर	यशवंत देव	शशिकला, राजा गोसावी, विवेक, बेबी नंदा
१८	चोरावर मोर	१९५८	अरुणोदय फिल्म्स्	बी.व्ही. मराठे	यशवंत पेठकर	यशवंत देव	किरण, अनंत मराठे,दामूअण्णा मालवणकर, शंकर घाणेकर
१९	पडदा	१९५८	फिल्मिस्तान प्रा.लि.	---	शांताराम आठवले	राम कदम	चंद्रकांत, जयश्री गडकर, मधुकर आपटे, बाळ कोल्हटकर
२०	पुनर्जन्म	१९५८	दीपक पिक्चर्स	---	प्रभाकर नायक	वसंत पवार	राजा परांजपे, धुमाळ,रत्नमाला, इंदिरा चिटणीस, लीला गांधी, विवेक, चंद्रकांत गोखले
२१	संत चांगदेव	१९५८	मंदा चित्र	प्रेमलाल	गंगाधर	दत्ता	विश्वास कुंटे, विवेक, सूर्यकांत,

				डॉ.शहा	राऊत	डावजेकर	राजा गोसावी, वसंत शिंदे, शंकर कुलकर्णी, चित्रा, सुधा आपटे, इंदिरा चिटणीस
२२	सुखाचे सोबती	१९५८	श्री चित्र	मोरेश्वर खरे	राजा बारगीर	वसंत पवार	सुलोचना, ललिता पवार, विवेक, अनंत मराठे, चित्तरंजन कोल्हटकर,
२३	कीचकवध	१९५९	माणिक चित्र	बाळासाहेब पाठक	यशवंत पेठकर	मा.कृष्णराव	सुमती गुप्ते, शोभना समर्थ, बाबूराव पेंढारकर, विश्वास कुंटे, हेलन
२४	जान्हवी	१९५९	शिवशक्ती चित्र	विश्वनाथ कामत	सो.ना. पाठारे कामत	शंकरराव कुलकर्णी	रेखा, विवेक, चित्तरंजन कोल्हटकर, वसंत शिंदे, लीला गांधी, मधू आपटे, विश्वास कुंटे
२५	अवघाचि संसार	१९६०	अनंत चित्र	अनंत माने	अनंत माने	वसंत पवार	राजा गोसावी, जयश्री गडकर, विवेक, रमेश देव, जीवनकला, पद्मा चव्हाण, राजन शरद तळवलकर,
२६	पैशाचा पाऊस	१९६०	अजंठा चित्र	विनायक देऊळगांवकर	अनंत माने	वसंत पवार	राजा गोसावी, जयश्री गडकर, रेखा, सीमा, रमेश देव, दामुअण्णा

							मालवणकर, वसंत शिंदे, लीला गांधी, प्रभाकर मुजुमदार
२७	संगत जडली तुझी माझी	१९६०	साईप्रभा चित्र	मोहनराव माने	प्रभाकर नायक	वसंत पवार	राजा गोसावी, दामुअण्णा मालवणकर, जीवनकला, नीलम, गौरी, पद्मा चव्हाण, शरद तळवलकर, इंदिरा चिटणीस
२८	भाग्यलक्ष्मी	१९६२	अनंत चित्र	अनंत माने	अनंत माने	राम कदम	राजा गोसावी, शरद तळवळकर, जयश्री गडकर, रमेश देव, सुमती गुप्ते, नीलम, दामुअण्णा मालवणकर, इंदिरा चिटणीस, विवेक
२९	जावई माझा भला	१९६२	मनिषा चित्र, पुणे	---	नीलकंठ मगदूम	प्रभाकर जोग	रत्ना, अनंत मराठे, रत्नमाला, चित्तरंजन कोल्हटकर, चंद्रकांत गोखले, इंदिरा चिटणीस, जयशंकर दानवे, मधू आपटे, शंकर घाणेकर
३०	प्रीती विवाह	१९६२	अनंत चित्र पुणे	अनंत माने	अनंत माने	वसंत पवार राम कदम	जयश्री गडकर, राजा गोसावी, शरद तळवलकर, वसंत शिंदे,जोग,नीलम, दामुअण्णा मालवणकर, इंदिरा चिटणीस
३१	वरदक्षिणा	१९६२	श्रीराघव चित्र	पंडीत पार्टे	दिनकर द पाटील	वसंत पवार लक्ष्मण बेरळेकर	सीमा,रमेश देव, दामुअण्णा मालवणकर,साळवी, अरुण सरनाईक जोग

३२	सुभद्रा हरण	१९६३	वाडीया ब्रदर्स	होमी वाडीया	दत्ता धर्माधिकारी	वसंत पवार	जयश्री गडकर, सूर्यकांत, अरुण सरनाईक, चित्रा, नीलम, राजा नेने, वसंत शिंदे, जयशंकर दानवे, दत्ताराम, विनय काळे, शाहू मोडक, बालकराम, कुमार दिघे, मधू आपटे
३३	सुधारलेल्या बायका	१९६५	राम डवरी प्रॉडक्शन	राम डवरी	प्रभाकर नायक	मनोहर कदम व बाळ पळसुळे	कामिनी कदम, शरद तळवलकर, ललिता कारेकर, दामुअण्णा मालवणकर मंदाकिनी भडभडे, शंकर घाणेकर, सुषमा, राजा गोसावी, मधू आपटे, बी.माजनाळकर, यशवंत पवार राजप्रकाश भेंडे,सायली.
३४	कामापुरता मामा	१९६५	अतुल थिएटर्स	---	दिनकर द. पाटील	यशवंत देव	सुजाता, राजा गोसावी, शरद तळवलकर, दामुअण्णा मालवणकर, इंदिरा चिटणीस, ललिता देसाई, जोग, शांता तांबे
३५	वावटळ	१९६५	चित्रसाधना	ना.बा. कामत	शांताराम आठवले	राम कदम	सुलोचना, आशा पोतदार, इंदिरा चिटणीस, मा. विठ्ठल, ललिता देसाई, वसंत शिंदे
३६	दैव जाणिले	१९६७	हेमंत चित्र	कृष्णा पाटील	कृष्णा पाटील	कुमारसेन	राजा गोसावी, उमा, श्रीकांत मोघे, भारती

	कुणी			गुप्ते, मधु मालशे		गुप्ते	मालवणकर, दामुअण्णा मालवणकर, वसंत शिंदे
३६	संथ वाहते कृष्णामाई	१९६७	सहकारी चित्रपट संस्था	अण्णासाहेब कराळे	मधुकर पाठक	दत्ता डावजेकर	चंद्रकांत, स्मिता, अरुण सरनाईक, विनय काळे, गुलाब मोकाशी, राजा परांजपे
३८	सुखी संसार	१९६७	बाळकृष्ण प्रॉडक्शन्स	बाळकृष्ण कदम रमेश कंथारिया	श्रीकांत सुतार	यशवंत देव	सुलोचना, सीमा, रमेश देव विवेक, साळवी, माई भिडे, नीलम, दामुअण्णा मालवणकर, राजा गोसावी
३९	जिव्हाळा	१९६८	गुरुदत्त फिल्म्स	आत्माराम	राम गबाले	श्रीनिवास खळे	जयश्री गडकर, श्रीकांत मोघे, विवेक, माई भिडे, परशुराम.
४०	येथे शहाणे राहतात	१९६८	छाया चित्र	शिवाजी काटकर	दत्ता केशव	विश्वनाथ मोरे	राजा परांजपे, राजा गोसावी, भारती मालवणकर, वसंत शिंदे, राजशेखर, मधू आपटे
४१	नंदिनी	१९६९	वीणा चित्र	भास्करराव कुलकर्णी	मधुकर पाठक	विश्वनाथ मोरे	सीमा, श्रीकांत मोघे, इंदिरा चिटणीस, गुलाब कोरगावकर, लक्ष्मीछाया, शंकर घाणेकर, रमेश देव, सचिन
४२	रंगू बाजाराला जाते	१९६९	वसंत चित्र (राम	दत्ताराम पोळ शाम गर्जे	शिवकांत पवार	बाळ पळसुले	सुषमा, अरुण सरनाईक, वसंत शिंदे, जयशंकर दानवे, सरला येवलेकर,

			प्रॉडक्शन्स)	पाटील			मधू आपटे
४३	टिळा लाविते मी रक्ताचा	१९६९	चित्रयोग	---	वसंत पेंटर	राम कदम	जयश्री गडकर, राज शेखर, शांता तांबे, राजा मयेकर, विश्वास कुंटे, सूर्यकांत
४४	कोर्टाची पायरी	१९७०	कला विकास चित्र	वसंतराव पाटील	दिनकर द.पाटील	राम कदम	सूर्यकांत, चित्रा, वसंत शिंदे, जयशंकर दानवे, उषा चव्हाण, रत्नमाला, मधू आपटे, मोहन कोठीवान
४५.	धरतीची लेकरं	१९७०	सहकारी चित्रपट संस्था	अण्णासाहेब कराळे	नीळकंठ मगदूम	दत्ता डावजेकर	चंद्रकांत, उमा, निळू फुले, दुर्गा खोटे, अरुण सरनाईक
४६.	काळी बायको	१९७०	कमलकुमार, प्रॉडक्शन्स	कमलकुमार, जी. सी. चंदवाणी	दिनकर द.पाटील	व.पवार, वसंत प्रभू, बाळ पळसुळे	रमेशदेव, सीमा, रत्नमाला, उमा, साळवी, वसंत शिंदे, कमलकुमार, जीवनकला
४७	मीच तुझी प्रिया	१९७०	शत्रुजित फिल्म्स्	शत्रुजित पॉल	दत्ता केशव	प्रभाकर जोग	जयश्री गडकर, अरुण सरनाईक, दत्ता भट, रामचंद्र वर्दे, वसंत ठेंगडी,
४८	पोरकी	१९७०	प्रीती पिक्चर्स	विनोद जे.मेहता	के.बोरसदी पी.गोखले	श्रीनिवास खळे	इंदुमती पैंगणकर, कुमार दिघे, माई भिडे, गजानन जहागीरदार, परशुराम, मालती पेंढारकर, राजन
४९	दाम करी काम	१९७१	रसिक चित्र	दत्ताराम गायकवाड	प्रभाकर नायक	प्रभाकर जोग	सुषमा, राजादाणी, शरद तळवलकर, सुमती गुप्ते, कृष्णकांत दळवी,

							वसंत शिंदे, पल्लवी
५०	कुंकवाचा करंडा	१९७१	रसिक चित्र	दत्ताराम गायकवाड	दत्ता माने	प्रभाकर जोग	आशा काळे, अरुण सरनाईक, शरद तळवलकर, चंद्रकांत गोखले, नयनतारा वसंत शिंदे, शांता तांबे, सुमती गुप्ते
५१	मायमाऊली	१९७१	सुरंगी चित्र	गजानन पी. शिर्के,	यशवंत पेठकर	विश्वनाथ मोरे	सुलोचना, सुषमा, विक्रम, चंद्रकांत राजशेखर साळवी, वसंत शिंदे,
५२	कुंकू माझं भाग्याचं	१९७२	नवदीप चित्र	शामराव माने	दिनकर पाटील	राम कदम कदम	जयश्री गडकर, सूर्यकांत, राजशेखर साळवी वसंत शिंदे, शांता तांबे
५३	पिंजरा	१९७२	शांताराम व्ही. शांताराम प्रॉडक्शन्स	शांताराम व्ही. शांताराम	शांताराम व्ही. शांताराम	राम कदम	संध्या, श्रीराम लागू, निळू फुले, वत्सला देशमुख, कृष्णकांत दळवी, सरला येवलेकर
५४	पुढारी	१९७२	वैभव सहकार चित्र	विष्णुपंत शिंदे नामदेव दगडे विनोद शेलार	केशव तोरो	राम कदम	सुलोचना, चंद्रकांत, निळू फुले, गणपत पाटील, विवेक, सरला येवलेकर, लीला गांधी, उषा चव्हाण, अजंलीदेवी,
५५	महाभक्त तुकाराम	१९७४	अंजनी कंबाईन्स	आदीनारायण राव	व्ही. मधुसूदन	राव	आदीनारायण के नागेश्वर राव, शिवाजी गणेशन, सी

					राव		नागभूषणम, बेबी श्रीदेवी
५६	भक्त पुंडलीक	१९७५	विलास चित्र	राम देवताळे राम कर्वे	दत्ता धर्माधिकारी	भास्कर चंदावरकर	सरला येवलेकर, लता कर्नाटकी, यशवंत दत्त, चंद्रकांत गोखले, राजशेखर, भगवान, उषा चव्हाण, निळू फुले
५७	करावं तसं भरावं	१९७५	यशवंत	यशवंत	राजा		बाळ पळसुले धुमाळ, आत्माराम भेंडे, साळवी, रामचंद्र
			विलास चित्र	भेंडे	बारगीर		द. डावजेकर वर्दे, राजशेखर, मधू आपटे, यशवंत दत्त
५८	ओवाळिते भाऊराया	१९७५	स्नेहल चित्र	वसंत पुरोहित रत्नमाला नाईकवाडी	दत्ता केशव	प्रभाकर जोग	रमेश देव, सीमा, रविराज, रूही, विवेक राजा नेने, नीलम, मोहन कोठीवान
५९	झुंज	१९७५	व्ही. शांताराम प्रॉडक्शन्स	व्ही. शांताराम	किरण शांताराम	राम कदम	अरविंद देशपांडे, लता अरुण, रंजना, रवींद्र महाजनी, गौरी कामत, सुहास भालेकर
६०	पाहुणी	१९७६	विश्वास चित्र	विश्वास सरपोतदार	अनंत माने	राम कदम	कानन कौशल, अरुण सरनाईक, बाळ धुरी, शोभा प्रधान, शांता तांबे
६१	देवकीनंदन गोपाळा	१९७७	अक्षर फिल्म्स	डॅडी देशमुख	राजदत्त	राम कदम	श्रीराम लागू, आशा पोतदार, सुहासिनी देशपांडे, नीलम, विनय काळे, विश्वास

			इंटरनॅशनल				कुंटे, आनंद माडगूळकर, नाना पळशीकर, रमेश देव, सीमा
६२	ईर्षा	१९७८	ज्ञानदीप पिक्चर्स	सूर्यकांत, नानासाहेब सांगले	सूर्यकांत	राम कदम	सुलोचना, चंद्रकांत, सुमती गुप्ते, चंद्रकांत गोखले, उषा नाईक, वसंत शिंदे, मधू आपटे, लीला गांधी धुमाळ
६३	भालू	१९८०	श्रीप्रसाद चित्र	उमा प्रकाश भेंडे	राज दत्त	विश्वनाथ मोरे	उमा,प्रकाश भेंडे, रंजना, विक्रम गोखले, चंद्रकांत, नाना पाटेकर, विवेक, शाहू मोडक, वसंत शिंदे, राजा मयेकर, नीलम, विजू खोटे, निळू फुले
६४	हीच खरी दौलत	१९८०	विश्वास चित्र	विश्वास सरपोतदार	बाबासाहेब एस.फत्तेलाल	राम लक्ष्मण	आशा काळे,आशालता,कामिनी भाटिया, रंजना रवींद्र महाजनी, यशवंत दत्त, अशोक सराफ, निळू फुले, श्रीराम लागू
६५	लावणी झाली गं रागिणी	अप्रकाशित	---	---	जयप्रकाश कर्नाटकी	यशवंत देव	---
६६	अरे संसार संसार	१९८१	श्री अष्ट विनायक चित्र	अरविंद सामंत	राजदत्त	अनिल अरुण	रंजना, कुलदीप पवार, मोहन गोखले रिमा लागू, अशोक सराफ
६७	बाईने केला	१९८१	राजस	नानासाहेब	कृष्णा	राम	जयश्री गडकर,सूर्यकांत, राजशेखर,

	सरपंच खुळा		चित्र	चांदीवाले	पाटील	कदम	विवेक, शांता तांबे, उषा नाईक
६८	देवघर	१९८१	अभंग चित्र	जगदीश खेबुडकर	गोविंद कुलकर्णी	प्रभाकर जोग	रवींद्र महाजनी, रंजना, अशोक सराफ, चंद्रकांत गोखले, प्रकाश इनामदार, गणपत पाटील, पद्मा चव्हाण, मधू आपटे
६९	मोसंबी नारिंगी	१९८१	शिरोमणी चित्र	सुषमा शिरोमणी	दत्ता केशव	विश्वनाथ मोरे	श्रीराम लागू, निळू फुले, यशवंत दत्त, अशोक सराफ, लता कर्नाटकी, उषा चव्हाण, सुषमा शिरोमणी
६९	पाटलीण	१९८१	वसंत चित्रायन	अण्णासाहेब घाटगे	चंद्रकांत शिंदे	बाळ पळसुले	रंजना, चंद्रकांत, वसंत शिंदे, अशोक सराफ, निळू फुले
७०	लक्ष्मीची पाऊले	१९८२	मनिषा चित्र	अरुण चिपडे	जी.जी. भोसले	श्रीधर फडके	रंजना, रवींद्र महाजनी, सुहासिनी देशपांडे निळू फुले, सुलोचना, शांता तांबे, बाळ पळसुले
७१	जय रेणुका देवी यल्लमा	१९८५	राम प्रॉडक्शन्स	राम डावरी	केशव तोरो	मनोहर कदम	अरुण सरनाईक, चित्तरंजन कोल्हटकर, वसंत शिंदे, उषा नाईक, लता अरुण, शांता तांबे
७३	माहेरची साडी	१९९१	ज्योती पिक्चर्स	विजय कोंडके	विजय कोंडके	अनिल अरुण	विक्रम गोखले, आशालता, रमेश भाटकर, अलका कुबल, अजिंक्य देव, किशोरी शहाणे, विजय चव्हाण, जयश्री

७४	जय भीम (हिंदी)	१९४९	नवझंकार प्रॉडक्शन	---	अनंत माने	वसंत पवार	गडकर, विश्वास कुंटे, वसंत ठेंगडी, कुसुम देशपांडे, उमादेवी
७५	विश्वामित्र (हिंदी)	१९५२	बसवंत प्रॉड्शन	---	बाबूराव पेंटर	लक्ष्मण बेरळेकर	सप्रू, शीला नाईक, माधवराव काळे, चौबेजी, विवेक, जोग, सुधा आपटे
७६	आँचल (हिंदी)	१९६०	पंचदीप	वसंत जोगळेकर	वसंत जोगळेकर	सी.रामचंद्र	निरूपा रॉय, अशोक कुमार, नंदा, सुदेश कुमार, सीमा, ओमप्रकाश, धुमाळ, सुदेश कुमार, इफ्तिकार, ललिता पवार

***

२०. बाबूजी - अकारविल्हे गीतसूची

ऊ

ए / ऐ

कि

कु

जै

जो

झ

त

ना

ह

***

२१. परिशिष्टे

परिशिष्ट १

श्री. सुधीर फडके यांनी संगीत दिग्दर्शन केलेल्या हिंदी चित्रपटातील पार्श्वगायन करणारे गायक/गायिका यांची नावे व त्या चित्रपटाचे नाव, वर्षासहित

१.	माणिक दादरकर/वर्मा	१९४६	गोकुल
२.	ललिता देऊळकर/फडके	१९४६	रुक्मिणी स्वयंवर
३.	मोहनतारा तळपदे/अजिंक्य	१९४६	गोकुल
४.	जी.एम. दुराणी	१९४६	गोवुल
५.	नलिनी मुळगावकर	१९४६	रुक्मिणी स्वयंवर
६.	खुर्शीद	१९४७	आगे बढो
७.	महंमद रफी	१९४७	आगे बढो
८.	मन्ना डे	१९४७	आगे बढो
९.	मालती पांडे/बर्वे	१९४८	सीता स्वयंवर
१०.	लता मंगेशकर	१९४९	संत जनाबाई
११.	उषा अत्रे/वाघ	१९४९	संत जनाबाई
१२.	कृष्णा कल्ले	१९४९	संत जनाबाई
१३.	लीला सरदेसाई	१९४९	संत जनाबाई
१४.	बाळ पळसुले	१९४९	संत जनाबाई
१५.	बालकराम	१९४९	मायाबाजार
१६.	सितारा	१९४९	अपराधी
१७.	आशा भोसले	१९५१	मुरलीवाला

१८.	किशोरकुमार	१९५४	पहिली तारीख
१९.	प्रमोदिनी देसाई	१९५४	पहिली तारीख
२०.	सुमन हेमाडी/कल्याणपूर	१९५८	गजगौरी
२१.	सुधा मल्होत्रा	१९५८	गजगौरी
२२.	मुकेश	१९६१	भाभी की चुडियाँ
२३.	जयवंत कुलकर्णी	१९७२	दरार
२४.	हेमलता	१९७२	दरार

परिशिष्ट २
श्री. सुधीर फडके यांच्या संगीतदिग्दर्शनाखाली गायलेल्या गायिका व गीतसंख्या

गायिका	चित्रपट गीते			
	हिंदी	मराठी	एकूण	इतर गीते
आशा भोसले	११	१९१	२०२	१
ललिता फडके	१६	४५	६१	६+३GR
लता मंगेशकर	३१	१३	४४	- +१GR
माणिक वर्मा	६	२३	२९	१९+७GR
सुमन हेमाडी-कल्याणपूर	५	२३	२८	२+१
मालती पांडे	७	१९	२६	४+७GR
वासंती				६
पद्मा पाटणकर				४
सुमती श्रीखंडे				३
हिराबाई बडोदेकर				२
सरस्वती राणे				२
शांता आपटे				२
प्रमिला जाधव (जयमाला शिलेदार)				२
भानुमती कंस				२
शांता हुबळीकर				२
उषा मंगेशकर				१
उषा अत्रे / वाघ				२+१

परिशिष्ट ३

श्री. सुधीर फडके यांच्या संगीत दिग्दर्शनाखाली गायले व गीतसंख्या

गायक	चित्रपट गीते		इतर गीते	
	हिंदी	मराठी	हिंदी	मराठी
सुधीर फडके	१०	१६२	१२	६५
जयवंत कुलकर्णी	--	१३	--	+१९GR
महंमद रफी	११	--	--	--
सुरेश वाडकर	--	९	--	--
वसंतराव देशपांडे	--	९	--	३GR
मन्ना-डे	७	३	--	--
जे.एम्. दुराणी	४	--	--	--
प्रसाद सावकार	--	७	--	--
भीमसेन जोशी	--	८	--	--
बालगंधर्व	--	५	--	--
विष्णूपंत जोग	--	३	--	--
पु. ल. देशपांडे	--	३	--	--
अमर शेख	--	२	--	--
पिराजी सरनाईक	--	२	--	--
मुकेश	१	--	--	--
किशोरकुमार	१	--	--	--
गोविंद कुरवाळीकर	१	१	--	२
बालकराम	२	२	--	--
जयराम शिलेदार	--	--	--	--
बाळ पळसुले	--	१	--	--
राम फाटक	--	१	--	४GR
रामदास कामत	--	१	--	--
रविंद्र साठे	--	१	--	--
जे. एल. रानडे	--	--	--	२

परिशिष्ट ४

श्री. सुधीर फडके यांच्या संगीत दिग्दर्शनाखाली गायिलेल्या गायिका व गीतसंख्या भावसंगीत संगितिका - गीतरामायण व इतर गीते

ललिता फडके	९
माणिक वर्मा	२६
आशा भोसले	१
लता मंगेशकर	१
सुमन हेमाडी / कल्याणपूर	३
मालती पांडे	११
वासंती	६
पद्मा पाटणकर	४
सुमती श्रीखंडे	३
हिराबाई बडोदेकर	२
सरस्वति राणे	२
शांता आपटे	२
प्रमिला जाधव (जयमाला शिलेदार)	२
भानुमती कंस	२
शांता हुबळीकर	२
उषा मंगेशकर	१
उषा अत्रे	२
प्रमोदिनी देसाई	३
मंदाकिनी पांडे	३
सुमन माटे	३
कालिंदी केसकर	२
जानकी अय्यर	२
कुमुदिनी पेडणेकर	१
योगिनी जोगळेकर	१

परिशिष्ट ५

श्री. सुधीर फडके यांच्या संगीत दिग्दर्शनाखाली गायिलेले गायक व गीत संख्या भावसंगीत, संगितिका - गीतरामायण व इतर गीते

	हिंदी	मराठी
सुधीर फडके	१२	६५+१९
गोविंद कुरवाळीकर	--	२
जे. एल. रानडे	--	२
बबनराव नावडीकर	--	१
राम फाटक	--	४
चंद्रकांत गोखले	--	१
सुरेश हळदणकर	--	२
गजानन वाटवे	--	२
वि. ल. इनामदार	--	३
वसंतराव देशपांडे	--	३

परिशिष्ट ६

फडके यांच्या यांनी स्वरबद्ध केलेल्या गीतांचे काही प्रमुख कवी

कवी	हिंदी	मराठी
ग. दि. माडगूळकर	३३४	३६+५६
जगदीश खेबूडकर	४७	९२
सुधीर मोघे	३१	१
शांता शेळके / वसंत अवसरे	१८+४	१
शांताराम आठवले	१३	१
मधुसूदन कालेलकर	१५	१-२
पी. सावळाराम	१४	१-२
वि. दा. सावरकर	१	५
राजा बढे	---	१

परिशिष्ट ७

बाबूजींनी स्वरबद्ध करून स्वत: गायलेले हिंदी चित्रपटातील पहिले गीत -

गीत - "यह किसने बजाई मुरली"
चित्रपट - गोकुल (१९४६)
कवी - कमर जलालाबादी.

बाबूजींनी स्वरबद्ध करून स्वत: गायिलेली पहिल्या मराठी चित्रपटातील गीते -
१) "वेदमंत्राहून आम्हा वंद्य वंदे मातरम्"
२) "झडल्या भेरी झडतो डंका, पुढचे पाऊल पुढेच टाका."
३) "अपराध मीच केला शिक्षा तुझ्या कपाळी"
सहगायिका - मालती पांडे
चित्रपट - वंदे मातरम् (१९४८)
कवी - ग. दि. माडगूळकर

बाबूजींनी संगीतदिग्दर्शन केलेला पहिला चित्रपट -
हिंदी - गोकुल (१९४६)
मराठी - रुक्मिणी स्वयंवर (१९४६)

बाबूजींनी स्वरबद्ध केलेले पहिले ध्वनिमुद्रित गीत -
गीत - "चांदाची किरणे विरली"
कवी - ग. दि. माडगूळकर
गायिका - पद्मा पाटणकर

बाबूजींनी स्वरबद्ध केलेले व स्वत: गायलेले पहिले ध्वनिमुद्रित गीत -

गीत - "दर्यावरी नाच करी होडी चाले कशी भिरीभिरी"
कवी - ग. दि. माडगूळकर

परिशिष्ट - ८

श्री. सुधीर फडके यांनी संगीत दिग्दर्शन केलेल्या मराठी चित्रपटात पार्श्वगायन केलेल्या गायक/गायिकांची नावे– चित्रपटाचे नाव वर्षासहित

१) ललिता देऊळकर/ ललिता फडके	१९४६	रुक्मिणी स्वयंवर
२) मोहनतारा तळपदे/ मोहनतारा अजिंक्य	१९४६	रुक्मिणी स्वयंवर
३) गोविंद कुरवाळीकर	१९४६	रुक्मिणी स्वयंवर
४) नलिनी मुळगावकर	१९४६	रुक्मिणी स्वयंवर
५) शकुंतला	१९४६	रुक्मिणी स्वयंवर
६) विष्णूपंत जोग	१९४८	जिवाचा सखा
७) जयराम शिलेदार	१९४८	जिवाचा सखा
८) सरोज बोरकर	१९४८	जिवाचा सखा
९) माणिक दादरकर/वर्मा	१९४८	जिवाचा सखा
१०) मालती पांडे/बर्वे	१९४८	जिवाचा सखा
११) पु.ल.देशपांडे	१९४८	वंदे मातरम्
१२) ललिता परूळकर	१९४८	वंदे मातरम्
१३) लता मंगेशकर	१९४९	संत जनाबाई
१४) उषा अत्रे/वाघ	१९४९	संत जनाबाई
१५) कृष्णा कल्ले	१९४९	संत जनाबाई
१६) बाळ पळसुले	१९४९	संत जनाबाई
१७) लीला सरदेसाई	१९४९	संत जनाबाई
१८) बालकराम	१९४९	माया बाजार
१९) आशा भोसले	१९५०	पुढचं पाऊल
२०) प्रभा अत्रे	१९५०	पुढचं पाऊल
२१) बेबी आचरेकर	१९५०	पुढचं पाऊल
२२) वसंतराव देशपांडे	१९५०	वंशाचा दिवा
२३) राम फाटक	१९५०	जोहार मायबाप/ संत चोखामेळा/ही वाट पंढरीची

२४)	बालगंधर्व	१९५१	विठ्ठल रखुमाई
२५)	अमर शेख	१९५२	नरवीर तानाजी
२६)	शमशाद बेगम	१९५२	नरवीर तानाजी
२७)	पिराजी सरनाईक	१९५२	प्रतापगड
२८)	प्रमोदिनी देसाई	१९५३	वहिनींच्या बांगड्या
२९)	पं. भीमसेन जोशी	१९५५	मी तुळस तुझ्या अंगणी
३०)	मधुबाला जव्हेरी/ मधुबाला चावला	१९५६	देवघर
३१)	सुमन हेमाडी/कल्याणपूर	१९५६	देवघर
३२)	राजा गोसावी	१९५७	घरचं झालं थोडं
३३)	कुमुद मोघे	१९६२	भिंतीला कान असतात
३४)	मीना खटखटे, मीना जोशी अलंकार हुजूरबाजार, श्रीनिवास जोग, कारुळकर,	१९६३	हा माझा मार्ग एकला
३५)	सुलोचना चव्हाण	१९६४	दैवाचा खेळ
३६)	सुमती टिकेकर	१९६७	संत गोरा कुंभार
३७)	प्रसाद सावकार	१९६७	संत गोरा कुंभार
३८)	जयवंत कुलकर्णी	१९६७	संत गोरा कुंभार
३९)	उषा खाडीलकर	१९६८	आम्ही जातो अमुच्या गावा
४०)	अभ्यंकर	१९७०	धाकटी बहीण
४१)	मन्ना डे	१९७०	धाकटी बहीण
४२)	सुषमा पैंगणकर/शाहू मोडक	१९७०	झाला महार पंढरीनाथ
४३)	रामदास कामत	१९७०	मुंबईचा जावई
४४)	पुष्पा पागधरे	१९७१	लाखात अशी देखणी
४५)	शोभा गुर्टू	१९७३	जावई विकत घेणे आहे
४६)	लीना	१९७३	जावई विकत घेणे आहे
४७)	चारुशीला बेलसरे	१९७४	कार्तिकी
४८)	उषा मंगेशकर	१९७५	ज्योतिबाचा नवस
४९)	अनुराधा पौडवाल	१९७५	या सुखांनो या
५०)	रवींद्र साठे	१९७६	आराम हराम आहे
५१)	उषा रेगे, मीना पत्की	१९७८	दोस्त असावा तर असा

५२)	सुरेश वाडकर	१९८२	आपलेच दात आपलेच ओठ
५३)	यशवंत दत्त	१९८२	आपलेच दात आपलेच ओठ
५४)	अपर्णा मयेकर/ शोभा जोशी/रंजना पेठे	१९८३	थोरली जाऊ
५५)	उत्तरा केळकर	१९८३	थोरली जाऊ
५६)	मल्लेश, वाघमारे	१९८४	माहेरची माणसं
५७)	देवकी पंडीत, अरुण इंगळे श्रीकांत पारगावकर	१९८४	माहेरची माणसं
५८)	जितेंद्र अभिषेकी	---	अप्रकाशित

परिशिष्ट - ९

अन्य संगीतकरांनी स्वरबद्ध केलेल्या व श्री. सुधीर फडके यांनी गायलेल्या गीतांचे काही प्रमुख कवी

कवी	चित्रपट गीते	इतर गीते
ग. दि. माडगूळकर	३७	५
जगदीश खेबुडकर	३३	-
मधुसूदन कालेलकर	८	-
शांताराम आठवले	८	-
यशवंत देव	७	४
शांता शेळके	६	-
पी. सावळाराम	३	-
सुधीर मोघे	१	२
मंगेश पाडगावकर	--	४

***

कृतज्ञता

'स्वरश्री बाबूजी'च्या निर्मितीत अनेक व्यक्तींचे हातभार लागले आहेत. काही व्यक्तींचा मुद्दाम उल्लेख करावासा वाटतो. त्या सर्वांप्रती मी कृतज्ञता व्यक्त करतो.

१. श्री. कृष्णराव टेंबे, डोंबिवली
२. कै. रघुनाथ वाळुंजकर, पुणे
३. श्री. प्रभाकर दातार, पुणे
४. श्री. सुरेश चांदवणकर, मुंबई
५. श्री. नारायण मुलाणी, मुंबई
६. श्री. प्रीतम मेघानी, उल्हासनगर
७. श्री. श्रीकांत नगरकर, डोंबिवली
८. श्री. ईसाक मुजावर, मुंबई
९. श्री. सूर्यकांत पाठक, पुणे
१०. श्री. मंगेश वाघमारे, पुणे
११. श्री. सुधीर जोगळेकर, डोंबिवली
१२. आनंद मोडक, पुणे
१३. कु. दीप्ती पानसे, पुणे
१४. श्री. स्वप्नील कुलकर्णी मुंबई
१५. श्री. विश्र्वास नेरूरकर मुंबई
१६. श्री. अनिल वाळिंबे सातारा

संदर्भ स्त्रोत

१) जगाच्या पाठीवर आत्मचरित्र — श्री. सुधीर फडके
२) जुळल्या सगळ्या त्या आठवणी — सुलश्री प्रतिष्ठान
३) स्वरगंधर्व सुधीर फडके — श्री. विश्र्वास नेरुरकर
४) ग्राहकहित दिवाी अंक २००२ — श्री. सूर्यकांत पाठक
५) आठवणीतील गाणी — श्री. अनंत पावसकर

***

लेखक परिचय

वसंत वाळुंजकर

यांचा जन्म पुण्यातलाच, २३ मार्च १९३१ रोजीचा. त्यांचे वडील रेव्हेन्यू खात्यात असल्याने त्यांच्या वारंवार बदल्या होत. संगमनेर, अहमदनगर व नाशिक या ठिकाणी त्यांचे शालेय शिक्षण. नाशिकला रुंगटा हायस्कूल येथून मॅट्रिक उत्तीर्ण. नंतर पुण्याला सर कुस्त्रो वाडिया कॉलेजमध्ये इलेक्ट्रिकल टेकनोलॉजीचा डिप्लोमा उत्तीर्ण. मध्य रेल्वेमध्ये ३४ वर्षे नोकरी करून १९८९ मध्ये निवृत्त. त्यानंतर पुण्यात स्थायिक.

लहानपणापासूनच त्यांना गाण्याची आवड होती. अनेक प्रकारच्या गाण्यांच्या ध्वनिमुद्रिका ऐकून संगीताचा पाया घातला गेला; शास्त्रीय संगीताचे धडे पण गिरवले. दत्त संप्रदायात ब्रह्मा, विष्णू, महेश्वर या तिन्ही देवतांना दत्तगरुंच्या रूपात प्रार्थिले जाते. त्याचप्रमाणे सुगम संगीतातले गजानन वाटवे, सुधीर फडके व दशरथ पुजारी या महान कलाकारांना दत्तगुरू मानून त्यांचा आदर्श त्यांनी डोळ्यासमोर ठेवला. त्यांच्या गायनप्रणालीचा अभ्यास केला. काही ना काही कारणाने या तिघांशी भेटी होत राहिल्या. त्यांच्या प्रेरणेनेच स्वतंत्र गीतगायनाचे कार्यक्रम करू लागले.

वाटवे, फडके व पुजारी यांची गाणी तर ते म्हणतच होते; पण नंतर स्वत:च्या रचनाही गाऊ लागले. अनेक भावगीतांना त्यांनी स्वरबद्ध केले. पण त्यांचा मुख्य कल चरित्र गायनाकडे होता. त्यामध्ये त्यांनी ‘श्री साई चरितगान’ ‘अक्कलकोटस्वामी चरित्र

गीतांजली' 'श्रीधरस्वामी चरित कथामृत' या संतचरित्रांबरोबरच श्री. रणजित देसाईंच्या 'स्वामी' कादंबरीवर आधारित, कवी श्री. मधुकर जोशी रचित 'कथा गोड शाहिर गाती रमा माधवाची' हा माधवराव पेशवे व सती रमाबाई यांच्या जीवनचरित्रावरील कार्यक्रम स्वरबद्ध करून सादर केला. त्याचप्रमाणे पावसचे संत श्री. स्वरूपानंद सरस्वती यांच्या संजीवनी गाथेतील अभंग स्वरबद्ध करून त्याचे गायन केले. मूळ संस्कृत श्री रामरक्षेवर आधारित, कवी श्री. मधुकर जोशी यांच्या 'भावार्थ रामरक्षा' या गीतबद्ध रामरक्षेचेही अनेक कार्यक्रम केले.

कै. दशरथ पुजारी यांच्या 'अजून त्या झुडुपांच्या मागे' या चरित्रग्रंथाचे शब्दांकन त्यांचेच आहे. सन २००५ मध्ये त्यांचा पुण्यात 'भरत नाट्य मंदिरात' अमृतमहोत्सवी कार्यक्रम झाला, त्यावेळी त्यांचे आत्मचरित्र 'सूर जुळूनी आले' हे पुस्तक श्री. गजाननराव वाटवे यांच्या हस्ते प्रकाशित झाले.

आता कै. सुधीर फडके यांच्या 'स्वरश्री बाबूजी' या पुस्तकाचे संपादन करून त्यांचे जीवन कृतार्थ झाल्याचे समाधान त्यांना मिळत आहे.

— वसंत वाळुंजकर
बी-६, स्फूर्ती व्हिला
११७०/१४ रेव्हेन्यू कॉलनी
शिवाजीनगर, पुणे - ४११००५

***